கரும்புனல்

ராம்சுரேஷ்

வம்சி

கரும்புனல்	:	நாவல்
	:	ராம்சுரேஷ்
	:	© ஆசிரியருக்கு
முதற்பதிப்பு	:	டிசம்பர் 2013
அட்டைப் புகைப்படம்	:	பினுபாஸ்கர்
வெளியீடு	:	வம்சி புக்ஸ்
		19, டி.எம்.சாரோன்,
		திருவண்ணாமலை - 606 601
		செல்: 9445870995, 04175-251468
அச்சாக்கம்	:	மணி ஆப்செட், சென்னை-600 077
விலை	:	₹ 170/-
ISBN	:	978-93-80545-87-5

Karumpunal	:	Novel
	:	Ramsuresh
	:	© Author
First Edition	:	December 2013
Cover photography	:	Binu Basker
Published by	:	Vamsi books
		19 D.M.Saron,
		Tiruvannamalai - 606 601
		9445870995, 04175-251468
Printed at	:	Mani Offset, Chennai - 600 077
Price	:	₹ 170/-
ISBN	:	978-93-80545-87-5

vamsibooks@yahoo.com * www.vamsibooks.com

தொடரும் வலி

தமிழில் சூழலியல் பிரச்னையை அடிப்படையாகக் கொண்டு வெளிவந்த நாவல்கள் வெகுகுறைவு. தனிமனிதர்களின் மனப் பிரச்னைகளே பெரும்பாலும் கற்பனாவாத இலக்கியமாகப் பேசப்படும் நிலையில், பல்வேறு களங்களில் நாவல்கள் படைக்கப்படுவது அவசியம். குறிப்பாக, சமகாலப் பிரச்னைகள். இன்றைய தமிழகமும் இந்தியாவும் எண்ணற்ற புதிய சிக்கல்களால் நிரம்பியிருக்கிறது. நவீன மனிதன் சந்திக்கும் பிரச்னைகள் அனைத்தும் புதுவிதமான குழப்பங்களையும் சிதைவுகளையும் தொடர்ந்து இந்தச் சமூகத்தில் ஏற்படுத்திவருகின்றன. தமிழகத்துக்குள்ளேயே பல முக்கியப் பிரச்னைகள் புனைகதையில் இடம்பெறவில்லை என்பது கவனிக்கத்தக்கது. இந்நிலையில் வெளிமாநிலங்களின் பிரச்னைகள் வெகு அரிதாகவே தமிழ்ப் படைப்புக்களில் தொடப்பட்டுள்ளன. வெளிமாநிலங்களில் வாழும் எழுத்தாளர்கள் எழுதினாலும் தமிழகத்தைப் பற்றியும் தம் இளமைக்கால பொற்கணங்களையும் நினைவுகளையுமே அதிகம் எழுதியிருக்கின்றனர். தாம் வாழ நேர்ந்த பகுதியின் வரலாற்றையும் அரசியலையும் உள்வாங்கிக் கொண்டு தரமான படைப்புகள் தந்தவர்கள் வெகுசிலரே. இந்திரா பார்த்தசாரதியின் தில்லி; அசோகமித்திரன், சுப்ரபாரதிமணியன் ஆகியோரின் ஹைதராபாத் ஆகியவை இந்த வகையில் முன்னோடிகள்.

அதேபோல், நமக்குச் சூழலியலும் நகரமயமாதலும் அதன் அரசியல், சமூக கலாசார சரிவுகளும் அதிகம் அறிமுகமில்லை. நவீன நுகர்வு கலாசாரத்தின் குழந்தைகள் நாம். நம்மைச் சுற்றி நடக்கும் எதைப் பற்றியும் கேள்விகள் கேட்கும் துணிவு தொலைத்தவர்கள் நாம். சூழலியல் பிரச்னைகள் பேசப்பட்ட அளவில், சா.கந்தசாமியின் ‘சாயாவனம்,’ விட்டல்ராவின் ‘போக்கிடம்’ ஆகியவை முன்னோடிகள். ஆனால், தமிழ்

எழுத்துப்பரப்பில் வடகிழக்கு இந்தியப் பகுதிகள் அதிகம் வந்ததே இல்லை. பி.ஏ.கிருஷ்ணனின் 'கலங்கிய நதி'தான் இதில் ஆரம்பம்.

ராம்சுரேஷின் கரும்புனல், அதன் வளமான தொடர்ச்சி. இதில் பழைய பீகார் (ஜார்க்கண்ட் மாநிலம் பிரிக்கப்படுவதற்கு முன்புள்ள பீகார்)தான் களம். அங்கே நிலக்கரி தோண்டுவதற்குத் தேவைப்படும் நிலத்தைக் கையகப்படுத்த வரும் சந்திரசேகரன் என்ற வழக்குரைஞரின் பார்வையில், அங்குள்ள அரசியல் ரீதியான, சாதிரீதியான ஒடுக்குமுறைகளும் ஏமாற்றல்களும் சுரண்டல்களும் வெகு அழகாக முன்வைக்கப்படுகின்றன. மோசமான ஊழல் விளையாட்டில், எப்படி ஒவ்வொருவரும் பகடைக்காய்களாக மாற்றப்படுகிறார்கள் என்ற வலிநிரம்பிய உண்மை வெளிவருகிறது.

இன்றைக்கு நாடெங்கும் பேசப்படும் நிலக்கரிச் சுரங்க ஊழல் என்பதன் ஆரம்ப காலகட்டத்தை இந்நாவலில் தெரிந்து கொள்ளலாம். மனிதர்களின் பேராசையினால், நமது வளங்கள் கொள்ளை போகின்றன. ஒவ்வொரு அதிகாரியும் எப்படியெல்லாம் நிலங்களை தமக்குச் சொந்தமாக்கிக் கொள்ளலாம், ஏழை எளியோர்களான கிராம மக்களைச் சுரண்டலாம், நடுத்தெருவில் நிற்க வைக்கலாம் என்று திட்டம் போட்டே பணியாற்றுகின்றனர். விளைவு, வேறு வழியில்லாமல் அவர்கள் ஆயுதம் ஏந்தவேண்டிய துர்நிலை.

இந்நாவலில் வரும் சின்னச் சின்னப் பாத்திரங்கள் மனத்தைத் தைக்கின்றன. பொக்காரோ ஸ்டீல் ப்ளான்ட்டுக்கு நிலத்தைக் கொடுத்துவிட்டு நடுக்காட்டில் டீக்கடை நடத்தும் கிழவர், எதிர்ப்பைத் தெரிவிப்பதைத் தவிர வேறு வழியே இல்லை என்று மோதும் லோபோ, கையாலாகாத டர்க்கி என்று புனையப்பட்டுள்ள பாத்திரங்கள், நாவலின் பாதிப்பைக் கூட்டுகின்றன.

பீகாருக்குள் புரையோடிப் போயிருக்கும் சாதி அரசியல், எவ்வளவு தூரம் வன்மமமாக மாறி, ஒரு கிராமத்தையே அழிக்கத் துணை செய்கிறது என்பதைப் படிக்கும்போது, அச்சம் அடிவயிற்றில். இத்தகைய சூழ்நிலைகளில் எவ்வளவுதான் நல்லவனாக ஒருவன் இருந்தாலும்

என்னவிதமான நல்ல பலன்களை மக்களிடம் ஏற்படுத்த முயன்றாலும், அவை அனைத்தும் கடலில் கரைத்த பெருங்காயம். துளிப் பலனும் கிட்டுவதில்லை. மேன்மேலும் வெறுப்பும் எரிச்சலும் வன்மமுமே பெருக்கெடுக்கின்றன.

இக்கதை நடப்பது 1995 காலகட்டம். அன்றைய சூழ்நிலையும் இன்றைய சூழ்நிலையும் பெருமளவில் மாறிவிடவில்லை என்பதை பீகார் பற்றிய செய்திகளைத் தொடர்ந்து பின்பற்றுவோர் புரிந்துகொள்ளலாம். சாதி அரசியல் இன்று அடைந்திருக்கும் அவலம், சொல்லில் எழுத வழங்காது. இவையெல்லாம் மக்களின் பெயரால், மக்களுக்குச் செய்யப்படும் அநீதி என்று நினைக்கும்போதே, கோபம் வருவதைத் தவிர்க்க முடியவில்லை. கடைசியில் நேர்மையாளர்கள் என்று யாருமே இருக்கமுடியாது, நடுநிலைமை என்ற ஒரு நிலைப்பாடு இருக்கவே முடியாது என்ற நிலைதான் ஏற்பட்டுள்ளது.

இந்நாவல், பல விஷயங்களை விவாதிப்பதற்கான களத்தை அமைத்துத் தந்திருக்கிறது. இதில் எழுதப்பட்டதைவிட, வெளியே இருக்கும் செய்திகளும் வலிகளும் அதிகம். அதைப் பற்றி யோசிக்கவும் பேசவும் இன்றைக்கு அவசர அவசியம் ஏற்பட்டுள்ளது. நீரோட்டம் போன்ற நடை, பெரும்பாலான விஷயங்களை உரையாடல்களின் மூலமே இந்நாவல் எடுத்துச் சொல்கிறது. அடுத்து, அடுத்து என்று வேகமும் விறுவிறுப்பும் இந்நாவலின் அணிகலன்கள்.

பழைய பீகாரைத் தமிழில் தெரிந்துகொள்ள வாய்ப்பளித்த ராம்சுரேஷுக்கு வாழ்த்துகள்.

நேசமுடன்

ஆர்.வெங்கடேஷ்

rvrv30@gmail.com

30.12.2013

என்னுரை

May you live in interesting times என்று சீனத்துச் சாபம் ஒன்று உண்டாம். சிலபல வருடங்களுக்குப் பிறகு கதையாகச் சொன்னால் சுவாரஸ்யமாக இருக்கும் பல விஷயங்கள், வாழும்போது கொடுமையாகத்தான் இருக்கின்றன.

ராஜீவ்காந்தி கொலையானபொழுது, பீஹாரின் ஒரு மூலையில் இருந்தேன். என் தலைவர் தமிழர்களால் கொல்லப்பட்டார். எனவே நாம் தமிழர்களைக் கொல்வோம் என்பதற்கு மேல், வேலை செய்யாத மூளைக்காரர்களால் நிரம்பிய ஊர். இத்தனை வருடம் கழித்துப் பூட்டிய அறைக்குள் கட்டிலுக்குக் கீழே படுத்தது, ஒரு சுவாரஸ்யமான நிகழ்வாக மிச்சமிருந்தாலும், உண்மையா பொய்யா என்று தெரியாத வதந்திகளால் வெளியே நடந்த கலவரத்தைவிட உள்ளுக்குள் நடந்த கலவரம் வாழும்போது interesting ஆகத் தெரியவில்லை.

ரயிலில் ஏறி, ஜன்னலோர சீட் பார்த்து அமர்ந்தவனை எழுப்பி பளாரெனக் கன்னத்தில் அரைந்து பர்ஸைப் பிடுங்கிக்கொண்டு சென்ற கதை, இப்போது மட்டும்தான் Interesting.

டிசம்பர் ஆறாம்தேதி ஏதோ எங்கேயோ கலவரம் என்று அரைகுறைத் தகவல்களோடு அயோத்திக்கு மிகப்பக்கமாக ரயிலில் செல்லும்போது எரியும் குடிசைகளைப் பார்த்தது, சுரங்கச் சாலையைக் கடக்கும்போது காரணம் சொல்லாமல் போலீஸால் கைது செய்யப்பட்டது, ஆற்றில் குளிக்கும்போது, சாம்பல் உள்ளே சென்று வாந்தியாக வெளியே வந்து 3 நாட்கள் சலைன் உதவியோடு மட்டுமே வாழ நேர்ந்தது, பீஹாரைப் பிரிக்க ஜார்க்கண்ட்காரர்கள் கலவரம் செய்ய, நடுத்தெருவில் ராத்திரியில் நின்றது, ஓட்டிச்சென்ற ஜீப் ஆளரவமில்லாத அதலபாதாளத்தில் உயிரைவிட்டது...

அமோகமாகவே சபிக்கப்பட்டிருக்கிறேன், Interesting காலங்களில் வாழ.

வீடு, குறுகிய நட்புவட்டம், கல்லூரி என்று "பழம்" வாழ்க்கை வாழ்ந்து வந்த எனக்கு, நிலக்கரிச் சுரங்க நகரியங்களில் தனியாக வாழ நேர்ந்தபோது ஏற்பட்ட கலாச்சார அதிர்ச்சி கொஞ்சநஞ்சமானது அல்ல. ஊழலை எப்படியெல்லாம் விஞ்ஞானமாக்கலாம் என்றே ஏகதேசம் சிந்திக்கும் மேலதிகாரிகள்; நுனிநாக்கு ஆங்கிலம் நாகரிகமான தோற்றம் உள்ளே சாக்கடையான மனது - கொண்ட எஞ்சினியர்கள்; கழட்டும் எஞ்சினை ஒருவேளை கீழ்ஜாதிக்காரன் தொட்டிருப்பானோ என்றெல்லாம் யோசிக்கும் சுரங்க ஊழியர்கள்; விவசாயம் செய்வதையும் கலவரத்தில் எதிர்மதக்காரனைப் போட்டுத் தள்ளுவதையும் ஒன்றேபோல நினைக்கக்கூடிய மக்கள்... எந்தக் கல்லூரியும் சொல்லித் தராத வாழும் கலையை எனக்குச் சொல்லித் தந்தது பீஹார்.

ஆனால், அந்தக்காலம் மட்டும் அல்ல... எழுதிப்பழக்கமில்லா என்னை ஒவ்வொரு எழுத்தாக அன்பாகவும் அடித்தும் திருத்திவரும் நண்பர் குழாம் அமைந்திருக்கும் இந்தக் காலமும் சுவாரஸ்யமாகத்தான் இருக்கிறது. நாம ஒண்ணை எழுதினா அது ஒழுங்காத்தான் இருக்கணும் என்று குழுவாகச் செயல்பட்டு ஊக்குவிக்கும் உடன்பிறவா சகோதரர்கள் இலவசக்கொத்தனார், டைனோபாய், நீளமாக எழுதவே சோம்பேறித்தனப்பட்ட என்னை விர்ச்சுவல் பிரம்பால் அடித்து முதல் நாவல் எழுத வைத்த பா.ராகவன், எவ்வளவு வேலை இருந்தாலும் நான் அனுப்பியதைப் படித்து உடன் திருத்தம் சொல்லும் சொக்கன், தன்னைத் திட்டியே எழுதினாலும் புன்சிரிப்போடு கடக்கும் என்இல்லாள். இதுவும் சுவாரஸ்யமான காலம்தான். ஆனால் கொடுமைகள் இல்லாத, சுகமான சுவாரஸ்யம்.

இந்த நாவலை எழுத எந்தப் பிரயத்தனமும் தேவைப்படவில்லை. பெரும்பாலும் நடந்த சம்பவங்களை ஒரு கதைச் சரட்டில் கோப்பதைத் தவிர.

ராம்சுரேஷ்
துபாய்,
டிசம்பர் 2013

கரும்புனல்

1

இரண்டு கிலோமீட்டர் தூரத்தில் வானிலை சுத்தமாக மாறிவிட்டிருந்தது. பசுமையாக இருந்த சாலைவழி எல்லாவற்றையும் எங்கேயோ தொலைத்தது போல வெட்டவெளியாக இருந்தது. காற்றில் இருந்த ஈரப்பதம் காலாவதியாகி அனல்காற்றாக வீசத்தொடங்கி இருந்தது. பஸ் தன் ஆட்டங்களை ஒடுக்கி நின்றது. நின்ற வேகத்தில் எஞ்சினையும் அணைத்துவிட்டான் டிரைவர்.

சந்துரு தன் கடிகாரத்தை அலுப்பாகப் பார்த்துக்கொண்டான். அறுபது கிலோமீட்டரை நான்கு மணிநேரமாகக் கடந்து கொண்டிருக்கிறது பஸ். இப்போது என்ன? இந்த வனாந்திரத்தில் டீ காபிக்கடை இருப்பது போலக்கூடத் தெரியவில்லையே.

பஸ்ஸின் மேலிருக்கும் மக்கள் இறங்குவதற்காகச் செய்யும் குலுக்கல்கள் சந்துருவின் தலைமேலேயே நடனம் ஆடுவது போலத் தோன்றியது. 12 மணிநேரத்தில் எவ்வளவு புதிய விஷயங்களைப் பார்த்துவிட்டான். சென்னை - கொல்கத்தா விமானத்தில் இருந்து இறங்கி 12 மணிநேரம்தானா ஆகிறது?

அடுத்து ஒரு ரயில், அடுத்து ஒரு பாடாவதி பஸ். இன்னும் தண்ணீர்வழிப் பயணம் மட்டும்தான் செய்யவில்லை. 12 மணி நேரத்தில் 200 ஆண்டுகள் பின்வந்து விட்டதுபோல உணர்ந்தான். 1995ன் சுவடுகள் எதுவுமே வழியில் தெரியவில்லை.

பஸ்ஸைவிட்டு இறங்கியதும்தான் தெரிந்தது. வலதுபுறம்தான் வனாந்திரம். இடதுபுறத்தில் பசுமை இன்னும் நிறையவே மிச்சம் இருந்தது. சின்ன கிராமம். இருபது வீடுகளுக்கு மேல் இருக்காது. பஸ் நிறுத்தம் என்று ஒரு குட்டிச்சுவருக்கு மேல் மெட்டல் ஷீட் சாயமெல்லாம் போய் அங்கங்கே அடிவாங்கியிருந்தது. மெட்டல் ஷீட் மேல் பிரம்மாண்டமான கல். இவ்வளவு பெரிய கல் எப்படி அதற்கு மேலே போயிருக்கும்?

பகலில் இவ்வளவு அமைதியான இடமா? எல்லாச் சத்தமும் அடங்கியதில் வெகுதூரத்தில் யாரோ அடித்த நீண்ட விசில் சத்தம் தெளிவாகக் கேட்டது. சந்துரு டீ கிடைக்குமா என்று பார்த்தான். கடை போல எதுவும் தென்படவில்லை. கிராமத்துக்குள் நடக்க முனையும்போது அருகாமையில் இருந்து இன்னொரு விசில் சத்தம் கேட்டது,

இவன் வந்த பஸ்ஸின் கண்டக்டர்தான். ''சாப், பஸ்ஸுக்குள்ளே ஏறுங்க'' அப்போதுதான் கவனித்தான். பஸ்ஸின் மேல் இருந்த மக்களும் அவசர அவசரமாக நிழற்குடைக்கு உள்ளே ஒதுங்கி இருப்பதை.

''ஏன் என்னாச்சு? டீ கிடைக்குமான்னு பாக்கப் போனேன்''

''ப்ளாஸ்டிங் சாப். மெட்டலுக்கு கீழ ஒளிஞ்சுக்கங்க''

அவன் என்ன சொன்னான் என்பது புரியவில்லை. உலகத்தோடு ஒட்ட ஒழுக, ஒதுங்கியே ஆகவேண்டும். பஸ்ஸுக்குள் போக விருப்பமில்லை. ஓடும்போதாவது காற்று வரும்.மக்களுடன் சேர்ந்து நிழற்குடைக்கு உள்ளேயே ஒதுங்கினான். பக்கத்தில் யாரோ கைதட்டினார்கள். தன்னைத்தான் கூப்பிடுகிறார்கள் என்று திரும்பினால் கண்ணுக்குள் தூசி புகுந்து எரிச்சலைக் கிளப்பியது.

''மாப் கரோ சாப். கைனி பண்ணிக்கிட்டிருக்கும்போது ஏன் திரும்பினீங்க?'' சரிதான். இவன்மேலேயே பழியா?

கண் எரிச்சல் அடங்கவில்லை.நீர் கொட்ட ஆரம்பித்தது. பாக்கெட்டில் இருந்து கர்ச்சீப்பை எடுத்து வாயை ஊதி சூடு செய்து கண்களில் வைத்தான். கொஞ்சம் இதம்.

எல்லோரும் ஒரே பக்கத்தைப் பார்த்து ஏன் நிற்கிறார்கள்? இவனும் பார்த்தான். வெட்டவெளியாகத் தெரிந்த இடம் சமதளம் அல்ல என்று புரிந்தது. நடுவில் ஒரு பெரிய பள்ளம் இருக்கிறது. அந்தப் பக்க மரங்களுக்கும் இந்தப்பக்கத்துக்கும் என்ன 4,00லிருந்து 500 மீட்டர் தூரம் இருக்குமா? அவ்வளவு பெரிய பள்ளமா?

இன்னொரு முறை அமைதியைக் கிழித்துக்கொண்டு கேட்டது விசில் சத்தம். பக்கத்தில் இருந்த மக்கள் துண்டைத் தலைக்குமேல் வைத்துக்கொண்டதைப் பார்த்த சந்துருவும் தலைக்குமேல் கைகளைப் பாதுகாப்பாக வைத்துக்கொண்டான். இதைத்தானே அந்த ஏர்ஹோஸ்டஸ் ப்ரேஸ்பொசிஷன் என்று சொன்னாள்? அது இங்கே வேலைக்காகுமா?

கிணற்றுக்குள் பட்டாசு வெடித்ததுபோன்ற சப்தம் கேட்டது. தூரத்தில் தெரிந்த ஒற்றை மரம் அசைந்தது. காற்றா? இல்லை. மரம் போதைபோல இரண்டொரு ஆட்டம் போட்டுத் தள்ளாடிக் கீழே விழுந்தது. பாறாங்கல் சுவருக்கு உள்ளே ஒரு கோடு போட்டதுபோல அதிர்ச்சி ஆரம்பித்துப் பரவி மொத்தமாக ஆட ஆரம்பித்தது. கற்கள் மேலே பறப்பது தெரிந்தது. பஸ்ஸுக்கு மிக அருகே ஒரு பெரிய கல் வந்து விழுந்தது. மக்கள் குடைக்குள்ளே இன்னும் ஒடுங்க இடம் தேடினார்கள். கற்கள் சிறுத்து மணலாகி, தூசியாகி, பார்வையை முற்றிலுமாக மறைத்தது. கருப்பும் பழுப்பும் கலந்த தூசி. ஏற்கனவே எரிந்து கொண்டிருந்த கண் இன்னும் எரிய ஆரம்பித்தது சந்துருவுக்கு.

முதல்முறையாக பார்த்த ப்ளாஸ்டிங்கின் பிரம்மாண்டம் மூன்றே நிமிடங்களில் முடிந்துவிட்டாலும் சந்துருவுக்கு அதிர்ச்சி விலகவில்லை. தினமும் பார்க்கும் மக்கள் சுவாதீனமாகி பஸ்ஸுக்கு மேலே ஏற ஆரம்பிக்கும்போது அழுகுரல் கேட்டது.

சின்னப்பையன். ஒழுங்காக மறைந்துகொள்ளவில்லை போல. கல் காலில் அடித்து ரத்தம் வழிந்துகொண்டிருந்தது. நல்லவேளை. சின்னக்கல் தான்.

"தூக்கு தூக்கு" பரபரப்பானார்கள் மக்கள். "சாஹஸ் போயிரலாமா?"

"சாஹஸ் போக 45 நிமிஷம் ஆகும். பிட்டர்பார் போயிரலாம். டாக்டர் இன்னும் கிளம்பி இருக்கமாட்டார்"

சந்துருவுக்கு திக்கென்றது. இரண்டு மூன்று கிலோமீட்டர் முன்பு டீ காஃபிக்கு நிறுத்திய இடம்தானே பிட்டர்பார்? பஸ் திரும்பப்போகிறதா?

ட்ரைவர் யாரைப்பற்றியும் கவலைப்பட்டதாகத் தெரியவில்லை. பொறுமையாக யூ டர்ன் அடித்தான். 'சாப்'உக்கு சலுகையாக "பத்து நிமிஷம்தான் சாப். டாக்டர்கிட்ட விட்டுட்டு வந்துடறோம். வேணும்னா பேக்கை எடுத்துக் கீழே வச்சுக்கங்க" பதிலுக்குக் காத்திராமல் வண்டி வந்தவழியில் திரும்பியது.

சந்துரு கோபமாக, காலால் நிழற்குடையின் கம்பத்தை உதைத்தான். இந்த வனாந்திரத்தில் எவ்வளவு நேரம் இன்னும் நிற்கவேண்டும்? கண்கள் சிவந்திருப்பது பார்க்காமலே உணர முடிந்தது. கொஞ்சம் தண்ணீர் கிடைத்தாலும் கழுவிக்கொள்ளலாம்.

கிராமத்துக்குள் நடந்தான். கம்பியில்லாத ஜன்னலில் பான்பராக் கட்டித் தொங்கவிட்டிருந்தது ஒரு வீட்டில். ஒன்றிரண்டு பாட்டில்களில் பிஸ்கட் மிட்டாய்கள். இந்த கிராமத்துக்கு இதுதான் பெரிய கடை.. வெளியே யாரையும் காணவில்லை "பாய்சாப்" குரலுக்கு எந்த எதிர்சத்தமும் இல்லை.

ஆடி அசைந்துகொண்டு வந்தான் ஒரு மாமிச மலை. "பஸ்ஸுல வந்தீங்களா? யாரைப்பாக்கணும்?"

"டீ கிடைக்குமா?"

"பால் இல்லை.. அப்படியே போடவா?"

"சரி. கொஞ்சம் தண்ணீர் கிடைக்குமா?"

கண்ணுக்குள் போய்விட்டிருந்தது புகையிலைத் துணுக்கு. சரி செய்து கழுவிவிட்டும் கண்ணீர் வருவது நிற்கவில்லை.

டீயைக் கொடுத்து மறுபடியும் விடாமல் கேட்டான் கடைக்காரன்.''யாரைப்பாக்கணும்?''

''நான் இந்த ஊருக்கு வரலை. சாஹஸ் போக வந்தேன். பஸ் பிட்டர்பாருக்குத் திரும்பிப் போயிடுச்சு. வரும்''

கடைக்காரன் கோபமானது தெரிந்தது. ''யாருக்காச்சும் அடியா?'' உடனே புரிந்துகொண்டுவிட்டானே. வழக்கமான விஷயம்தான் போலிருக்கிறது.

''சின்னப்பையன். கால்லேதான் அடி. வெளிக்காயம்தான்''

''செத்தா மட்டும்? கவலையா படப்போறானுங்க..''முணுமுணுத்தான். எதோ கெட்ட வார்த்தையில் திட்டுகிறான். யாரை?

கடைக்கு உள்ளே இருந்து பெண்குரல் கேட்டது. ''இன்னிக்குமா?''

''தினம்தானே நடக்குது. ஒண்ணும் இல்லாட்டியும் ஒண்ணுரெண்டு கோழியாவது போகும்''

''சரி நீ அசிங்கமா பேசாதே. வெளியூர்க்காரங்க நம்மைப் பத்தி என்ன நினைப்பாங்க'' கிராமத்துக் குரல் இல்லை அது, நளினம் தெரிந்தது. சந்துருவின் ஓட்டை ஹிந்திக்கே அவள் பேசுவது உள்ளூர் பாஷையில்லை, இலக்கண சுத்தமான ஹிந்தி என்பது தெரிந்தது. டீக்கடை வாசலில் புத்தகத்தை கவனித்தான். ''7 habits of highly effective people'' அட.

டீயில் சர்க்கரை தவிர வேறெதுவும் இல்லை. மிச்சத்தைக்கொட்டுவது போல பாதியை வெளியே கொட்டவந்தவன் நிறுத்தியிருந்த பிங்க் கலர் ஸ்கூட்டியைப் பார்த்தான்.

20 வீட்டு கிராமம், அதில் ஒரு தன்னம்பிக்கை புத்தகம் படிக்கும் ஸ்கூட்டி ஓட்டும் பெண். அவளைப் பார்க்கவேண்டும் போல் இருந்தது.

"சாப்க்கு சாஹஸ்லே என்ன வேலை?" தூரத்தில் பஸ் திரும்பும் சத்தம் கேட்டது.

"ப்ராஜக்ட் ஆஃபீஸர் ஆபீஸ்லே வேலை. லீகல் டிபார்ட்மெண்ட்" இவனுக்குப் புரிகிறதோ இல்லையோ, ஸ்கூட்டிக்குப் புரியும். காசைக்கொடுத்துவிட்டு பஸ்ஸுக்கு நடந்தான்.

பஸ் வேகம் பிடிக்க ஆரம்பித்ததுமே மறுபடி நின்றது. இப்போது என்ன?

பஸ்ஸை யாரோ நிறுத்தி இருக்கிறார்கள். தலையை ஜன்னலுக்குள் விட்டு எட்டிப்பார்த்தான். ஸ்கூட்டிப்பெண்தான். அவசர அவசரமாக ஸ்டேண்ட் போட்டு ட்ரைவரைப் பார்த்து கையாட்டினாள். சந்துருவின் கற்பனையை விட அழகாக இருந்தாள். கிராமத்துக்கு நிச்சயமாகப் பொருந்தவில்லை.

பஸ்ஸின் ஒவ்வொரு சீட்டாகப் பார்வையை ஓட்டியவள் சந்துருவைத் தாண்டும்போது நிறுத்தினாள். தெற்றுப்பல் தெரியப் புன்னகைத்தாள்.

"உங்களைப் பார்க்கத்தான் நிறுத்தினேன்"

2

சந்துரு ஆச்சரியப்பட்டான். இந்தப்பெண் ஏன் என்னுடன் பேச வேண்டும்? அவள் பஸ் ஏறிவருவாளா? நான் இறங்கவேண்டுமா?

பஸ் ஒற்றைத்தெருவை முழுதாக அடைத்துக்கொண்டு நின்றது. சந்துரு இறங்கினான்.

"உங்கள் பேக்கில் இருந்து இந்தப்பேப்பர்கள் விழுந்திருந்தது கடையில். அப்பா அவசரமாகக் கொண்டு கொடுக்கச் சொன்னார்"

இயல்பான புன்னகை. சரளமாக ஆங்கிலத்திலேயே பேசினாள். எப்படிக் கண்டுபிடித்தாள் நான் ஹிந்தி இல்லை என்று?

பேப்பரைப் பார்த்ததும் புரிந்தது. ஆன் கவர்மெண்ட் சர்வீஸ் என்று இளித்தது டெப்யூடேஷன் லெட்டர்.

"சந்திரசேகரன்? தமிழ்நாடா?"

சந்துருவும் புன்னகைத்தான். மதராஸி என்று பொதுப்படையாக தென்னிந்தியாவையே அடைக்கும் ஊரில் தமிழ்நாடா என்று கேட்பதே ஆச்சரியம்தான். "ஆமாம்."

16 கரும்புனல்

"நான் தீபா. கோயமுத்தூரில்தான் படித்தேன். கொஞ்சம் கொஞ்சம் தமிழ் பேசுவேன்" கொஞ்சம் கொஞ்சியது. கையை நீட்டினாள்.

இந்தப்பெண் தரும் ஆச்சரியங்களுக்கு அளவே இல்லையா? கை மெதுமெதுப்பாக இருந்தது.

"நன்றி. முக்கியமான லெட்டர் இது. இல்லாமல் உள்ளேயே சேர்த்திருக்கமாட்டார்கள்"

"அதெல்லாம் ஒன்றும் இல்லை. டிகிரி பேப்பர் இல்லாமலேயே இங்கே பல எஞ்சினியர்களே வேலைக்குச் சேர்ந்திருக்கிறார்கள்" மீண்டும் அந்தச் சிரிப்பு. ஸ்கூட்டியை லாவகமாகத் திருப்பினாள்.

"லீகல் டிப்பார்ட்மெண்ட்தானே சொன்னீர்கள்? உங்களிடம் எனக்கு வேலை இருக்கிறது, சாஹஸ் வரும்போது பார்க்கிறேன் மிஸ்டர் சந்துரு" ஸ்கூட்டி வேகமெடுத்தது.

நல்ல சகுனமாகத்தான் இருக்கிறது. சந்துரு காரணமில்லாமல் புன்னகைத்துக்கொண்டே இருந்தான் பஸ் பயணத்தில்.

பஸ் ஒரு ஆற்றைக் கடந்தது. அபத்திரமான பாலம். ஆற்றில் தண்ணீர் ஒரு கோடுபோலத்தான் ஓடியது. இருபக்கமும் சாம்பல் நிற மணல். ஆற்றுமணல்கூட வெள்ளையாக இருக்காதா இங்கே? சிமெண்ட் குழாய்களால் தற்காலிகமாக அமைக்கப்பட்ட பாலம். மேலே போட்டிருந்த மண்ணெல்லாம் உதிர்ந்து ஒவ்வொரு குழாயும் ஸ்பீடு பிரேக்கர்கள் போலத் தூக்கிப்போட்டது. மேலே உட்கார்ந்திருந்தவர்கள் குதித்துக் குதித்து பஸ்ஸின் தகரத்தோடு விளையாடினார்கள்.

"தண்ணி அதிகமா வந்தா முழுகிடாதா இந்தப்பாலம்?" கண்டக்டரிடம் கேட்டான் சந்துரு.

"அப்படி ஆச்சுன்னா வேற வழி இருக்கு. முப்பது கிலோமீட்டர் சுத்துவழி. டேம் மேலேயே பாலம் இருக்கு. தண்ணி தொறந்துவிட்டா சொல்லிடுவாங்க."

"சாஹஸ் நிலக்கரிச் சுரங்கங்கள் அன்புடன் வரவேற்கிறது" என்றது காம்பவுண்டின் மேலிருந்த வரவேற்பு வளையம். இரும்புக்கதவு மூடி இருந்தது. நல்ல வரவேற்புதான். நின்ற வண்டிக்குள் சோம்பேறித்தனமாக ஒரு போலீஸ்காரன் நோட்டம் விட்டான். ஒரு விசில் அடிக்க கதவு திறந்தது.

சாலைகள் திடீரென அகலமாகிவிட்டிருந்தன. செங்கல் சிறைக்குள் இருந்து சாலையோர மரங்கள் தப்பிக்கத் துடித்தன. இரண்டுபக்கமும் அங்கங்கே போர்டுகள் ஹிந்தியில் பொன்மொழிகள் சொல்லிக்கொண்டிருந்தன. "ஷிஃப்ட் பஸ்" என்று எழுதி இருந்த லாரியில் பின்பக்கம் இரும்பு பெஞ்ச்களை வெல்ட் செய்த வண்டிகள், பஸ் போலவே தோற்றமளித்த ஸ்கூல் பஸ்கள், டாப்பில் ஓட்டை விழுந்த ஜீப்புகள் சரசரக்க மாலைவேளைப் பரபரப்பில் இருந்தது சாஹஸ்.

"சாஹஸ் வந்துருச்சா?"

"நீங்க ஜிஎம் ஆஃபீஸ்தானே போகணும்? சொல்றேன். இது ஹாஸ்பிடல் ஸ்டாப். இன்னும் மூணு ஸ்டாப் இருக்கு"

தியேட்டரின் வாசலில் மறுபடி பஸ் நிற்க, கும்பலாக ஏறினார்கள் படம்விட்டு வந்தவர்கள். "சாஹஸ் மோட் போறவன் எல்லாம் ஏறாதே" கண்டக்டர் கத்தலில் கும்பல் ஒன்றும் குறைந்ததாகத் தெரியவில்லை. இந்த கும்பலை மீறி இறங்க முடியுமா?

கண்டக்டர் சொன்னது சரிதான். அத்தனை கும்பலும் அடுத்த அரை கிலோமீட்டரில் இறங்கியது. இன்னும் இருநூறு மீட்டர் போனதும் "சாப், உங்க ஸ்டாப்"

இறங்கியதும் சுற்றுமுற்றும் பார்த்தான் சந்துரு. இதுவரை பஸ், ட்ரெயின் என்று இருந்ததற்கு இப்போது தனித்துவிடப்பட்டவன் போல உணர்ந்தான். எந்தப்பக்கம் நடப்பது என்று கூடத் தெரியவில்லை. ஆட்டோ போன்ற எந்த வண்டியையும் பார்க்கமுடியவில்லை. டவுன்ஷிப்பின் பரபரப்புகள் விலகி மரங்கள் அதிகரித்து விட்டிருந்தன. கையில் இருந்த பேக் கனத்தது.

தூரத்தில் தெரிந்தது கேட். ''ஆஃபீஸ் ஆஃப் த ப்ராஜக்ட் ஆஃபீஸர்'' அப்பாடா. அங்கேதான் போகவேண்டும்.

செக்யூரிட்டி வழிமறிக்க ''ப்ராஜக்ட் ஆஃபீஸரைப் பார்க்கவேண்டும்'' என்றான்.

கேட்டைத் தாண்டியும் கொஞ்ச தூரத்துக்கு எந்தக் கட்டடமும் தெரியவில்லை. மரங்கள் மறைத்துக்கொண்டிருந்தன. வளைவான தார்ச்சாலை. ஐந்துமணிக்கே ஹெட்லைட் போட்டுக்கொண்டுதான் சென்றான் எதிர்ப்பக்கம் சென்ற ஜீப்காரன்.

நீண்ட கார்பார்க்கிங்கைத் தாண்டித் தெரிந்தது கட்டடம். நடுவே ஒரு ஃபவுண்டெயின் சோகையாகத் தண்ணீரை ஊற்றிக்கொண்டிருந்தது. ''ப்ராஜக்ட் ஆஃபீசர் ஆஃபீஸ்?'' என்று கேட்டதற்குக் கண்ணை மட்டும் காட்டினான் ஒரு நீல சஃபாரி.

ஆஃபீஸ் வாசலில் நிறைய பேர் காத்திருந்தார்கள். ஒரு வகைக்குள் அடக்கமுடியாத ஆட்கள். டை கட்டித் தங்களுக்குள்ளே வாக்குவாதம் செய்துகொண்டிருந்த எக்சிக்யூடிவ்கள், பான்பராக் மென்றுகொண்டு கண்களிலேயே அரசியல் தெரிந்த ஆட்கள், அழுக்கு வேட்டியைத் தார்ப்பாய்ச்சிக் கட்டி இருந்த கிராமவாசிகள். சிலருக்கு மட்டும் கிடைத்த நாற்காலிகள், பலர் வராந்தாவில் குந்திக்கொண்டிருந்தார்கள்.

பேப்பர் மலைகளுக்கு இடையில் காதுகுடைந்துகொண்டிருந்த செக்ரட்டரியைத் தேடிப்பிடித்து ''பி ஓ சாப்'' என்றான்.

''ஆறு மணிக்கு வருவார். என்ன விஷயம்?''

''ட்யூட்டி ரிப்போர்ட் பண்ணனும்''

''என்ன ட்யூட்டி?''

''லீகல் டிப்பார்ட்மெண்ட்''

''சந்தீரசேக்கரம் நீங்கதானா?''

தலையசைத்தான். செக்ரட்டரி பரபரப்பாகி போனை எடுத்தான். ''சாப் கிட்டே பேசணும்'' என்றான் போனில்.

''ஆமாம் சார். அவரே வந்துட்டார் சார்.''

''தெரியலை சார். வண்டி எங்கே இருக்கு தெரியலை''

போனை வைத்ததும் ''நீங்க உக்காருங்க லாயர் சாப்'' என்று சேரைக் காட்டினான்.

''உங்களைக் கூட்டிவர வண்டி அனுப்பினோமே? வரலை?''

''எங்கே? ராஞ்சி ரயில்வே ஸ்டேஷனுக்கா?''

''ஆமாம். சாஹஸ் கோல் மைன்னு போர்டு எல்லாம் வச்சுகிட்டு நிக்கச் சொன்னோமே''

''நான் பாக்கலையே''

''வண்டி எவ்ளோ நேரம் லேட்டு?''

''லேட்டெல்லாம் இல்லை. கரெக்ட் டைமுக்கு வந்துடுச்சே''

''அதான். இவனுங்க எப்பவும் போல ரெண்டு மணிநேரம் லேட்டாகும்னு பொறுமையாப் போயிருப்பானுங்க''

ப்ராஜக்ட் ஆஃபீஸர் உள்ளே நுழைகையில் இடம் பரபரப்பானது. நாற்காலியில் இருந்தவர்கள் அவசரமாக எழுந்ததைப் பார்த்த சந்துருவும் எழுந்தான். மனிதர் எளிமையாகத்தான் இருந்தார். கட்டம்போட்ட அரைக்கைச் சட்டையை இன் செய்து ஆஃப்டர்ஷேவ் மணக்க கதவை அலட்சியமாகத் தள்ளி உள்ளே சென்றார். சென்ற நொடியே செக்ரட்டரியின் போன் அடித்தது,

''உங்களைத்தான் கூப்பிடறார்'' சந்துரு எழுந்தான். க்யூவை உடைப்பவனை அனைவரும் விரோதமாகப் பார்க்க கதவைத்திறந்து அனுமதிக்காக நின்றான்.

பெரிய அறை. ஒரு பக்கம் முழுக்க பட்டயங்களும் கோப்பைகளும். தேக்கு மேஜையில் கொடி, நிலக்கரித்துண்டு ஒன்று வைரம் போல வெட்டி வைக்கப்பட்டிருந்தது. மூலையில் ஒரு கம்ப்யூட்டரில் கருப்பு ஸ்க்ரீனில் பச்சை மினுக்கிக்கொண்டிருந்தது.. அப்பாடா, 90கள் இங்கேயாவது தெரிகிறதே..''சுஜீத் வர்மா'' என்றது பெயர்ப்பலகை.

"வாங்க மிஸ்டர் சந்திரசேகர்.. ஒழுங்காக உச்சரித்தேனா?" புன்னகைத்தார். இளைஞர்தானா இல்லை டையின் சாகசமா தெரியவில்லை.

"ஆச்சரியமாக, சரியான உச்சரிப்புதான் சார்"

"ஜீப் வரவில்லையாமே? எப்படி வந்தீர்கள்?"

"பஸ்ஸில்தான் சார் வந்தேன்."

"ஓக்கே.. உங்களுக்கு அறை எக்ஸிக்யூடிவ் ஹாஸ்டலில் தயார் ஆகிவிட்டிருக்கும். துபே எல்லாவற்றையும் பார்த்துக்கொள்வான். இன்றைக்கு அறைக்குப் போய் நிம்மதியாக ரெஸ்ட் எடுங்கள். நாளை காலை விரிவாகப் பேசலாம்" துபே செகரட்டரி போல் இருக்கிறது. பேசும் வேகத்தில் புரிகிறது, இவனுக்கு ஒதுக்கின நேரம் முடிந்துவிட்டது என்பது, எழுந்தான்.

"பஸ்ஸில் வந்தீர்கள் என்றால் உச்சிடி கிராமத்தைப் பார்த்திருப்பீர்களே?"

அந்த கிராமத்தை எப்படி மறப்பது? தீபா விடுவாளா?

"பார்த்தேன் சார்"

"உங்கள் வேலை என்ன என்று சுருக்கமாகச் சொல்லிவிடுகிறேன். அந்த கிராமம் எனக்கு வேண்டும்"

3

சந்துருவுக்கு இரவு தூங்கச் செல்ல 12 மணி ஆகிவிட்டது. ப்ராஜக்ட் ஆஃபீஸருடன் பேசியபிறகு ஹாஸ்டலில் உள்ளே விட ஆயிரம் கையெழுத்துகள், நமூனாக்கள் - நமூனா என்றுதான் சொல்லவேண்டும். படிவம், ஃபார்ம் என்றெல்லாம் சொல்லும் வகையில் நவீனமாக இல்லை. 80 வருடங்களாக உபயோகத்தில் இருந்த அதே படிவங்கள். எல்லாவற்றையும் எழுதி முடித்துவிட்டு ஒருவழியாக ரூமைக் காட்டியபோது இதற்கா இவ்வளவு கெடுபிடி என்று கோபம் வந்தது.

''இன்னும் ஒருத்தர் இந்த ரூம்ல ஷேரிங். ரவி பட்நாயக். அவர் வர ரெண்டு மணி ஆயிடும்.''

பெயர்தான் எக்ஸிக்யூட்டிவ் ஹாஸ்டல். உள்ளே ரயில்வே டார்மிட்டரியைவிட மோசமாக இருந்தது. இரண்டு கட்டில்கள். இதில் எதில் நான் படுப்பது? இரண்டுமே முடை நாற்றமடித்துக் கிடந்தன. மெத்தையின் மேல்துணி பிய்ந்துபோய் லேயர் லேயராக ஃபோமும் தேங்காய்நாரும் வெளிவரத் துடித்துக்கொண்டிருந்தது. ஒரு மெத்தையின் மேல்

ஒரு கொசுவலை கசங்கிக் கிடந்தது. ஆரம்பகால பிங்க் நிறத்தை முழுமையாக மறந்துவிட்டு சாம்பல் கொட்டிக் கொட்டித் தடியாக ஆகிவிட்டிருந்தது. கொசுவலை தன் வேலையை நிச்சயம் ஒழுங்காகச் செய்யும். தண்ணீர் கூட உள்ளே நுழைய முடியாது. காற்று? வாய்ப்பே இல்லை. சரி இதில் நான் படுக்க வேண்டாம்.

அரசாங்க அலுவலகங்களுக்கே உரிய பாத்ரூம் நாற்றம். எல்லா இடங்களிலும் தண்ணீர் வழிந்துகொண்டு. எங்கே தேவையோ, அந்த இடத்தை மட்டும் பகிஷ்கரித்து ஈரத்துடன் சேர்ந்த கழிவு நாற்றம்.

கப்போர்டைத் திறந்து பார்த்தான். பழைய டெபோனேர்கள் அனானிமஸ் புத்தகங்கள். சரிதான். ஒரு நியூஸ்பேப்பர் கூட இல்லை.

உள்ளடங்கிய ஒரு சமையலறை வேறு. கதவு மூடி இருந்தது. திறந்தான். திறந்திருக்க வேண்டாம். மேலும் நாற்றம். மூன்று அலுமினியப் பாத்திரங்கள். மூன்றிலும் கொஞ்சம் சுண்டிய பாலும் டீத்தூள் குப்பையும். பட்நாயக் மாதம் ஒருமுறைதான் பாத்திரம் தேய்ப்பான் போலிருக்கிறது. வேகமாகக் கதவைச் சாத்தினான்.

பையைத் திறந்து லுங்கி மாற்றிக் கொண்டான். நல்லவேளை ரூம் ஃப்ரெஷ்னர் கொண்டு வந்திருக்கிறோம். ரூமைச் சுற்றி அடித்தவுடன் மல்லிகை ரூம் ஃப்ரெஷ்னரும், கதம்பமாக இருந்த நாற்றங்களும் சேர்ந்து புதுவிதமான தாங்கமுடியாத நாற்றம் கொடுத்தது.

அதையும் மீறி, களைப்பில் உடனே தூங்கிப்போனான். கனவில் அந்தப் பெண் வந்து பேப்பர்களைக் கொடுக்கும்போது, ப்ராஜக்ட் ஆஃபீஸர் 'நீ ஏன் இங்கு வந்தே' என்று விரட்ட இருவருக்கும் கத்திச்சண்டை ஆரம்பித்து கத்தி சந்துரு காலில் பட்டு ரத்தம் தெறிக்கப் பதறி எழுந்தான்.

''சாரி.. நீங்கள் இருப்பது தெரியாது''

இருட்டில் என்ன நடக்கிறது என்பது புரியவில்லை. லைட் சுவிட்ச் போட்டு ட்யூப்லைட் மினுக்க ஆரம்பித்தது.

''லோ வோல்டேஜ்.. ஊருக்கெல்லாம் கரண்ட் தயாரிப்பானுங்க, இவனுங்க ஊர்லே லோ வோல்டேஜைக் குறைக்க முடியாது'' சிரித்தான் புதியவன்.

சந்துரு கண்களைக் கசக்கிக் கொண்டு எழுந்து உட்கார்ந்தான்.

''நான் ரவி. ரவி பட்நாயக்'' கையை சினேகமாக நீட்டினான். ஒரிய முகம். மீசை வளர ஆரம்பித்திருந்த முகம். இளைஞனா கிழவனா? இந்த முகங்களில் வயது தெரிவதில்லை.

''சந்திரசேகரன், லாயர்.''

''ஓ.. நான் இங்கே சர்வீஸ் எஞ்சினியர். கோல் இந்தியா இல்லை.. அங்கே ஓடும் மெஷின்களைப் பராமரிக்க வந்திருப்பவன்''

''ரொம்ப நாளாக இருக்கிறீர்கள் போலிருக்கிறதே''

''மூன்று வருஷம். கம்பெனியில் இந்த ப்ராஜக்டுக்கு என்னைத் தத்துக் கொடுத்துவிட்டு மறந்துவிட்டார்கள் போலிருக்கிறது. சம்பளம் வருகிறது, பிறகென்ன..'' சிரித்தான் பட்நாயக்.

''டைம் என்னாச்சு?'' சந்துருவுக்கு இன்னும் தூக்கம் கலையவில்லை.

''இரண்டு பதினைந்து. வெள்ளிக்கிழமை ஆரம்பித்துவிட்டது''

''எனக்கு எட்டு மணிக்கு முன் எந்தக் கிழமையுமே ஆரம்பிக்காது''

''சாரி.. டிஸ்டர்ப் பண்ணிவிட்டேனோ?'' என்றவன் உடனே ''என்ன ஒரு மடத்தனமான கேள்வி! எனக்கு ஆமாம் என்ற உண்மை பதில் தெரியும். இருந்தாலும் நீங்கள் இல்லை என்றுதான் சொல்வீர்கள்''

பேச்சைப்பார்த்தால் வெறும் டெபோனேர் படிப்பவன் போலத் தெரியவில்லையே..

''தூங்குங்கள்'' என்றான்.

''இப்போது உடனே எனக்குத் தூக்கம் வராது, கொஞ்சம் படிக்க வேண்டும்.''

''ஓ.. புத்தகம் எதாவது கொண்டு வந்திருக்கிறீர்களா? பத்திரமாக வையுங்கள். இங்கே ஒரு எலி சுற்றுகிறது. படித்த எலி போல. என் எல்லாப் புத்தகங்களையும் கடிக்க ஆரம்பித்தது. எல்லாவற்றையும் சூட்கேஸுக்குள் வைத்துப் பூட்டிவிட்டுதான் வெளியே போவேன்''

அதுதான் டெபொனேர் தவிர வேறொன்றும் வெளியே இல்லையா?

''நீங்கள் எவ்வளவு நாள் இங்கிருப்பீர்கள்'' பட்நாயக் ஒரு சிகரெட்டைக் கொளுத்திக் கொண்டான்.

''தெரியாது. லீகல் வேலை என்று சொன்னார்கள். ப்ராஜக்ட் ஆஃபீஸரைப் பார்த்தேன். அவர் சொன்னதைப் பார்த்தால் அவ்வளவு சுலபமான வேலையாகத் தெரியவில்லை''

''டோண்ட் டெல் மீ.. உச்சிடி நிலம் பற்றியா?''

''அட.. ஆமாம். எப்படிக் கண்டு பிடித்தீர்கள்?''

''இதற்கென்ன ஷெர்லாக் ஹோம்ஸா வருவான்? இங்கே எரியும் பிரச்சினை அது ஒன்றுதான். என் கம்பெனி இதுவரை உச்சிடிக்காக 100 மெஷின் விற்றிருக்கிறது, ஒன்று கூட இன்னும் ஓடத் தொடங்கவில்லை. நிலமே இல்லையே''

''இதுவரை யாரும் பேசிப் பார்க்க வில்லையா ஊர் மக்களிடம்?''

''பேச்சா? சண்டையே போட்டாகி விட்டது. பிடிவாதக்கார மக்கள்''

சந்துருவுக்கு அவன் டிபார்ட்மெண்ட் மேல் கோபம் வந்தது, இவ்வளவு சென்சிடிவான விஷயத்துக்குப் புது ஆசாமியையா அனுப்புவார்கள்?

''ஆல் த பெஸ்ட் சந்துரு.. நீங்கள் வெற்றி பெற்றால் எனக்கும் ஆதாயம்'' சிகரெட்டை அணைத்துவிட்டு, கொசுவலையை அமைக்கத் தொடங்கினான்.

''தூங்குங்கள். விளக்கை அணைத்துவிடுகிறேன். நாளை காலை பேசிக் கொள்ளலாம்''

சந்துருவுக்கு மீண்டும் தூக்கம் வர நெடுநேரம் ஆனது.

காலை எழுந்துகொள்வதில் எந்தச் சிரமமும் இருக்கவில்லை. உடைந்த கண்ணாடி வழியாகச் சூரியன் சுட்டெரித்தது.

பட்நாயக் புரண்டுபடுத்தான். ''டீ வேண்டுமென்றால் போட்டுக் கொள்ளுங்கள்'' ஆஹா.. பாத்திரத்தைச் சுரண்டி பழைய டீத்தூளை எடுக்க என்னைப் பயன்படுத்துகிறாயா?

''இல்லை.. நான் வெளியே போய்க் குடித்துவிட்டு வருகிறேன்.''

''இஃப் யூ டோண்ட் மைண்ட்.. எனக்கு ஒன்று அனுப்பச் சொல்லிச் சொல்லிவிடுகிறீர்களா?''

வெளியே வந்தான். ஜி எம் ஆஃபீஸ் இன்னும் சுறுசுறுப்பு அடையவில்லை. ஸ்கூல் பஸ் ஒன்று நின்றுகொண்டிருந்தது. இது ஒன்றுதான் ஊரில் பார்க்கும்போது பஸ் போல இருக்கிறது. காற்றில் சாம்பல் இருந்தது. சட்டையைத் தட்டினால் உதிர்ந்தது.

''இன்னும் ரெண்டு செகண்டில் மறுபடி ஒட்டிக் கொள்ளப் போகிறது.. தவிர்க்க முடியுமா?'' தமிழில் குரல் கேட்டவுடன் ஆச்சர்யப்பட்டுத் திரும்பிப் பார்த்தான்.

''நீங்கள்தான் பட்நாயக்கோடு ஷேரிங்கா? வார்டன் சொன்னான்..தமிழ் ஆள் வந்திருக்கிறார் என்று''

''நான் தமிழ் என்று எப்படிக் கண்டுபிடித்தீர்கள்?''

''லுங்கி! இந்த ஊர்க்காரர்கள் ராத்திரிக்கு டைட்டாக பேண்ட் போட்டுக்கொண்டுதான் தூங்குவார்கள்.'' இவனும் லுங்கிதான்.

''மகேஷ் பாபு. இங்கே மைனிங் ட்ரெய்னீ''

அறிமுகம் ஆனதும் ''பட்நாயக்கோடு ரொம்ப வைத்துக் கொள்ளாதீர்கள். அவன் ஸ்டாஃப் ஆஃபீஸருக்கு சம்ச்சா''

''சம்ச்சாவா? அப்படி என்றால்?''

‘‘ஜால்ரா என்று சொல்வொமே.. ஸ்டாஃப் ஆஃபீஸருக்கு ஹாஸ்டலில் உள்ளவன் யார் தண்ணி அடிக்கிறான், யார் லேட்டாக வேலைக்குப் போகிறான் என்பதெல்லாம் உளவறிந்து சொல்வான்’’

‘‘அவருக்கு ஏன் இந்த டீடெயில் எல்லாம்?’’

‘‘ஐயோ.. அதானே கேலிக்கூத்தே.. இந்த ஸ்டாஃப் ஆஃபீஸர் இருக்காரே, ஒரு பழம். அந்தாளுக்கு உலகமே பழமா இருக்கணும்னு ஆசை.’’

‘‘சரி இவன் போய்ச் சொன்னா என்ன ஆகும்?’

‘‘வேலையை விட்டுத் தூக்கினாகூட பரவாயில்லை. அந்த ஆள் கூப்பிட்டு அட்வைஸ் பண்ணுவார் பாருங்க.. கழுத்தில ரத்தம் வரும்’’

சந்துரு சிரித்தான்.

‘‘நீங்க என்ன சிரிக்கறீங்க? இந்த ஆளுக்கு பயந்துகிட்டு ப்ராஜக்ட் ஆஃபீஸர் கூட அவர் முன்னாடி சிகரெட் பிடிக்க மாட்டார்னா பாத்துக்கங்களேன். அவ்ளோ ஸ்ட்ராங் அட்வைஸ்!’’

அறைக்குள் நுழையும்போதுதான் ஞாபகம் வந்தது - பட்நாயக்குக்கு டீ சொல்லவில்லையே - திரும்பத் தொடங்கும்போது வார்டனின் குரல் கேட்டது ‘‘ சந்திரா சேக்கர்’’ மூச்சிறைக்க ஓடிவந்தான். ‘‘உங்களை ப்ராஜக்ட் ஆஃபீஸர் அவசரமா ஆஃபீஸுக்கு வரச் சொன்னார்.’’

’’ஆஃபீஸ் இன்னும் திறக்கலையே’’

மகேஷ்பாபு சொன்னான் ‘‘காலைலே அவர் இந்த ஆஃபீஸுக்கு வரமாட்டார். ப்ராஜக்ட் ஆஃபீஸ்ல இருப்பார். ஆனா, அங்கே எப்படி நீங்க போவீங்க?’’

‘‘எங்கே இருக்கு ப்ராஜக்ட் ஆஃபீஸ்?’’

’’உச்சிடியிலே’’

4

''உச்சிடி? அந்தக் கிராமத்திலா இருக்கிறது ஆஃபீஸ்?'' சந்துருவுக்கு ஆச்சரியம். அந்தக் கிராமத்தை அவன் பார்த்திருக்கிறானே, அங்கே ஒரு ஆஃபீஸ் இருந்ததற்கான எந்தத் தடயமும் இல்லையே.

''இல்லை இல்லை. இங்கிருந்து 3 கிலோமீட்டரில் சாஹஸ் ப்ராஜக்ட் ஆஃபீஸ் இருக்கிறது, அதிலேயே ஒரு ரூமில் தற்காலிகமாக உச்சிடி ஆஃபீஸை அமைத்திருக்கிறார்க்ள். நில ஆர்ஜிதம் எல்லாம் ஆனவுடன் உச்சிடி கிராமத்துக்கு மாற்றிவிடலாம் என்று ஐடியா'' மகேஷ்பாபு விளக்கினான்.

''எப்படிப் போவது அங்கே?''

மகேஷ்பாபு கடிகாரத்தைப் பார்த்தான். ''டைம் ஆயிருச்சு.. நடந்துதான் போகணும். ஒரு பத்து நிமிஷம் வெய்ட் பண்ணீங்கன்னா நானும் கூட வருவேன். எனக்கும் அங்கேதான் போகணும்''

போட்டிருந்ததை விட அழுக்கு அதிகமான உடை போட்டுக்கொண்டு வந்தான் மகேஷ்பாபு. ஷூவின் முன்பக்கம் பிய்ந்து இரும்பு தெரிந்தது.

''என்ன ஷூ இது? இரும்பெல்லாம் இருக்கிறது?'' என்றான் சந்துரு.

''சேஃப்டி ஷூ. காரே மேலே ஏறினாலும் ஒன்றும் ஆகாது. என்ன, பழையதாகி விட்டது''

சந்துரு சிரித்துக்கொண்டே கேட்டான்'' நாங்கள் எல்லாம் கிளம்புவது என்றால் இன்னும் கொஞ்சம் நல்ல ட்ரெஸ் போட்டுகிட்டு வருவோம்''

'நாங்களும்தான். ஊர் இந்த மாதிரி சாம்பலைக் கொட்டிகிட்டு இல்லாம இருந்தா.. ரெண்டு நாள்லே நீங்களே புரிஞ்சுப்பீங்க. இங்கே உள்ள மக்கள் ட்ரெஸ்ஸைப் பார்த்து யாரையும் எடை போட மாட்டாங்க. வாழ்க்கைப்பாடம்'' மகேஷ்பாபுவும் சிரித்தான்.

தெருவுக்கு வருவதற்கே ஐந்து நிமிஷம் ஆனது. ''இப்போ எந்தப்பக்கம் போகணும்?'' என்று கேட்டான் மகேஷ்.

''நீங்க என்னைக் கேக்கறீங்களா? எனக்கு என்ன தெரியும்?''

''இல்லைங்க.. ரெண்டு வழி இருக்கு, ஒண்ணு ஷார்ட்கட். பத்து நிமிஷத்துல போயிடலாம். ஆனா மலை ஏறி இறங்கணும். இன்னொண்ணு ரோட்டு வழி. 40 நிமிஷம் ஆகும்''

''அவர் அவசரமா கூப்பிட்டு இருக்கார். நடக்கறதைத் தவிர வேற வழியே இல்லையா?''

''ஆட்டோலே போகலாம். ஆனா ஆட்டோ ஸ்டாண்ட் போய்ச்சேரவே அரை மணி ஆகிடுமே''

'என்ன ஊருடா இது'' நடக்கத் தொடங்கினார்கள். ஒற்றையடிப் பாதையில் சரேலென இறங்கியது பாதை. மரங்களும் சாம்பல் பூத்துக் கிடந்தன. நடக்கும்போது மரங்களை ஒதுக்கும்போது சாம்பல் கொட்டியது.

''பார்த்து நடங்க.. ஈ காக்காய் கிடையாது கீழே விழுந்தாலோ, பாம்பு கடிச்சாலோ கூட பத்து நாள் கழிச்சுதான் எல்லாருக்கும் தெரியவரும்''

இனிமேல் இறங்கமுடியாது என்ற இடத்தில் ஒரு சிறு ஓடை ஓடியது.

''ஆஹா.. இந்த சாம்பல் மட்டும் இல்லாட்டி இந்த இடமே ஒரு அழகான பிக்னிக் ஸ்பாட்டா இருக்குமே''

''அதை இப்ப சொல்லாதீங்க. ஏறும்போது சொல்லுங்க.''

ஏற்றத்தை இன்னும் கடினமாக்கியது சாரைக்கற்கள். கால் வைக்கும் போதெல்லாம் ஒன்றிரண்டு உதிர்ந்து வழுக்க, கைக்கு அகப்பட்ட கிளையைப் பிடித்துக்கொள்ள வேண்டி இருந்தது.

''வேணும்னுட்டே கஷ்டமான வழியா கூட்டிட்டுப்போறீங்களா மகேஷ்?''

''நாங்க டெய்லி படற அவஸ்தைங்க இது. இல்லாட்டி 40 நிமிஷம் நடக்கணும். இப்ப பாருங்க.. வந்துட்டோம்''

ப்ராஜக்ட் ஆஃபீஸரின் அறை நேற்று பார்த்த அறைக்கு நேர்மாறாக மிகச் சிறியதாக இருந்தது. நேற்று பார்த்த அதே செகரட்டரி இங்கு இன்னும் சிறிய டேபிளில் ஒடுங்கிக் கொண்டிருந்தான். ''சந்திரா'' என்றான் உற்சாகமாக.

''பி ஓ இருக்கிறாரா?''

''உள்ளே இருக்கிறார். உங்களுக்காகத்தான் காத்துக் கொண்டிருக்கிறார்''

உள்ளே நிறைய இடமில்லை. ஒரு டேபிள், நிறைய ஃபைல்கள். பி ஓ உட்கார்ந்திருந்தார், அவர் எதிரில் இருந்த ஒரு சேரில் ஒரு கிராமத்து ஆசாமி இருந்தார்.

''சாரி மிஸ்டர் சந்துரு.. சீட் இல்லை'' என்று சிரித்தார் வர்மா.

''பரவாயில்லை சார்''

''இவர் மிஸ்டர் டிர்க்கி..டிர்க்கி ஸாப்.. இவர்தான் சந்துரு, ஹெட்குவார்ட்டர்ஸ்லே இருந்து உங்களுக்காகவே வந்திருக்க ஆள்''

டிர்க்கியுடன் கைகுலுக்கினான் சந்துரு, அவர் கையில் இருந்த புகையிலை பறந்தது.

''மிஸ்டர் டிர்க்கி அந்த ஊரில் தப்பிப் பிறந்த ஒரு நல்ல ஆசாமி. தேச நலன் பற்றிய கவலை உள்ளவர். சுருக்கமாகச் சொன்னால் நம் கட்சி''

''அப்படியானால் என்ன கவலை சார்? சுலபமாக வேலையை முடித்து விடலாமே''

''பெரியவங்க பேச்சை இந்தக் காலத்துல யார் கேக்கறாங்க?'' டிர்க்கி பேசின பாஷையைப் புரிந்து கொள்வதில் சந்துருவுக்குச் சிரமம் இருந்தது. ஹிந்தி பேசத்தான் முயற்சிக்கிறார். வட்டார போஜ்புரியின் தாக்கம் அதிகமாக இருந்தது.

''இருபது வீடு கிராமம். இவர் பேச்சைப் பத்து வீட்டில் கேட்பார்கள். மிச்சம் பத்து வீடுதான் பிரச்சினை.''

''பத்து வீடு கூட இல்லை. அந்த கம்யூனிஸ்டுங்கதான்''

''டிர்க்கி சாப்க்கு சாய் வந்ததா?'' பி ஓ எழுந்து சத்தம் போட்டார்.

பதில் ஏதும் வரவில்லை. வர்மா சொன்னார், ''வாங்க சந்துரு, டீ என்னாச்சுன்னு பாத்துட்டு வரலாம்''

ப்ராஜக்ட் ஆஃபீஸர் டீ வருவதைப்பற்றி இவ்வளவு கவலைப்படுகிறாரா? சந்துருவும் வர்மாவும் வெளியே வந்தார்கள்.

''அவர் முன்னால் சில விஷயங்கள் பேசமுடியாது. அதனால்தான் உங்களைத் தனியாக அழைத்து வந்தேன்.'' இப்போது புரிந்தது.

''இந்த ஆள் இருக்கானே, இவன் ஒரு ஊழல் ஆசாமி. இவனுக்குத் தனியாக காம்பன்சேஷன் செய்ய வேண்டுமாம். செய்தால் இவன் பத்து வீட்டையும் அக்விசிஷனுக்கு ஒத்துக்கொண்டு விடுவான். ஆனால்

பிரச்சினை மிச்சம் பத்து வீட்டில்தான்''

சந்துரு தன் பையில் இருந்து சின்ன டைரியை எடுத்து நோட் செய்து கொண்டான்.''டிர்க்கி - 10/20''

''இன்னொரு கேரக்டர் இருக்கிறது இங்கே. அவனும் டிர்க்கிதான்.''

சந்துரு எழுதிக்கொண்டே கேட்டான் ''டிர்க்கியா ட்ரிக்கியா?''

வர்மா வாய்விட்டுச் சிரித்தார். ''அவன் பெயர் டிர்க்கி. ஆனால் யூ ஆர் ரைட். ஹீ இஸ் அ ட்ரிக்கி ஃபெல்லோ''

''கன்ஃப்யூஷன் வேண்டாம், அவன் பெயர் லோபோ டிர்க்கி. லோபோ என்றுதான் எல்லாரும் சொல்வார்கள். அவனுக்கு என்ன வேண்டும் என்றே சரியாகத் தெரியவில்லை. அரசியலில் இறங்க விரும்பும் இளைஞன். இதுதான் சரியான சந்தர்ப்பம் என்று புரிந்துகொண்டவன். பத்து வீட்டு மக்களையும் மூளைச் சலவை செய்துகொண்டிருக்கிறான்''

''அதாவது இந்த டிர்க்கி கைவசம் உள்ள பத்து தவிர மிச்சம் பத்தை?''

''ஏறத்தாழ. லோபோவின் பிரச்சாரம் இந்தப் பத்து பேரையும் மயக்கிட்டா, இவர்களும் அவன் பக்கம் போனாலும் போய்விடுவார்கள்.''

''அவர்கள் என்ன கேட்கிறார்கள்?''

''எல்லாவற்றையும்! நிலத்துக்குப் பதில் நிலம் வேண்டுமாம். எல்லாருக்கும் வேலை வேண்டுமாம், அதுவும் இல்லாமல் காம்பன்சேஷன் பணமும் வேண்டுமாம்.''

''இந்த டிர்க்கிக்கு?''

''இந்த டிர்க்கிக்குத் தனிப்பட்ட முறையில் காசு கொடுத்து, மாற்று நிலம் கொடுத்தால் போதும், கிளம்பிவிடுவான்.''

''கவர்மெண்ட் என்ன அலவ் செய்யும்?''

"லஞ்சம் எல்லாம் சட்டபூர்வமாகவா கொடுக்க முடியும்? மாற்றுநிலம், காம்பன்சேஷன் பணம் என்று வாங்கி, பத்து பேர் பணத்தையும் மொத்தமாக கிழவனுக்கே கொடுத்து விடலாம். வேலை நிச்சயமாகத் தர முடியாது. லோபோவுக்கு மிச்ச பத்து பேர் பணத்தையும் கொடுத்து விடலாம். அது அவனுக்குப் போதும் என்றுதான் நினைக்கிறேன்"

"அப்புறம் என்ன பிரச்சினை? அவனைக் கூப்பிட்டுப் பேச வேண்டியதுதானே?"

"அதான் சொன்னேனே, அரசியல். லோபோவை அப்ரோச் செய்வதில் எனக்குப் பிரச்சினை இருக்கிறது. அவனிடம் நேரடியாக இதையெல்லாம் பேசினால் ஒத்துக்கொண்டால் ஓக்கே.. ஒத்துக் கொள்ளாவிட்டால் பெரிய பிரச்சினை ஆக்கிவிடுவான்."

"ஓ.. உங்களிடம் பேசியதை எல்லாம் மக்களிடம் போய்ச் சொல்லிவிடுவானா?"

"அது மட்டுமா.. பாருங்கள் பூர்ஷ்வா நிர்வாகத்தை. இதைத்தான் மாவோ எதிர்க்கச் சொன்னார் ப்ளா ப்ளா.. அவன் நல்ல பெயர் வாங்க நான் பலிகடா ஆக வேண்டும். இங்குதான் நீங்கள் வருகிறீர்கள்"

பேச்சு திடீரெனத் தன்பக்கம் திரும்பியதில் அதிர்ச்சி ஆனான் சந்துரு. "என்ன சொல்ல வருகிறீர்கள்?"

"நீங்கள் லோபோவை அப்ரோச் செய்ய வேண்டும். அவன் என்ன எதிர்பார்க்கிறான் என்று என்னிடமும் உங்கள் லீகல் டிபார்ட் மெண்டிடமும் சொல்ல வேண்டும்."

"இது லீகல் மெத்தட்தானா?" சந்துரு தயங்கிக்கொண்டே கேட்டான்.

"மிஸ்டர் சந்துரு. நாம் ஒன்றும் யாரையும் ஏமாற்றப்போவதில்லை. இது நாட்டுக்கு நாம் செய்யும் கடமை. உங்கள் மனம் திருப்தி அடையாமல் ஒன்றும் செய்ய வேண்டியதில்லை. ஒன்று செய்யுங்கள்.

நான் ஒரு எஞ்சினியரை உங்களுடன் அனுப்புகிறேன். நீங்கள் பார்த்து, ஏன் அந்த கிராமம் இந்த தேசத்துக்குத் தேவை என்பதைப் புரிந்துகொள்ளுங்கள். அப்புறம் வேலையை ஆரம்பித்தால் போதும்.'' டீக்காரன் உள்ளே நுழைந்தான்.

டிர்க்கி டீயை ஆற்றிக்கொண்டார். ''லோபோவைக்கூட சமாளித்து விடுவேன் வர்மா சாப்.. இப்ப பிரச்சினை வேற ரூபத்தில வந்திருக்கு''

டீயை உறிஞ்சினார். ''லோபோவோட அக்கா பொண்ணு. கோயமுத்தூர்லே படிச்சுட்டு வந்திருக்கா. அவதான் லோபோவையே தூண்டி விடறா''

5

தீபா.. எதிர்க்கட்சியா? சந்துரு அதிர்ந்தான். அதுவும் இந்தக் கிழவர் சொல்வதைப் பார்த்தால் சாதா எதிர்க்கட்சி இல்லை, எதிர்க்கட்சித்தலைவி!

"லீகல் டிப்பார்ட்மெண்ட்தானே சொன்னீர்கள்? உங்களிடம் எனக்கு வேலை இருக்கிறது, சாஹஸ் வரும்போது பார்க்கிறேன்" அவள் சொன்னது எதிரொலித்தது. இதுதான் விஷயமா? காதல் எல்லாம் ஒன்றும் இல்லையா? சந்துருவுக்கு சிரிப்பு வந்தது. விடலைகளைப் போல அவள் பேப்பர் கொண்டுவந்து கொடுத்தால் காதல் வந்துவிடுமா என்ன..

ஆனால் வேலை சம்மந்தமாக அவளிடம் அடிக்கடி பேசத் தேவை இருக்கலாம். பாஸிடிவ் சைடைப் பாரு சந்துரு.

வேலையில் இறங்கலாம். முதலில் இது சம்மந்தமான பழைய ரெக்கார்டுகளைத் தோண்ட வேண்டும். மாநிலம்தான் லேண்ட் வாங்கித் தரவேண்டும், சட்ட முறைப்படி. வர்மா ஏன் இதை கோல் இந்தியாவின் வேலையாக ஆக்குகிறார்? தெரிந்துகொள்ள வேண்டும். நிலத்துக்கு என்ன மதிப்பு

தருவார்கள்? ஏன் வேலை தரமுடியாது என்று வர்மா சொல்கிறார்? இவர்களுக்கு மாற்று நிலம் எங்கே தருவார்கள்? இதையெல்லாம் தெரிந்துகொள்ளாமல் எந்த ஸ்டெப்பும் எடுக்க முடியாது. நிறையப் படிக்க வேண்டும்.

வர்மா டிர்க்கியிடம் சொன்னார். ''கவலைப்படாதீங்க.. எல்லாத்தையும் சரி செய்துவிடலாம். சந்துரு சாப் பாத்துப்பார்''

சரிதான், என் தலையில் அட்சதையைத் தூவிவிட்டாரா?

டிர்க்கி கனமான சரீரத்தை அசைத்து எழுந்தார். ''நோட்டீஸ் வந்து மூணு மாசத்துக்கு மேலே ஆகுது. அந்த லோபோ மட்டும் பிரச்சினை பண்ணாம இருந்திருந்தா இந்நேரம் எல்லாத்தையும் இடம் மாத்த ஆரம்பிச்சிருக்கலாம்''

அவர் போனதும் சந்துருவை சீட்டில் உட்காரச் சொன்னார் வர்மா.

''கொஞ்சம் கஷ்டமான விவகாரம்தான் சந்துரு. நார்மலா, இதுவரைக்கும் எங்களுக்குப் பிரச்சினை வந்ததே இல்லை. கோல் இந்தியா லீகல் டிபார்ட்மெண்ட் கடைசி நேரத்துல வருவாங்க, பேப்பர்ஸ் தயார் பண்ணுவாங்க, கையெழுத்துப் போடுவாங்க''

''இப்ப ஏன் ப்ராப்ளம் வருது?''

''அரசியல். எல்லா இடத்திலும் புகுந்து புறப்படும் மேட்டர். சாஹஸ் க்ரூப் ஆஃப் மைன்ஸில் மட்டும் எட்டு கோல் ப்ராஜக்ட் . சொன்னால் நம்பமாட்டீர்கள், அதில் ஐந்து நான் தொடங்கியவை''

ஆரம்பித்துவிட்டால் நான் ஆரம்பித்து வைத்தேன். பிரச்சினை வந்தால் லீகல் டிபார்ட்மெண்ட். சந்துரு உள்ளுக்குள் சிரித்துக் கொண்டான்.

''சார், எனக்கு இந்த நார்மல் ப்ராசஸ்ஸை சொல்லுங்களேன்''

''முதலில் வருவது ஜியாலஜி டிபார்ட்மெண்ட். அவர்கள் சாட்டிலைட் பிக்சர், க்ரவுண்ட் ஸ்டடி எல்லாம் செய்து, இந்த இடத்தில் கோல் இருக்கிறது என்று சொல்லிவிடுவார்கள். அவர்களுக்கு எல்லாம்

லேட்டிட்யூட் லாங்கிட்ட்யூட்தான். கிராமம் இருக்கிறதா கிணறு இருக்கிறதா எந்தக் கவலையும் இல்லை.''

வர்மாவின் தொனி ஒரு பேராசிரியரின் தொனி ஆகிவிட்டிருந்ததைக் கவனித்தான் சந்துரு. டைரியை எடுத்துக் குறிப்பெடுக்க ஆரம்பித்தான். வகுப்பறைச் சூழல் வந்துவிட்டுப் போகட்டுமே.

''பிறகு கோல் இந்தியா. இவர்கள் மாநில அரசாங்கத்திடம் சென்று, எங்களுக்கு இந்த இடம் வேண்டும் என்று கேட்பார்கள். மாநில அரசாங்கம், அவர்களுடைய ரெவின்யூ டிபார்ட்மெண்ட், சர்வே டிபார்ட்மெண்ட் எல்லாம் வைத்து, யாருக்கு என்ன காம்பன்சேஷன் கொடுப்பது என்று தீர்மானிப்பார்கள்.''

சந்துருவின் டைரி சரசரத்தது.

''காம்பன்சேஷன் முடிவானதும் கோல் இந்தியா மாநில அரசாங்கத்துக்குப் பணம் கொடுத்துவிடும் - அவர்கள், அந்தந்த கிராம மக்களுக்குக் கொடுத்துவிடுவார்கள். பிறகு வருடாவருடம் ராயல்டி பணம் கொடுத்தால் போதும்.. இதுதான் நார்மல் நடைமுறை''

''இப்போது உச்சிடியைப் பொறுத்தவரை எந்தக் கட்டத்தில் இருக்கிறோம்?''

''நடுவிலே ஒரு விஷயம் சொல்ல விட்டுவிட்டேன். மாநில அரசாங்கம், முதலில் கிராமத்து மக்களுக்கு ஒரு நோட்டீஸ் கொடுப்பார்கள். இது மாதிரி, இந்த இடம் தேசிய நலனுக்காகத் தேவைப்படுவதால், உங்களுக்கு மாற்று நிலம் கொடுக்கப்படும், ஒரு மாதத்துக்குள் ஆட்சேபணை இருந்தால் தெரிவியுங்கள்.. ''

''ஓ, இதுவரை ஆட்சேபணை வந்ததே இல்லையா?''

''வராமல் இருந்ததே இல்லை என்றுதான் சொல்ல வேண்டும். மாற்று நிலம் மட்டும் போதாது, வீட்டுக்கு காம்பன்சேஷன் வேண்டும். கொய்யாக்காய் பயிர் செய்திருக்கிறேன், முந்திரிக்கொட்டை விளைவிக்கிறேன் என்று ஆளாளுக்கு விலை ஏற்றுவார்கள். வீட்டுக்கு ஒரு வேலை வேண்டும் என்று கேட்பார்கள்.''

"அதாவது காம்பன்சேஷன் மூன்று வகை, இல்லையா? மாற்று நிலம், காம்பன்சேஷன் பணம், வேலை.."

"எக்ஸாக்ட்லி. ஏதாவது இரண்டுக்குதான் கவர்மெண்ட் ஒத்துக்கொள்ளும். நிலம் + காம்பன்சேஷன் அல்லது பணம்+வேலை.. இப்படி. அது ஒத்துக்கொண்ட பிறகு, கோல் இந்தியாவிலிருந்து பணம் வாங்கி, அந்த நிலத்தை காலி செய்து கொடுப்பார்கள். இதுதான் வழக்கம்"

"இப்போது?"

"இப்போது இங்கே ஆட்சி மாறி இருக்கிறது, காட்சியும் மாறி இருக்கிறது, மாநில அரசு இப்போது என்ன சொல்கிறார்கள் என்றால், நாமே அவர்களை கன்வின்ஸ் செய்ய வேண்டுமாம். பேப்பர்வொர்க் மட்டும் அவர்கள் பார்த்துக் கொள்வார்களாம்."

"கோல் இந்தியா எப்படி சார் மக்களிடம் நேரடியாகப் பேச முடியும்?"

"அதுதான் பிரச்சினை. பின்னர் யாராவது நிலம் கொடுத்தவர்கள் தகராறு செய்தால் அவர்கள் கழண்டு கொண்டு விடலாம் பாருங்கள், ஓட்டுக்கு எந்தக் குறைவும் வந்துவிடக் கூடாது"

"கிராமவாசிகளுக்கு இப்படி இடம் மாறுவதால் கஷ்டம்தானே"

"க்ரேட்டர் குட். அதைத்தான் பார்க்க வேண்டும் சந்துரு. நான் என்ன சொன்னேன்.. முதலில் எங்களுக்கு ஏன் அந்த கிராமம் வேண்டும் என்பதைப் புரிந்து கொள்ளுங்கள். நீங்கள் கன்வின்ஸ் ஆகுங்கள். பிறகு, மற்றவர்களைச் சமாதானப் படுத்துவது சுலபம்."

ஃபோனை எடுத்தார் வர்மா. "எஸ் ஈ இருக்கிறாரா?"

எதிர்முனை கரகரத்தது.

"துபே சாப்? வர்மா பேசுகிறேன்.."

"லீகல் டிபார்ட்மெண்டில் இருந்து சந்திரசேகர் என்று ஒருவர் வந்திருக்கிறார். அவரை சாஹஸ் மெயின் மைனுக்குக் கூட்டிப்போய் காட்டுங்கள். அப்படியே வொர்க் ஷாப்புக்கும் அழைத்துச் சென்று நம் வொர்க்கர்களையும் அறிமுகம் செய்து வையுங்கள்"

‘‘நாளைக்கா? அவர் எக்ஸிக்யூட்டிவ் ஹாஸ்டலில்தான் இருக்கிறார். பிக் அப் செய்துகொள்ளுங்கள்’’

ஃபோனை வைத்தவர் சந்துருவிடம். ‘‘ஸோ, இன்று இதற்குமேல் ஒன்றும் வேலை ஆகாது. சாயங்காலம் என்னை ஆஃபீஸில் வந்து பாருங்கள். ஸ்டேட் கவர்மெண்ட் தாசில்தார் வருவார், அவரிடம் இண்ட்ரொட்யூஸ் செய்கிறேன்.’’

ஃபோன் மீண்டும் அடிக்க, ‘‘மாலை சந்திக்கலாம்’’ என்று விரட்டினார்.

வெளியே வந்தான். இப்போது எப்படி ஹாஸ்டலுக்குப் போவது? பழைய ரெக்கார்டுகள் எங்கே இருக்கும்? ஜி. எம். ஆஃபீஸில்தான் இருக்கும். ஹாஸ்டலுக்குப் பக்கத்தில்தான். எப்படிப்போவது? வந்த வழி சிரமம். சுற்றியே போகலாமா? டீக்கடையில் விசாரித்தான்.

‘‘சாஹஸ் மோட் இங்கிருந்து பக்கம்தான். அங்கே ஆட்டோ கிடைக்கும்’’

இது நேற்று பஸ் வந்த வழிதானே.. பொறுமையாக நடந்தான்.

திட்டமிட்டுக் கட்டிய டவுன்ஷிப் சாலைகள் நேராக இருந்தன, ஒரு வீட்டுக்கும் இன்னொரு வீட்டுக்கும் எந்த வித்தியாசமுமே தெரியவில்லை. எல்லாம் எண்களை வைத்துச் சொல்வார்கள் போல. தெருக்களுக்கு எண் இருக்கிறதா இல்லை நேதாஜி காந்திஜியா? எண் போலத் தெரிந்த பலகையைப் பார்த்தான். ‘‘மஸ்ஹப் நஹி சிக்காத்தா, ஆபஸ் மே பேர் ரக்னா’’ இது சாரே ஜஹான் சே அச்சா பாட்டுல வரும் வரி இல்லை? பொன்மொழியாப் பிழிஞ்சு தள்ளினா அட்ரஸ் எப்படித் தெரியும்?

சாலையில் ஒன்றிரண்டு சோம்பேறி ஆடுகளைத் தவிர வேறு எந்த ஆரவாரமும் இல்லை. தூரத்தில் தெரிந்த சிம்னி சாம்பல் கொட்டிக் கொண்டிருந்தது. அனல்மின் நிலையம். நான்கு கிலோமீட்டர் தூரம் என்றுதானே சொன்னார்கள். அவ்வளவு தூரமா சாம்பல் பறக்கிறது? சட்டையைத் தட்டிவிட்டுக் கொண்டான்.

மத நல்லிணக்கமா, இடப் பற்றாக்குறையா தெரியவில்லை. கோயில் மசூதி குருத்வாரா எல்லாம் ஒரே சிறு காம்பவுண்டில்.

பூங்கா மரமற்று ஆளற்று இருந்தது. நேரு பூங்கா என்று பெரிய போர்டு, அதைவிடப் பெரிய பூட்டு தொங்கியது.

சுவர்களில் எல்லாம் ''5 ஜுலை - பாட்னா சலோ'' என்று எழுதி இருந்தது. எதற்குப் போகவேண்டும்? ஐயா அழைக்கிறாரா, அம்மா அழைக்கிறாரா? ஒரு மேல் தகவலும் இல்லை.

தெரு முடிந்தது ஒரு முக்கில். ஓ.. ஹிந்தியில் மோட் என்றால் முக்கு இல்லையா? ஆட்டோ கிடைக்குமா?

ஆட்டோவுக்கு முன் ''சாஹஸ் ஜுஸ் செள்டர்'' ஐப்பார்த்தான். ''பெப்ஸி இருக்குமா?''

பாட்டிலின் வாய் கருப்பாக இருந்தது. துருப்பிடித்த மூடி. துடைத்துக்கொண்டு குடித்தான்.

வெளியே வந்தால் பூனைக்குட்டி கத்துவது போல ஹாரன் கேட்டது.

''ஹாய்.. ஹியர் வீ மீட் அகெய்ன்'' ஸ்கூட்டியை நிறுத்திக் கொண்டிருந்தாள் தீபா.

6

தீபா முகமலர்ச்சியோடு ஸ்கூட்டியிலிருந்து இறங்கினாள். ''சந்துரு.. எப்படி இருக்கீங்க?'''

சந்துருவும் புன்னகைத்தான். ''நேற்றுதானே பார்த்தோம்.''

''ஜாயின் பண்ணிட்டீங்களா?'' தமிழில் பேச முயற்சித்தாள். மழலைத்தமிழ். இனித்தது.

''அஃபிஷியலா இங்கே நான் ஜாயின் எல்லாம் பண்ண வேண்டாம். பி. ஓ. கிட்டே ரிப்போர்ட் பண்ணிட்டேன்''

''வர்மா? எப்படி இருக்கார் அந்தாள்?'' தீபாவின் வார்த்தைகளில் ர் இருந்தாலும் சொன்ன தொனியில் 'ன் தான் இருந்தது.

''ஹீ இஸ் ஓக்கே.. டீ சாப்பிடறீங்களா?'' சந்துருவுக்கு சுற்றுவட்டார மக்கள் முழுவதும் அவர்களையே பார்ப்பது போல் இருந்தது.

இந்த ஊரோ டைம் ட்ராவல் செய்து வந்தது போல எல்லா விஷயங்களிலும் 100 ஆண்டுகள் பின் தங்கி இருக்கிறது.

இன்னும் எஸ்டீடி கூட வரவில்லை. 5 கிலோமீட்டர் போனால்தான் ஊருக்கு ஃபோனே பேசமுடியும். இப்படி ஒரு கிராமத்தில் புதிதாக டூ வீலர் ஓட்டும் யுவதி, யாரென்றே தெரியாத ஒரு இளைஞனுடன் நடுத்தெருவில் பேசிக்கொண்டிருந்தால் ஊரே பார்க்கத்தான் செய்யும். இதுகூட இவளுக்குத் தெரியாதா?

உனக்கென்ன வந்தது? அவள் இந்த ஊர்க்காரி. இது அவள் படவேண்டிய கவலை.

''உங்களிடம் பேச வேண்டும் என்று சொன்னேன் அல்லவா?'' இங்கிலீஷுக்கு மாறிவிட்டாள். தமிழ் வசதிப்படவில்லை போல.

''ஆமாம். என்ன விஷயம்?'' சந்துருவுக்கு இவளுடன் ஆஃபீஸ் பேச்சு பேச வேண்டி இருக்கிறதே என்று வருத்தம்.

''நீங்க தயாரா ஆயிட்டீங்களா, வர்மா உங்ககிட்ட எவ்வளவு விஷயம் சொன்னார், எதுவும் தெரியாம ஆரம்பிக்க முடியாது. அதுவும் இல்லாம, லோபோவையும் கூட வச்சுகிட்டுப் பேச வேண்டிய விஷயம்''

''லோபோ? அது யாரு?'' என்றான் தெரியாதவன் போல.

''என் அத்தை பையன். இங்கே லோகல் காலேஜ்லே படிச்சு முடிச்சுட்டு வேலைக்காகக் காத்துக்கிட்டிருக்கான். அவனும் இந்த விஷயத்துல இன்வால்வ்ட்''

''எந்த விஷயத்துல?''

''சந்துரு, இங்கே இப்போ என்ன எரியற பிரச்சினைன்னு - அதோ அந்த டீ கொடுக்கற பையனுக்குக் கூடத் தெரியும். நீங்க லீகல் டிபார்ட்மெண்ட், வந்து ஒண்ணரை நாளாச்சு, இன்னும் உங்களுக்குத் தெரியாதுன்னு நம்ப நான் தயாரா இல்லை..'' . இவள் சாதாரணப்பட்ட பெண் இல்லை. ஷார்ப்.

''நீங்க இப்ப பேசத் தயாரா இல்லைன்னா, அதை என்னால புரிஞ்சுக்க முடியும்'' என்றாள் தீபா.

''அப்படி இல்லை. இப்பதானே வந்திருக்கேன்.. இன்னும் எதுவும் தெளிவாப் புரியவே ஆரம்பிக்கலை..''

''எக்ஸாக்ட்லி. தெளிவாப் புரிஞ்சுக்கணும்னா, ரெண்டு சைடும் பேசணும் இல்லையா?''

''நீங்க என்னைத் தப்பா புரிஞ்சுகிட்டிருக்கீங்க்னு நினைக்கிறேன். நான் ஜஸ்ட் ஒரு கோல் இந்தியா எம்ப்ளாயீ. அதிலும் புதுசு. நான் என்ன செய்துவிட முடியும்னு நினைக்கறீங்க? ரெண்டு சைடும் பேசித் தீர்க்க நான் என்ன நாட்டாமையா?'' கத்தரித்தது போல் சந்துரு பேசியதில் தீபாவின் முகம் சுண்டியது. அதிகம் பேசிவிட்டோமோ? சமாதானப்படுத்தும் தொனியில் தொடர்ந்தான்.

''தப்பா நினைச்சுக்காதீங்க.. எனக்கு என்ன வேலைன்னே இன்னும் புரியலை.''

''எனக்குப் புரியுது. நான்தான் அவசரப்பட்டு உங்ககிட்ட இதைப்பத்தி பேச ஆரம்பிச்சுட்டேன். ஸீ யூ சம் அதர் டைம்''

கிளம்பிவிட்டாள். சே.. சந்துரு.. உனக்குப் பொறுமையே கிடையாதுடா. எப்படி நீயெல்லாம் பெண்கள் கிட்டே ஜாலியாப் பேசி மடக்கப்போறே?

டீக்காரப் பையன் வந்தான். ''மூணு ரூபா ஆச்சு''

பத்து ரூபாய் நோட்டை நீட்டும்போது ''அந்த அக்காவுக்கு நீங்க ஃப்ரெண்டா?'' என்றான் பையன்.

மனசுக்குள் நாயகன் வந்து ' டொண்ட டொண்ட டொய்ங்.. தெரியலையேப்பா' என்று பின்னணி இசை அமைக்க, சந்துரு பதில் சொல்லவில்லை.

''அந்த அக்கா ரொம்பப் படிச்சவங்க. எனக்கு சாயங்காலம் வீட்லே படிக்கச் சொல்லித் தராங்க.'' அன்னை தெரசாவின் உச்சிடிப் பதிப்பா?

சில்லறையைப் பாக்கெட்டில் போட்டுக்கொண்டு, ''அப்படியா? இந்தப் பக்கம் அடிக்கடி வருவாங்களா?''

‘‘இல்லை. அவங்களுக்கு ஊருக்குள்ளேயே ஆயிரம் வேலை. பெரியவங்களை எல்லாம் கூட்டிகிட்டு எதாச்சும் பேசிகிட்டே இருப்பாங்க. இதுதான் முதல்முறை அவங்களை நான் சாஹஸ் மோட்லே பாக்கறது.’’

என்னைப் பார்க்கத்தான் வந்திருக்கிறாள். அந்தக் கட்சிக்கு என்னை இழுக்க. சந்துருவுக்குத் திடீரென்று கிடைத்த முக்கியத்துவத்தில் பெருமையாக உணர்ந்தான்.

‘‘லோபோ இங்கே வருவாரா?’’ பி .ஓ.வும் கிழ டிர்க்கியும் சொன்னபடி பார்த்தால் அவன்தான் முக்கியமான ஆசாமி,

‘‘வருவாரே.. ராத்திரி நேரத்துல நாலஞ்சு பேரோட வருவார். எதிர்க்கடையில சாப்பிடுவார்’’

சந்துரு எதிர்க்கடையைப் பார்த்தான். ’ஹேப்பி ரெஸ்டாரண்ட்’ போர்ட் தொங்கியது. இதை ரெஸ்டாரண்ட் என்பது ரெஸ்டாரண்ட்களுக்குத் தீராத அவமானம். ஒரு கூண்டில் கோழிகள் சிறகடித்துக் கொண்டிருந்தன, வாசலிலேயே இருந்த தந்தூரி அடுப்பின் களிமண் நிறமே கடையெங்கும் இருந்தது. ஒரு சின்னப்பையன் கையில் இரண்டு குவார்ட்டர் பாட்டிலுடன் உள்ளே நுழைந்து கொண்டிருந்தான். சரிதான். பார் அண்ட் ரெஸ்டாரண்ட். டூ ஸ்டார் ஹோட்டல்!

ஆட்டோக்காரனிடம் ‘‘ஜி. எம். ஆஃபீஸ்’’ என்றான்.

‘‘உட்கார்.. இன்னும் நாலு பேர் வந்தா எடுத்துடலாம்’’

‘‘தனியா கூட்டிகிட்டு போகமாட்டியா?’’

‘‘புக்கிங்கா? 20 ரூபாய் ஆகும்’’ அடேங்கப்பா.. என்னவோ சார்ட்டர்ட் ஃப்ளைட் மாதிரி சொல்கிறானே.

ஹாஸ்டலுக்கு வந்ததும் புத்தகங்களை எடுத்துப் புரட்டினான். ’’அரசாங்கத் தேவைகளுக்கு நில ஆர்ஜிதம் - வழிமுறைகள்’’ என்றது

சாப்டர். உள்ளே பூச்சி பறந்தது. ஒன்றும் புரியவில்லை. இப்படி எழுதுவதற்கு அவர்களுக்குத் தனிப் பயிற்சி இருக்கிறது போல.

பட்நாயக் குளித்துவிட்டு டவலோடு வெளியே வந்தான். ''லாயர் சாப்.. வேலை முடிஞ்சுடுச்சா?''

''இன்னும் ஆரம்பிக்கவே இல்லை'' சந்துரு சிரித்தான்.

''இன்னிக்கு கணக்குக்குக் கேட்டேன். சாப்பிடப் போலாம் வரீங்களா?''

மாலை ஜி. எம். ஆஃபீஸ், மரங்கள் தந்த இருட்டில் அழுது வடிந்துகொண்டு இருந்தது. ஆறு மணிக்குக் கொஞ்சம் கொஞ்சமாக சுறுசுறுப்படையத் தொடங்கியது. ப்ராஜக்ட் ஆஃபீஸர் அறை வாசலில் துபே புகையிலை தட்டிக்கொண்டிருந்தான். இவனைப் பார்த்ததும் ''ஆவோ சந்துரு சாப்'' என்றான்.

''பாஸ் வந்துவிட்டாரா?''

''வருவார். ஆனால் உங்களுக்கு வேறு வேலை கொடுத்திருக்கிறார். என்னுடன் வாருங்கள்''

வழியெல்லாம் அலமாரிகள், ஃபைல்கள். என்னதான் வைத்திருப்பார்கள் இவ்வளவு ஃபைல்களில்? இந்தியாவின் மொத்த ஜனத்தொகை விவரமா? எத்தனைக் காடுகளை அழித்த காகிதங்கள்.. சந்துரு மலைத்தான்.

ரெகார்ட்ஸ் ரூம் என்றது பலகை. இதுவரை நடைபாதையில் இருந்த ஃபைல்கள் எல்லாம் ரெக்கார்ட் இல்லையா? உள்ளே இன்னும் ஒரு மலை இருக்கிறதா?

துபே ரெகார்ட்ஸ் ரூம் சிப்பந்தியுடன் பேசினான். '' உச்சிடி நோட்டீஸ் 95 ஃபைல் எடுப்பா.. அப்படியே உச்சிடி காம்பன்சேஷன் ப்ரபோசல் 95ன்னும் ஒண்ணு இருக்கும்''

தடித்த பாக்ஸ் ஃபைல்கள். ஆளுக்கொன்றாகத் தூக்கிக் கொண்டார்கள். ஆஃபீஸின் கடைசி மூலையில் இருட்டாக இருந்தது ஒரு டேபிள்.

''லைட் போடச் சொல்றேன். இதுதான் உங்க இடம்''

தன் அலுவலகத்தைச் சுற்றிப் பார்த்தான் சந்துரு. அந்துருண்டை வாசம், பாசி வாசத்தோடு ஈர நாற்றமும் வீசியது. கழிப்பறை சுவரின் அந்தப் பக்கம் போல் இருக்கிறது. டேபிளைத் தொட்டான் ஆடியது.

''சரி பண்ணிடலாம். டீ கொண்டு வரச் சொல்றேன்'' என்றான் துபே.

''எனக்கு இப்ப டீ வேண்டாம்.''

''கொட்டிடுங்க, பரவாயில்லை. டீக்காரப் பையனுக்கு இங்கே ஒரு ஆள் இருக்கறது தெரியணும், அதுக்காகச் சொல்றேன்.''

இருட்டில் சந்துரு ஒரு நிமிஷம் நின்றான். விளக்கு மினுக்க ஆரம்பித்தது.

நோட்டீஸ் ஃபைலைப் பிரித்தான். வேலையில் மூழ்கினான்.

பத்து நிமிடங்கள் இருக்கும். ''நீதான் சந்துருவா?'' போலீஸ் ஸ்டேஷன் தொனியுடன் ஒரு குரல் கேட்டது.

சந்துருவுக்கு அந்தக் குரல் கேட்டதுமே கோபம் வந்தது. ''ஆமாம், நீங்கள் யார்?'' என்றான் அதே தொனியுடன்.

''நான் மிஸ்டர் பானர்ஜி. சாஹஸ் தாசில்தார்'' மிஸ்டர் என்பதை மற்றவர்கள்தாண்டா சொல்லணும். தாசில்தார்? காலையில் வர்மா சொன்ன ஆசாமியா இவர்?

பானர்ஜியைப் பார்த்தான் சந்துரு. புகையிலைக் கறையுடன் சாம்பல் படிந்த சட்டைக்கு மேல் ஒரு அரைக்கோட்டு. கையில் சிகரெட், இரட்டை நாடிக்கேற்ற தடிமனான குரல். சுருக்கம் விழுந்த முகத்தில் கோடு

போட்டது போல் மீசை.இந்த ஆசாமியுடன்தான் நான் வேலை செய்ய வேண்டுமா?

"வேலை ஆரம்பித்து விட்டாய் போலிருக்கிறதே" ஃபைலைக் காட்டிச் சொன்னார்.

பதிலுக்குக் காத்திராமல் "எப்படியும் லேண்டும் கொடுக்கப் போறதில்லை.. கொடுக்கப்போறதில்லை" ரைமிங்காக ஏதோ சொன்னார்.

சந்துரு " அதெப்படிக் கொடுக்காம போவாங்க? கவர்மெண்டு கேட்டு?"

சிகரெட்டைத் தரையில் தேய்த்து ஆரவாரமாகச் சிரித்தார் "கவர்மெண்டா? இந்த ஊர்லே அப்படின்னா என்னன்னுதான் கேப்பாங்க"

7

சந்துரு அறைக்குக் கிளம்பும் முன்னர் வர்மாவைப் பார்க்க முயன்றான். துபே பிடிவாதமாக மறுத்துவிட்டான். ''இன்னிக்கு ஹெட்குவார்ட்டர்ஸ்லே இருந்து ஃபண்ட் வந்திருக்கு, அலொகேட் பண்ணிகிட்டு இருக்கார். ரொம்ப பிஸி. நாளை காலை ஏழு மணிக்கு ரெடி ஆயிருங்க. சாஹஸ் மெயின் மைன்ஸ் கூட்டிகிட்டுப் போகச் சொல்லியிருக்கார்.''

அறைக்குள் நுழைந்தபோது பட்நாயக்குடன் இன்னொரு ஆள் இருந்தார். பட்நாயக் கோபமாகப் பேசிக் கொண்டிருந்தான்.

''என்னதான் நினைச்சுகிட்டிருக்காங்க? என் கம்ப்யூட்டர் பொய் சொல்லுதாமா?'' அப்போதுதான் கவனித்தான், பட்நாயக் கையில் ஒரு பச்சைக்கலர் சூட்கேஸ் திறந்திருந்தது. அதில் டைப்ரைட்டர் போல கீ போர்டுடன், ஒரு சின்ன ஸ்கிரீன் பச்சைக்கலரில் ஒளிர்ந்தது.

"வாங்க சந்துரு. இவர் என் கலீக். சுபோத்"

சுபோத் சிரித்துக் கைகுலுக்கினான்.

"என்ன கோபம் பட்நாயக்?"

"ஒண்ணும் பெரிசா இல்லை, வழக்கமானதுதான். எங்க வண்டியிலே டயர் வெடிச்சிருச்சு. அதுக்கு நாங்க வாரண்டி தரணும்னு சொல்றான் வொர்க் ஷாப் எஞ்சினியர்."

"ஓஹோ.. வாரண்டி பீரியட் தாண்டிருச்சா?"

"இல்லை. ஆனா, இது க்ளியரா அவங்க பிரச்சினை. அதுக்குதான் கம்ப்யூட்டர் எல்லாம் வச்சு ப்ரூவ் பண்றோம்"

கம்ப்யூட்டர் என்ன கடவுளா? "இது என்ன லேப்டாப் கம்ப்யூட்டரா?"

"சேச்சே.. இது எங்க மெஷின்கூட பேசற மாடல். லேப்டாப் எல்லாம் பெரும் பணக்காரங்க மேட்டர். எங்க கம்பெனிலே இப்பதான் ஒரு டெஸ்க்டாப்பே வாங்கி இருக்காங்க..உங்ககிட்ட இருக்கா லேப்டாப்?"

"அதான் நீங்களே சொல்லிட்டீங்களே, அதெல்லாம் பெரும் பணக்காரங்க மேட்டர்ன்னு.. அப்புறம் எப்படி என்கிட்டே இருக்கும்? அதுவும் கோல் இந்தியாவுலயா? எனக்கு கம்ப்யூட்டர் பக்கமே வேலை இல்லை."

பட்நாயக் மீண்டும் சுபோத்துடன் பேச ஆரம்பித்தான். "நானூறு மீட்டர் பள்ளம், அதுக்கு ஒழுங்கா ரோடு போட்டிருந்தா குறைந்தபட்சம் 2000 மீட்டர் ரோடு இருக்கணும். இவங்க எவ்வளவு வச்சிருக்காங்க? 1200 மீட்டர். க்ரேட் பாத்தா 35 பர்சண்ட் வருது"

சந்துருவுக்கு தூக்கம் கண்ணைச் சுழற்றியது. "நான் படுத்துக்கட்டுமா?"

பட்நாயக் கேட்டான் "சாப்டீங்களா?"

சந்துருவுக்கு அப்போதுதான் ஞாபகமே வந்தது. "இல்லையே.. இப்ப கேண்டீன்லே எதாச்சும் கிடைக்குமா?"

"என்ன சார் நீங்க.. இவ்ளோ லேட்டா வந்தா என்ன கிடைக்கும்? மோட் வரைக்கும் போனாதான்.." சரிதான். 20 நிமிஷ நடையா?

"நாங்களும் சாப்பிடலை இன்னும். வரீங்களா வண்டியிலே போய்ட்டு வந்துடலாம்?"

அரதப் பழசு யெஸ்டி வண்டியை சுபோத் எடுத்தான். மூன்று பேரும் டைட்டாக உட்கார வண்டி இரைச்சலிலும் பட்நாயக் "விடக்கூடாது இவங்களை. நாலணா வாரண்டி கிடையாது"

காலையில் பார்த்த அதே டூ-ஸ்டார் ரெஸ்டாரண்டுக்குள் நுழைந்தார்கள். களிமண் நிறச் சுவர்கள், உட்கார்ந்திருந்தவர்கள் விட்ட புகை எல்லாவற்றையும் மீறி 60 வாட் பல்புகள் அங்கே எந்த வெளிச்சத்தையும் கொடுக்கவில்லை. உள்புறமாகப் போய் உட்கார்ந்தார்கள்.

உட்கார்ந்தவுடன்தான் தெரிந்தது. சேரில் முன்பு சாப்பிட்டவனின் உணவுப்பருக்கைகள் இன்னும் இருந்தன. பச்சக் என்று ஒட்டியது. உடனே எழுந்தான். "க்ளீன் கூட செய்ய மாட்டாங்களா?"

பட்நாயக் சத்தம்போட்டு பையனைக் கூப்பிட முன் சீட்டில் புகைவிட்டுக் கொண்டிருந்தவன் விரோதமாகப் பார்த்தான்.

ஒரு டார்ச் லைட் வாங்கி வைத்துக் கொள்ள வேண்டும். தண்ணீர் என்ன கலர் என்றாவது தெரிந்து கொள்ளலாம்.

பட்நாயக் அவன் நண்பனுடன் மீண்டும் அவன் கதையைப் பேச ஆரம்பித்தான். இப்போது மொழி வேறு மாறிவிட்டது. சந்துரு இந்த இடத்தில் எப்படி மாட்டினோம் என்று யோசிக்க ஆரம்பித்தான்.

முன்சீட்காரன் இப்போது திரும்பி இன்னொரு முறை முறைத்தான். முரட்டு முகம். கண்கள் ரத்தச் சிவப்பாக இருந்தன. எத்தனாவது ரவுண்டோ. பக்கத்தில் இருந்தவனுக்கும் சேர்த்து இரண்டு சிகரெட்டுகளைக் கொளுத்த முயற்சி செய்துகொண்டிருந்தான்.

''பட்நாயக், கொஞ்சம் சத்தம் கம்மியாப் பேசுங்க. அவங்களுக்குக் கோபம் வருது'' என்றான் சந்துரு.

''அட நீங்க சும்மா இருங்க சார். அவனுங்களுக்கு வேற வேலை கிடையாது.. பியர் சாப்பிடறீங்களா?'' சந்துரு மறுக்க, பட்நாயக் பையன் கொண்டு வந்த மூன்று பியரில் ஒன்றை எடுத்து ஓரமாக வைத்தான். ''சூடான பியர் கிடைக்கும் ஒரே இடம் ஹேப்பி ரெஸ்டாரண்ட்'' விளம்பர பாணியில் முழங்கினான். முன் சீட்காரன் இன்னும் ஒருமுறை முறைத்தான்.

பட்நாயக் விட்ட இடத்திலிருந்து பேச ஆரம்பித்தான் சுபோத்துடன். சந்துரு தட்டில் என்ன இருக்கிறது என்று பார்த்தான். வெங்காயம், பச்சை மிளகாய், எலுமிச்சம் பழம். அந்த இருட்டிலும் தண்ணீரை ஊற்றும்போது சாம்பல் தெரிந்தது. உள்ளே வெளியே எல்லா இடங்களிலும் சாம்பல் பூத்து இருக்கிறார்கள் இந்த ஊர் மக்கள். திடீரென்று பேச்சில் இவன் பெயர் வந்ததும் திடுக்கிட்டுப் பார்த்தான்.

''என்ன என் பெயர் அடிபடுது?''

''ஓ.. ஸாரி.. நாங்க பொதுவான மொழியில பேசி இருக்கணும். ஆஃபீஸ் மேட்டர்ன்றதாலே ஒரியாலே பேசிகிட்டிருந்தோம்.''

சுபோத் பியர் பாட்டிலைக் கீழே வைத்தான். ''எங்களுக்கு இந்தச் சண்டை நிரந்தரச் சண்டை. இது போகணும்னா ஒரே வழிதான் இருக்குன்னாரு பட்நாயக்''

பட்நாயக் ''அப்பதான் உங்க பேர் அடிபட்டுது''

"உங்க டெக்னிகல் பிரச்சினைக்கும் எனக்கும் என்ன சம்மந்தம்? நான் பேப்பர் ஆசாமி''

''எங்க வண்டிங்கள்லே ஏற்படற எல்லா ப்ராப்ளத்துக்கும் மூல காரணம் ரோட் க்ரேட்தான்''

"அப்படீன்னா?"

"சுருக்கமாச் சொல்றேன், இப்ப ஒரு மேடு ஏறறீங்க.. எப்படி ஏறினா சுலபமா இருக்கும்? ஸ்டீப்பா இருந்தாலா, இல்லை ஸ்லோப்பா இருந்தாலா?''

''வேகமா ஏறணும்னா ஸ்டீப், சுலபமா இருக்கணும்னா ஸ்லோப்''

''சுலபம்தானே கேட்டேன். சரி, ஸ்லோப்னா, நீங்க கொஞ்சம் மேலே ஏற ரொம்ப தூரம் நடக்கணும், இல்லையா?''

"ஆமாம்.."

"எவ்ளோ உயரம் ஏறறீங்க, அதுக்கு எவ்ளோ தூரம் நடக்கறீங்க.. இது ரெண்டுத்துக்கும் உள்ள விகிதாசாரம்தான் ரோட் க்ரேட். இப்ப ஒரு மீட்டர் உயரம் போக 10 மீட்டர் நடந்தீங்கன்னா 1:10, அதாவது 10% ஸ்லோப்.. அதே ஒரு மீட்டர் ஏற 4 மீட்டர் நடந்தா 1:4, 25% ஸ்லோப்.. புரிஞ்சுதா?''

"ரைட்டு.. இதுக்கும் எனக்கும்?''

"வரேன் வரேன். பொதுவா பெரிய மெஷின் போற ரோடு எல்லாம் 10% லே இருந்து 20% வரை இருக்கலாம். ஆனா, இங்கே உள்ள மைன்ஸ்லே 25% லே இருந்து 35% வரை இருக்கு.. அதனாலதான் எங்க டயரெல்லாம் வெடிக்குது, எல்லா ஸ்பேர் பார்ட்ஸ்லேயும் பிரச்சினை வருது. இதைத் தவிர்க்க என்ன வழி?''

''மேடு ஸ்டீப்பா இல்லாம சாய்வா இருக்கணும்''

''எக்ஸாக்ட்லி. அதுக்கு நிறைய நிலம் வேணும்.. இல்லையா?''

சந்துருவுக்கு இப்போது புரிந்தது அவர்கள் சொல்லும் தொடர்பு. இவன் வேலை கிராமத்தை சுரங்கமாக்க உதவுவது. அப்படிச் செய்தால் சுரங்கத்துக்கு அதிக நிலம், தெருக்கள் உச்சிக்கு கொஞ்சம் அதிக சாய்மானத்தோடு செல்லும்.

''ஓ.. இப்ப புரியுது'' என்றான் சந்துரு.

முன்சீட் காரன் கோபம் தலைக்கேறி விட்டிருந்தது. ''சத்தம் போடாதே'' என்றான் வித்தியாசமான தொனியில், தொடர்ந்து கோபமாக அவன் பேசியது எதுவும் புரியவில்லை. ''பாஹர் வாலா'' என்ற வார்த்தை மட்டும் புரிந்தது.

அடிக்குரலில் ''என்ன சொல்கிறார் இவர்?'' பட்நாயக்கிடம் கேட்டான்.

''போஜ்புரியில் பேசுகிறான். நாமெல்லாம் வெளியூர்க்காரர்களாம், இங்கே வந்து அவன் மண்ணைச் சுரண்டுகிறோமாம். இதில் புரியாத கடாமுடா பாஷை பேசி அவன் காதை வேறு துன்புறுத்துகிறோமாம்.'' பட்நாயக்குக்கும் பயம் வந்துவிட்டது. குரலைத் தழைத்துக் கொண்டுதான் பேசினான்.

முன்சீட் காரன் இப்பொது எழுந்து கல்லாவில் இருந்த கிழவனிடம் போக முயற்சித்தான். எவ்வளவு நேரம் குடித்துக்கொண்டிருந்தானோ தெரியவில்லை. கால்கள் ஒத்துழைக்கவில்லை.

கிழவன் இவர்கள் சீட்டுக்கு வந்து ''சாப் சொல்றார், நீங்க இனிமே இந்த டைமுக்கு வரக்கூடாதாம்''

பட்நாயக் மறுபடி கோபமானான். ''யோவ்.. நாங்களும் காசு கொடுத்துதான் சாப்பிடறோம்''

கிழவன் ''நீங்களாவது காசு கொடுக்கறீங்க. இவங்க அதுகூடக் கிடையாது. ஆனா அவங்களைப் பகைச்சுக்க என்னால் முடியாது. தயவு செஞ்சு..''

''அப்ப நாங்க வரவே கூடாதுன்றியா?''

"வாங்க.. ஆனா ராத்திரி 10 மணிக்கு முன்னால வந்துட்டா இவங்க பிரச்சினை இல்லை"

வெளியே வரும்போது அந்த முன்சீட் காரனை ஒரு ஆட்டோக்காரன் தாங்கலாகப் பிடித்து ஆட்டோவில் ஏற்றிக்கொண்டிருந்தான். லோக்கல் தாதா போல் இருக்கிறது.

காலையில் பார்த்த டீக்காரப் பையன் டீக்கடை வாசலைப் பெருக்கிக் கொண்டிருந்தான். இவனைப் பார்த்ததும் "சாப் எப்படி இருக்கீங்க?"

"லோபோவைப் பாத்து பேசிட்டீங்களா?"

"அவர் எங்கேன்னு எனக்கு எப்படிப்பா தெரியும்?"

"இதோ ஆட்டோலே ஏத்திகிட்டுப் போனாங்களே, அவர்தான் லோபோ, தெரியாதா?"

இவனா தீபாவின் முறைப்பையன்?

8

சந்துருவுக்கு படுத்ததும் தூக்கம் வரவில்லை. டீக்காரப் பையன் சொன்னது இன்னும் மனதுக்குள் திரும்பத் திரும்ப ஒலித்தது. அந்த முரடனா தீபாவின் அத்தை பையன்? பார்ப்பதற்கும் ரௌடி போல இருக்கிறான். குடம் குடமாகக் குடிக்கிறான். சும்மா பேசிக் கொண்டிருந்தவர்கள் மீது வன்மம் பாராட்டுகிறான்.

தீபா மட்டுமா? உன் நிலைமை என்ன சந்துரு? உன்னுடைய முக்கியமான வேலையே லோபோவுடன் பேசுவது, பேசி, அவனை வர்மாவின் திட்டத்துக்கு ஒத்துப் போக வைக்க வேண்டும். அதை எப்படிச் செய்யப் போகிறாய்?

யோசனைகள் எப்போது தூக்கத்துக்குக் கொண்டு போயின என்று தெரியவில்லை. அவன் கனவுகளுக்கு பட்நாயக்கின் குறட்டை பின்னணி இசை அமைத்தது.

எழுந்திருக்கும்போது மணி ஆறரை. சரியாப் போச்சு! துபே என்ன சொன்னான்? காலையில் ஆறரைக்குத் தயாராக

இருக்கச் சொன்னானே.. யாரும் வந்தார்களா? யாரிடம் கேட்பது? பட்நாயக் சீராகக் குறட்டை விட்டுக் கொண்டிருந்தான்.

ஜி. எம். ஆஃபீஸ் வாசல் டீக்கடைக்குப் போனான். டீக்கடைக்காரன் இரண்டு நாளிலேயே சினேகிதமாகப் புன்னகைத்தான். பாலில் இரண்டு சொட்டை எடுத்துத் தரையில் தெளித்து டீ போட ஆயத்தமானான். வேறு யாரையும் காணவில்லை. நான்தான் முதல் போணி போல.இங்கே ஆறரை மணிக்கு பொழுது விடிவதே இல்லையா அல்லது எல்லாரும் வேலைக்குப் போய்விட்டார்களா? நேற்று அந்த மகேஷ்பாபு இருந்தானே.

டீக்கடைக்காரனிடம் கேட்டான். ''இன்னும் யாரும் எழுந்திருக்க மாட்டார்களா?''

''சைட்டுக்குப் போறவங்க எல்லாம் ஆறு மணிக்கே போயிருவாங்க. ஆஃபீஸுக்கு வரவங்க யாரும் எட்டு மணிக்கு முன்னாடி முழிக்க மாட்டாங்க''

''நான் சைட்டுக்குப் போகணும்னு சொன்னாங்க..''

''ஜீப்பு நிக்குதே அங்கே.. உங்களுக்காகத்தானா?'' அவன் சொன்ன பிறகுதான் ஜீப்பையே பார்த்தான். பானெட்டைத் திறந்து வைத்து இருந்தது. ஆளில்லாமல் ஸ்டார்ட் செய்து வைத்து எல்லா பாகங்களும் அதிர்ந்து கொண்டிருந்தன. பக்கத்தில் யாரையும் காணோம்.

ஜீப்புக்கு அருகில் சென்றான். ஹாரனை அழுத்த முனையும்போது ''தொடாதே அதை'' என்று பின்பக்கத்திலிருந்து சத்தம் கேட்க தூக்கிவாரிப்போட்டது. ஒரு ஆள் கையில் ப்ளாஸ்டிக் மக்கில் தண்ணீருடன் வந்துகொண்டிருந்தான்,

''அதைத் தொட்டால் எஞ்சின் ஆஃப் ஆகிவிடும். அப்புறம் நான் தள்ளித் தள்ளி ஸ்டார்ட் செய்யணும்.''

''சாஹஸ் மெயின் மைன்ஸுக்கு என்னைக் கூட்டிப்போக ஆள் வருவார்கள் என்று துபே சொன்னார்'' சந்துரு பொதுவாக தனக்குத்தானே

பேசிக்கொள்பவன் போலப் பேசினான். ஒருவேளை இவன் இல்லை என்றால்?

"சந்திரா நீதானா?" நாலு எழுத்துப் பெயரை, கடந்த இரண்டு நாளில் நானூறு உச்சரிப்பில் கேட்டுவிட்டான். ச வில் ஆரம்பித்தாலே தன் பெயராகத்தான் இருக்கும் என்று ஊகித்துக் கொள்ள பழக்கம் ஆகிவிட்டது.

"நான்தான் அது. இன்னும் தயாராகவில்லை. ஒரு பத்து நிமிஷத்தில் கிளம்பி விடலாமா?"

அவசரமாகக் கிளம்பி வந்தான். ஜீப்பில் ஏறும்போதுதான் கவனித்தான் சட்டையில் பேனா இல்லை. "கடைப்பக்கமா போவீங்களா? ஒரு பேனா வாங்கிக்கணும்"

"நாம போற வழியிலே ஒரு கடையும் கிடையாது. அங்கே யார்கிட்டயாவது வாங்கிக்கோ" யாருக்கும் மரியாதை தருவது அந்த ட்ரைவருக்கு வழக்கம் இல்லை போலிருக்கிறது.

கொஞ்ச தூரம் காட்டு வழியாகப் போனது. திடீரென்று தெருக்கள் அகலமாகி மரங்கள் காணாமல் போயின. பாலைவனம் போன்ற தோற்றத்தில் புழுதி பறக்க பிரம்மாண்டமான லாரிகள் கடந்தன.

"ரைட் சைடு போறீங்களே" என்றான் ட்ரைவரிடம்.

"இங்கே எல்லாம் கீப் ரைட்டுதான். எல்லாம் அமெரிக்கா வண்டிங்க" அப்போதுதான் கவனித்தான் எல்லா லாரிகளிலும் ட்ரைவர் இடதுபுறம் உட்கார்ந்திருப்பதை.

ட்ரைவர் திடீரென ஜீப்பை வெட்டவெளியில் ஓரம் கட்டினான். காரணம் புரியவில்லை. ட்ரைவர் பின்னால் கை காட்டினான். இன்னொரு லாரி வந்துகொண்டிருந்தது. இத்தனை லாரிக்கு நிறுத்தாதவன் இதற்கு மட்டும் ஏன் நிறுத்தினான்?

"இது வாடர் ஸ்ப்ரிங்க்ளர். அது போனபிறகு பின்னால போனா ரோட்லே கொஞ்சம் தூசி கம்மியா இருக்கும்." விளக்கம் சொன்னான் ட்ரைவர்.

35000 லிட்டர் என்று பெரிதாக எழுதி இருந்த டாங்கில் இருந்து சினிமா மழை போல நல்ல வெயிலில் தண்ணீர் வானவில்லைக் காட்டிக்கொண்டு தெரித்தது. லாரியின் பின்புறம் சகதியாக ஆக்கிக்கொண்டு சென்றது.

லாரி கிளம்பியதும் ட்ரைவர் கியர் போட்டான். கடமுடா என்று சத்தம் கேட்டு வண்டி ஆஃப் ஆனது.

''போச்சுடா.. இங்கே வந்தா ஆஃப் ஆகணும்?'' ட்ரைவர் இறங்கி பானெட்டைத் திறந்தான். சந்துருவும் அவன் உடன் இறங்கினான்.

ரேடியேட்டரில் இருந்து புகை வந்தது. அதற்கு மூடி எதுவும் இல்லை. ''என்னாச்சு மூடி?''

''அதுவா, இந்த ஊர்லே எந்த வண்டியிலும் ரேடியேட்டருக்கு மூடி இருக்காது. அதுல 15 ரூபாய்க்கு ப்ராஸ்(Brass) இருக்கு. அதனால அதைத் திருடிருவானுங்க''

''கேப் எப்படியும் 100 - 200 ரூபா இருக்காது?''

''நூறு இருநூறா? 750 ரூபாய். ஆனா அது கவர்மெண்ட் செலவுதானே.. திருடறவனுக்கு 15 ரூபாய் வரவு..''

''ஸ்டார்ட் ஆகிவிடுமா?''

'' புகை அடங்கினால் ஸ்டார்ட் செய்யலாம். ஆனா வண்டிலே பேட்டரி இல்லை.. தள்ளித்தான் ஸ்டார்ட் செய்யணும்'' என்றவன் சுற்றுமுற்றும் பார்த்தான். ''சே.. இந்த மாதிரி இடத்துலயா ஆஃப் ஆகணும்?''

சந்துருவும் பார்த்தான். இரண்டு பக்கமும் மேடு. மிகத் தாழ்வான இடத்தில் மாட்டிக் கொண்டிருந்தது ஜீப். எந்தப்பக்கம் தள்ளினாலும் மேட்டில்தான் தள்ள வேண்டும். நிச்சயமாக ஒரு ஆளால் செய்ய முடியாது.

''நீ நடந்தே போயிடு.. இப்படியே நடந்தா பத்து நிமிஷத்துல ஒரு ரெயில்வே ட்ராக் வரும். அதை தாண்டினா ஆஃபீஸ் வரும்.''

சந்துரு நடக்கத் தொடங்கினான். மேட்டில் ஏறியவுடன் நிலக்கரிச் சுரங்கம் கண்ணில் பட்டது. அதுவரை அவன் நிலக்கரிச் சுரங்கத்தைப் பார்த்ததே இல்லை. பெரும் பள்ளம். நேற்று பட்நாயக் சொன்னானே.. 400 மீட்டர் பள்ளம். மணல் கலரும் கரி கலரும் அடுக்கடுக்காகத் தெரிய, அவற்றில் ஆங்காங்கே கீறி வைத்தது போல ரோடும் தெரிந்தது. கரி ஆங்காங்கே செக்கச் சிவப்பாக எரிந்து கொண்டிருந்தது. லாரிகள் மட்டுமில்லாமல் பல விதமான எந்திரங்கள் கண்ணில் பட்டன. மணலை இடித்துக் கொண்டும் ஓடிக்கொண்டும் குழி தோண்டிக் கொண்டும். ஜுராஸிக் பார்க் படத்தில் பார்த்தது போல இருந்தது சந்துருவுக்கு. சாஹஸ் மோடில் இருப்பது போலவே எதிரில் வருவது தெரியாத தூசி பறந்தது. ஆனால் இங்கே மணல் தூசி, அங்கே சாம்பல்

பள்ளத்தைக் கிட்டே பார்க்கும் ஆர்வத்தில் எட்டிப் பார்த்தான். உடனே பின்வாங்கினான். வீட்டுச் சுவர் போல மிக நேராக வெட்டப்பட்டு இருந்த பள்ளம். தற்கொலைப் பாறை போல இருந்தது அந்த இடம். பயம் குறையாமல் நடக்கத் தொடங்க ஒரு லாரி அவனைக் கடந்த வேகத்தில் பள்ளத்தின் பக்கம் தள்ளப்பட்டான். சுதாரித்துக் கொண்டு பக்கத்தில் இருந்த பாறையைப் பிடித்துக் கொண்டான், பாறை சுட்டது.

பாறை ஏன் சூடாக இருக்கிறது? வர்மா சொன்னது நினைவுக்கு வந்தது. ''இந்தச் சுரங்கத்தில் கரியின் அழுத்தம் அதிகமாக இருப்பதால் சில இடங்களில் மேலே மூடி இருக்கும் மண்ணை எடுத்தாலே எரிய ஆரம்பிக்கும்'' என்று.. அப்படி ஒரு பாறைதான் போலிருக்கிறது இதுவும். பாக்கெட்டில் இருந்து ஒரு காகிதத்தை அதன் மேல் போட்டான். கொஞ்சம் கொஞ்சமா பேப்பர் கருகி எரியத் தொடங்கியது.

நடக்க ஆரம்பித்தவனுக்கு உலகத்திலேயே தான் மட்டும்தான் தனி ஆள் என்று தோன்றியது. தண்ணீர் லாரி போன சுவடுகளில் இருந்த சகதியை தவிர்த்து நடப்பது சிரமமாக இருந்தது. இந்த சேற்றிலும் எரியும் பாறைகளுக்கு நடுவிலும் நடந்து நான் இந்த தேசத்துக்காக உழைக்கிறேன். தேசச் சேவை என்றால் இதுதான் போலிருக்கிறது,

எதிர்த் திசையில் ஒரு ஜீப் மெதுவாக வந்து கொண்டிருந்தது. பச்சையும் சிவப்பும் சரிபாதியாகக் கோடு போட்ட வண்ணம். எழுத்துக்கூட்டிப் படித்தான் - தா..ணா.. போலீஸ் ஜீப்.

லிஃப்ட் கிடைக்குமா, கேட்டுப் பார்க்கலாமா? யோசிப்பதற்குள் ஜீப் இவனருகே நின்றது.

போலீஸ்காரன் இறங்கி அருகே வந்தான். ''யார் நீ? இங்கே என்ன பண்றே?'' அழுகிய பழவாடை அடித்தது அவன் வாயில் இருந்து. காலையிலேயே ஏற்றிக் கொண்டு விட்டான் போல.

''நான் கோல் இந்தியாவில் வேலை செய்கிறேன். லீகல் டிபார்ட்மெண்ட்'' ஆங்கிலத்தில் சொன்னான். இந்த ஊர் அனுபவத்தில் ஆங்கிலத்தில் பேசினால் கொஞ்சம் பயப்படுகிறார்கள்,

''யாரா இருந்தா என்ன? ஜீப்லே ஏறு.. ஐடெண்டிடி கார்ட் இல்லாம திருட வந்தியா?''

ஜீப் போலீஸ் ஸ்டேஷனுக்கு விரைந்தது.

9

சந்துருவுக்கு என்ன செய்வது என்றே தெரியவில்லை. கோர்வையாகச் சிந்திக்க முடியவில்லை. இப்படிக்கூட நடக்குமா? தெருவில் சாதாரணமாக நடந்து கொண்டிருந்தவனை போலீஸ் அரெஸ்ட் செய்யுமா? என்ன கேஸ் போடுவார்கள்? யார் வந்து காப்பாற்றுவார்கள்? ஒன்றும் புரியவில்லை. நானே ஒரு லாயர். ஆனால் இவர்கள் சட்டத்தை எல்லாம் தெரிந்தவர்களாகவோ மதிப்பவர்களாகவோ தெரியவில்லையே.

எங்கிருந்து எங்கே வந்துவிட்டோம் இரண்டு நாட்களில். விமானப்பயணத்தைத் தொடர்ந்து ரயிலில் நியூஸ்பேப்பர் விரித்த படுக்கை. ஸ்டார் ஹோட்டலைத் தொடர்ந்து கழிவறை நாறும் எக்ஸிக்யூடிவ் ஹாஸ்டல். எரியும் பாறைகளுக்கு நடுவே சகதியில் நடை. இதெல்லாம் போதாது என்று இப்போது போலீஸ் ஸ்டேஷன். அடுத்து என்ன சிறை வாசமா?

போலீஸ் ஜீப்பில் பயணம். நினைத்துப் பார்த்திருப்பேனா என் வாழ்க்கையில் இதெல்லாம் நடக்கும் என்று? முன்சீட்டில் மூன்று போலீஸ்காரர்கள் அழுத்திக் கொண்டு அமர்ந்திருக்க பின் சீட்டில் இவனுடன் இன்னொரு ஆள் இருந்தான். வொர்க் ஷாப்பில் வேலை செய்பவன் போல் இருக்கிறது. சட்டை பேண்டில் எல்லா இடங்களிலும் க்ரீஸும் எண்ணெயும் கருப்பேற்றி இருந்தன. கையிலும் முகத்திலும் கூட எண்ணெய்க்கறை. கழுவக்கூட அவகாசம் தராமல் இழுத்து வந்துவிட்டார்கள் போல. பேசுவான் என்று தோன்றவில்லை. நிலைக்குத்தி எங்கேயோ பார்த்துக்கொண்டிருந்தான்.

என்னை மட்டும் என்ன பேச விட்டார்களா? மாதக் கடைசி கேஸ் பிடிக்கிறார்களா?

போலீஸ் ஜீப் சுரங்கத்தின் இறுதியைக் கடக்கையில் இவன் வந்த ஜீப் அனாதையாக நின்றுகொண்டிருந்ததைப் பார்த்தான். ட்ரைவர் கண்ணில் படுகிறானா என்று பார்த்தான். காணவில்லை. அவனைப் பார்த்தால் சைகை காட்டி வர்மாவிடம் சொல்லச் சொல்லலாம் என்று யோசித்து வைத்திருந்தான். அந்த வாய்ப்பும் இல்லை.

போலீஸ் ஸ்டேஷன் டவுன்ஷிப்புக்கு உள்ளேதான் இருந்தது. உச்சிடியில் இருந்து வரும் பாதையில் வலதுபுறம் சென்றால் சாஹஸ் மோட், இடதுபுறம் சென்றால் போலீஸ் ஸ்டேஷன். ஜீப் காம்பவுண்டுக்கு உள்ளே நுழைந்து நின்றது.

''இறங்குங்க.. ஒரு வாரம் உங்களை உள்ளே வச்சாதான் சரிப்பட்டு வருவீங்க. '' சந்துருவும் அந்தத் தொழிலாளியும் இறங்கினார்கள்.

போலீஸ் ஸ்டேஷன் கட்டடமும் மற்ற கட்டடங்கள் போல சிமெண்ட் பூச்சு வேலையோடு நின்றுவிட்டிருந்தது. சுண்ணாம்பு எதுவும் அடிக்கவில்லை. வாசலில் மட்டும் பச்சை சிவப்பு முக்கோணம் போட்டு 'சாஹஸ் தாணா' என்று எழுதி இருந்தது. உள்ளே ஒரு நீள பெஞ்சில் உட்காரச் சொன்னார்கள்.

சந்துரு தொண்டையைக் கனைத்துக்கொண்டு ''என் மேல் என்ன கேஸ் என்று தெரிந்து கொள்ளலாமா?'' என்றான் ஆங்கிலத்தில். யாரும் அவனைக் கவனித்ததாகத் தெரியவில்லை.

மலையளவு பேப்பரில் முகம் மட்டும் தெரிந்த ஒரு போலீஸ்காரன் ''என்னாச்சு, யாரு இவங்க?'' 'முகேஷ், இன்ஸ்பெக்டர் ஆஃப் போலீஸ்' என்றது பெயர்ப்பலகை.

ஜீப் ஓட்டிய போலீஸ் சொன்னான். ''ஐடி கார்டு இல்லை. அதான் கேஸு''

''அது சரி. அந்தக் கேஸ்தான் எழுதணும்னு எனக்குத் தெரியாதா? விஷயம் என்ன சொல்லு''

''ஜீப்பை டீசல் அடிக்க வொர்க்?ஷாப்புக்குக் கொண்டு போனோம். இதோ இங்கே இருக்கானே..'' கூட வந்த தொழிலாளியைக் காட்டினான். ''கோல் இந்தியாவைக் காப்பாத்த வந்தவனாட்டம் டீசல் திருடாதேன்னான். ஹெட்கான்ஸ்டபிளுக்குக் கோவம் வந்திருச்சு. வுட்டார் ஒண்ணு. இவன் உடனே போய் வொர்க் ஷாப்லே கூட்டம் போட ஆரம்பிச்சான். நாங்க அந்த இடத்துல இருக்க முடியாதுன்னு இவனை இழுத்துகிட்டு வந்திட்டோம்''

''இந்த ஆளு?'' சந்துருவைக் காட்டிக் கேட்டான்.

''இவனும் திருடன் மாதிரி பதுங்கிப் பதுங்கி மைன்ஸ்லே நடந்துகிட்டிருந்தான். ஒத்தைக்கு ரெட்டையா இருக்கட்டுமேன்னு இவனையும்'' அவர்கள் பேசிய மொழி சந்துருவுக்கு முழுதாகப் புரியவில்லை. இங்கொரு வார்த்தை அங்கொரு வார்த்தை வைத்து ஊகித்துக் கொண்டான்.

''உங்களுக்கெல்லாம் எதாச்சும் அறிவு இருக்கா? வொர்க் ஷாப்லே எல்லாருக்கும் தெரியறாப்பல டீசல் திருடி இருக்கீங்க, இவனைப் பிடிச்சுகிட்டு வந்திருக்கீங்க.. சும்மாவா விடுவாங்க வொர்க்கர்ங்க? அப்புறம் இந்த ஆளு..''

சந்துரு கிடைத்த கேப்பில் ''எக்ஸ்க்யூஸ் மீ'' என்றான்.

''யாருய்யா நீ?''

''நான் கோல் இந்தியா லாயர். லீகல் டிபார்ட்மெண்ட். என் ஐடி கேட்டார் இந்தப் போலீஸ்காரர். காட்ட அவகாசம்கூடக் கொடுக்காமல் இழுத்து வந்துவிட்டார்''

''காட்டு ஐடியை''

''இப்ப என்கிட்டே இல்லை. ஆனா ப்ராஜக்ட் ஆஃபீஸர் சுஜீத் வர்மாவுக்கு ஒரு ஃபோன் செய்தால் அவர் கொண்டுவந்துவிடுவார்''

இன்ஸ்பெக்டர் ஜீப்பில் வந்தவர்களைக் கோபமாகப் பார்த்தான். ''என்ன காரியம் செஞ்சிருக்கீங்க? லாயரை காரணமே இல்லாம பிடிச்சுகிட்டு வந்திருக்கீங்க. டிபார்ட்மெண்ட்லே வறுத்து எடுத்துடுவாங்க'' சந்துருவைப்பார்த்து ''நீங்க கிளம்புங்க சார். முட்டாப்பசங்க.. போதையிலே தெரியாம செஞ்சுட்டாங்க''

சந்துரு ஆண்டி க்ளைமாக்ஸ் போல உணர்ந்தான். இப்போது நான் நியாயமாக போலீஸ்காரர்கள் மீது கோபப்படவேண்டும். மானநஷ்ட வழக்குகூடப் போடலாம். ஆனால் விட்டால் போதும் என்று ஓடத்தான் தோன்றியது.

''நான் அபாலஜைஸ் வேணா பண்றேன் மிஸ்டர் லாயர். உங்களை ட்ராப் செய்யச் சொல்லட்டுமா?'' இன்ஸ்பெக்டருக்கு பயம் வந்துவிட்டது. ஆங்கிலத்துக்கு பயமா, லாயருக்கு பயமா?

''பரவாயில்லை இன்ஸ்பெக்டர். நான் போய்க்கறேன். ஆனா இது என்ன கேஸ்?'' என்றான் வொர்க்கரைக் காட்டி.

''அதைப்பத்தி நீங்க கண்டுக்காதீங்க. அவனோட ஊர்க்காரங்க, யூனியன்காரங்க பாத்துப்பாங்க. கேஸெல்லாம் ஒண்ணும் எழுதமாட்டோம்''

சந்துரு வெளியே வந்தான். முதல் நாள் இந்த ப்ராஜக்ட்க்குப் போய் பார்க்கலாம் என்றால் இவ்வளவு அனுபவங்களா? வர்மாவுக்குச் சொல்ல

வேண்டும். அவர் நான் ப்ராஜக்ட் போயிருப்பதாகத்தான் நினைத்திருப்பார். போலீஸ் ஸ்டேஷன் எதிரே இருந்த டீக்கடையில் உட்கார்ந்தான். ''டீ ஒண்ணு போடுங்க. இங்கே பக்கத்துல எங்கயாச்சும் ஃபோன் இருக்கா?''

''ஃபோனா? கோல் இந்தியா ஃபோனா, எஸ்டீடியா?''

''கோல் இந்தியா ஃபோன் இருந்தா போதும்.'' வர்மாவுக்குதானே பேசவேண்டும்.

''இப்படியே 10 நிமிஷம் நடந்தா ப்ராஜக்ட் ஆஃபீஸ் வரும். அங்கே இருக்கு ஃபோன்'' சரிதான். வர்மாவுக்கு ஃபோன் செய்ய வர்மா ஆபீஸ்க்கே போக வேண்டுமா? இந்த ஊரில் பத்து நிமிஷம் நடக்காமல் எதுவுமே வராது போலிருக்கிறது.

டீக்கடைக்காரன் சந்துருவிடம் டீயைக் கொடுத்துவிட்டு அவசரமாக ரோடுக்குப் போய் எதையோ பார்க்க ஆரம்பித்தான். என்ன பார்க்கிறான்?

சந்துருவுக்கும் கொஞ்ச நேரத்தில் சத்தம் கேட்க ஆரம்பித்தது. டீ க்ளாஸுடன் தெருவுக்கு வந்தான். சுரங்கத்தில் இருந்து வரும் ரோட்டில் புழுதி பறந்தது.பெரிய கும்பல் தூரத்தில் வந்து கொண்டிருந்தது.

டீக்கடைக்காரன் உள்ளே சென்று கடையை அடைக்க ஆரம்பித்தான். ''என்ன நடக்கிறது?''

''போலீஸ் ஸ்டேஷனுக்கு வராங்க எல்லாரும்''

''எதுக்கு?''

''யாரோ ஒரு வொர்க்கரை போலீஸ் பிடிச்சுகிட்டு வந்துட்டாங்களாம். அவனை ரிலீஸ் செய்யறதுக்காக வராங்க''. நானே இப்போதுதான் ஸ்டேஷனில் இருந்து வெளியே வந்திருக்கிறேன். அதற்குள் இவ்வளவு கும்பல் எப்படிக் கூடியது? டீக்கடைக்காரன் வரை எப்படி விஷயம் தெரிந்தது? ஃபோன்தான் இல்லை. வேறு ஏதோ வடிவில் செய்தித் தொடர்பு, மிக வேகமான செய்தித் தொடர்பு இருக்கிறது இங்கே.

''கடையை எதுக்கு மூடறீங்க?''

''இது வழக்கமா நடக்கறதுதான். போலீஸ்காரங்க எதாச்சும் கேஸ் பிடிச்சுகிட்டு வருவாங்க, யூனியன் காரங்க ஒரு நாலு பேர் வந்து பேசி ரிலீஸ் செஞ்சுகிட்டு போவாங்க.. ஆனா இந்த முறை இவ்ளோ கும்பல் வருது. எதாச்சும் நடந்தாலும் நடக்கும்''

சந்துருவின் மூளை உடனே இடத்தைக் காலி செய் என்றது. ஆனால் அந்தச் சூழலில் இருந்த கவர்ச்சி அவனைப் போகவிடவில்லை. கும்பல் நெருங்கிவிட்டதால் சத்தம் அதிகமாகக் கேட்க ஆரம்பித்தது.

''போலீஸ் அராஜகம்''

''ஒழிக''

''வேண்டாம் வேண்டாம்''

''திருட்டுப் போலீஸ் வேண்டாம்''

சீராக கோஷங்கள் கேட்டன. முன் வரிசையில் இருந்த ஆட்களின் கையில் இரும்புக் கம்பிகள், ஏதோ எண்ணெய் கேன்கள். எப்படியும் ஒரு ஆயிரம் பேராவது இருப்பார்கள்.

போலீஸ் ஸ்டேஷன் வாசலில் இருந்த ஒல்லிப் போலீஸ் அவர்களை நிறுத்த முயன்றான் பரிதாபமாக. இன்ஸ்பெக்டர் வெளியே வந்துவிட்டிருந்தான். அவனுடன் அந்தத் தொழிலாளியும்.

''எங்கள் தொழிலாளியை''

''வெளியே விடு'' சந்துருவுக்கு தமிழ்நாட்டில் கேட்ட யூனியன் கோஷங்கள் நினைவுக்கு வந்தன. அவற்றில் ஒரு ஓசை நயம் இருக்கும். இங்கே அது சுத்தமாக இல்லை. இருக்கலாம். நமக்கென்ன தெரியும்.

இன்ஸ்பெக்டர் சத்தமாகச் சொன்னார் ''விட்டு விடுகிறோம். இதோ.. அவனைக் கூட்டிச் செல்லுங்கள். இங்கே கும்பல் கூட்டாதீர்கள்''

''விட்டுவிட்டால் ஆச்சா?'' அவர்களுள் தலைவன் போல் இருந்தவன் கேட்டான். ''திருடியது உங்கள் போலீஸ்காரர்கள். அவர்கள் மேல் கேஸ் போடு. ''

இன்ஸ்பெக்டர் பதில் சொல்வதற்குள் இன்னும் சத்தம் அதிகமானது. சந்துரு சத்தம் வந்த திசையைப் பார்த்தான். இன்னொரு ஊர்வலம் போலீஸ் ஸ்டேஷனை நோக்கி வந்துகொண்டிருந்தது. இந்த முறை உச்சிடி ரோட்டில் இருந்து.

"எங்கள் ஊர்க்காரனை"

"விடுதலை செய்"

"போடாதே போடாதே"

"பொய்க்கேஸ் போடாதே"

பரவாயில்லையே இந்த ஊர்வலத்து கோஷங்கள் கொஞ்சம் சந்தத்தோடு இருக்கிறதே. சந்துருவுக்கு சந்தர்ப்பம் தெரியாமல் சிரிப்பு வந்தது.

ஊர்வலத்துக்கு தலைமை தாங்கி நின்றிருந்தான் லோபோ. கூடவே தீபாவும்.

10

சத்தம் அதிகமாகிக் கொண்டே போனதில் என்ன நடக்கிறது என்று சரியாக கவனிக்க முடியவில்லை. டீக்கடை உயரமான இடத்தில் இருந்தது. ஐம்பது அறுபது அடி தெருவைத் தாண்டி கொஞ்சம் பள்ளத்தில் இருந்தது போலீஸ் ஸ்டேஷன் வாசல். வாசலில் இருந்து 20 அடிக்கு வெட்டவெளியில் போலீஸ் ஜீப்கள் இரண்டு நிறுத்தப்பட்டிருக்க, கட்டடத்தின் வாசலில் அந்தத் தொழிலாளியும், ஜீப்பில் வந்த போலீஸ்காரர்களும் நின்று கொண்டிருந்தார்கள்.

இன்ஸ்பெக்டர் ஜீப்பின் பம்பர் மேல் நின்றுகொண்டு சமாதானம் பேச முயற்சித்துக் கொண்டிருந்தார். பிரச்சினை இல்லாமல் பார்ப்பதற்கு தோதான இடம்தான். இருந்தாலும் பேச்சுகள் தெளிவாகக் கேட்கவில்லை. தொழிலாளர்கள் கும்பல் உள்ளே நுழைய முயற்சி செய்து கொண்டிருக்க, கிராமத்தில் இருந்து வந்த கும்பல் லோபோ தலைமையில் சற்று தூரத்திலேயே நின்றுவிட்டது. தண்ணீர் வராத குழாய்க்காக போடப்பட்ட சிறிய சிமெண்ட் மேடை மேல் லோபோ ஏறிக்கொண்டிருந்தான்.

இரண்டு கும்பல்களும் தங்களுக்குள் எந்தச் சண்டையும் போட்டுக் கொண்டதாகத் தெரியவில்லை. ஆனால் தகராறின் காரணமும் புரியவில்லை. இரண்டு கும்பல்களுக்கும் நோக்கம் என்னவோ ஒன்றுதான். அந்தத் தொழிலாளியை ரிலீஸ் செய்வது. அதில் எந்தச் சிக்கலுமே இல்லை. இன்ஸ்பெக்டர் தயாராக இருக்கிறார். ஆனால் இன்னும் ஏன் கும்பல் கலையவில்லை?

லோபோ தன் கும்பலைப் பார்த்து பொதுக்கூட்டம் போல பேச ஆரம்பித்தான். ''தோழர்களே .. உங்களுக்கே தெரியும், இந்த இன்ஸ்பெக்டர் எப்படி நம் வாழ்வாதாரத்தை நசுக்கி இருக்கிறார் என்று. இரவில் நேரம் கழித்து திரும்பிய நம் தோழர்கள் மீது பல பழைய வழக்குகளைப் போட்டு முடிக்க நினைத்தவர்தானே இவர்? இப்போது அவர்களுடைய திருட்டு வெளிப்பட்டுவிட்டது. ஊரில் நடக்கும் அத்தனை திருட்டுகளுக்கும் ஏன் இந்த டீஸல் திருடர்களே காரணமாக இருக்க முடியாது? நமக்கெல்லாம் தண்டனை கொடுக்கிறார்கள் இவர்கள். இவர்கள் செய்யும் பொய் புரட்டுகளுக்கும் கொள்ளைகளுக்கும் திருட்டுகளுக்கும் இவர்களுக்கு யார் தண்டனை கொடுப்பது?'' பேசப் பேச ஆவேசம் கூடியது. இவ்வளவு தூரத்தில் இருந்தும் அவன் குழறலில் போதை தெரிந்தது.

தீபா என்ன செய்கிறாள் என்று பார்த்தான் சந்துரு. கும்பலின் உக்கிரத்தில் அவள் எங்கு இருக்கிறாள் என்பதே தெரியவில்லை.கொஞ்ச நேரம் கழித்துதான் கண் பழகியது. சிவப்பு சல்வார் கம்மீஸ் போட்டு காலேஜ் போகிறவள் போலத்தான் வந்திருந்தாள். அவளும் இவனைப் பார்த்துவிட்டாள். கண்களால் சிரித்தாள். மற்ற கும்பல்காரர்கள் போல கையில் கொடி வைத்திருக்கவில்லை, எதோ புத்தகங்கள் வைத்திருந்தாள். இவனை நோக்கி வர மேடு ஏற ஆரம்பித்தாள். கூட வர முனைந்த இரண்டு ஊர்க்காரர்களைத் திருப்பி அனுப்பிவிட்டு சந்துருவை நெருங்கினாள்,

''ஹாய்.. சந்துரு, நீங்க எப்படி இங்கே?''

''சும்மாதான். சுரங்கம் பார்க்கலாம்னு வந்தேன்''

''நடந்தே போக ஐடியாவா?''

"இல்லை. ஜீப்பில்தான் போய்க்கொண்டிருந்தேன்.. வழியில் எஞ்சின் ஆஃப் ஆனது"

"ஓ.. நீங்கதானா அது? இன்னொரு ஆளையும் போலீஸ் பிடித்துக் கொண்டு வந்தாங்கன்னு சொன்னாங்களே" எப்படித்தான் இவ்வளவு விரைவாகவும் தெளிவாகவும் செய்தி பரவுகிறதோ தெரியவில்லை. அப்படி என்றால் என்னை போலீஸ் பிடித்துக் கொண்டு வந்தது எல்லாருக்குமே தெரிந்திருக்கும்.

"என்ன வேணுமாம் இந்த கும்பலுக்கு?" பேச்சை மாற்ற விரும்பினான்.

"வெளிப் பார்வைக்கு, அந்த வொர்க்கரை ரிலீஸ் செஞ்சா போதும். ஆனா, ரெண்டு கும்பல் இருக்கறதால கண்ட்ரோல் பண்றது கஷ்டம்."

மேலே பேசிக்கொண்டிருந்தவனைக் காட்டி "அதுதானே லோபோ, உங்கள் உறவுக்காரர்?"

"அவனேதான்." என்றாள் வெறுப்புடன். "நம்ம ஆளை போலீஸ் கூட்டிகிட்டுப் போயிட்டாங்கன்னு தகவல் வந்ததும் கும்பலைக் கூட்டினது நான். இவன் எங்கிருந்துதான் வந்தான்னு தெரியல. சும்மா விடக்கூடாது அந்தப் போலீஸ்காரங்களைன்னு சத்தம் போட்டுக்கிட்டு வந்தான். இப்ப பாருங்க, தேவையில்லாம சொற்பொழிவு ஆத்திகிட்டு இருக்கான்."

"தலைவர் ஆக முயற்சி பண்றார் போல"

"முயற்சி என்ன வேண்டியிருக்கு? இந்த கும்பலுக்குத் தலைவன் ஆவறது அவ்ளோ கஷ்டம் இல்லை. உரக்க பேசினா போதும். மக்கள் அடங்கி, பின்னாடியே வருவாங்க. இதுக்கு சாராயம் தேவையா?" என்னிடம் ஏன் புகார் செய்கிறாள்? நான் என்ன மத்தியஸ்தமா செய்யப்போகிறேன்?

"சரி, போலீஸ்தான் அந்த வொர்க்கரை வெளியே விடறதுக்கு ஒத்துகிட்டாங்களே? அப்புறம் என்ன பிரச்சினை?"

''அப்படி சும்மா விட்டுற முடியுமா? நடந்த விஷயம் தெரியுமா உங்களுக்கு?'' பேசிக் கொண்டிருந்த போதே தொழிலாளிகள் கும்பலில் இருந்து சிலர் தெருவைக் கடந்து வந்தார்கள். சந்துருவுக்கு பயம் ஏறியது. இவர்களைக் கடந்து சென்று சாலைப் பராமரிப்புக்கு கொட்டப்பட்டிருந்த சரளைக் கற்களை அள்ளிக்கொண்டு திரும்பிப் போனார்கள். எதற்கு கல்? சந்துருவுக்குப் புரிந்தது. இந்த இடத்தில் இருப்பது பாதுகாப்பு இல்லை. என்னமோ தீவிரமாக நடக்கப் போகிறது.

தீபா இதெல்லாம் சாதாரணம் போல கல்லெடுத்தவர்களைக் கண்டுகொள்ளாமல் தொடர்ந்தாள். ''போலீஸ் இந்தப் பையனை அரெஸ்ட் ஏன் செஞ்சாங்க தெரியுமா?''

''ஐடி கார்டு இல்லைன்னு சொன்னாங்க''

''ஐடி கார்டு? இங்கே அப்படி எதுவும் கொடுக்கறாங்களா? சும்மா வெத்து கேஸ். போலீஸ்காரங்களுக்கு அவங்க டிபார்ட்மெண்ட் காசு கொடுக்குது டீசல் வாங்க. ஆனா இவனுங்க ஊழல் செய்ய முடியாதே.. அதனால இவங்க சுரங்கத்துல ஓடற லாரிலே இருந்து டீசல் திருடி காசு பாப்பானுங்க. அதை இந்தப் பையன் கேள்வி கேட்டுட்டான், அதுனால பிடிச்சு இழுத்துகிட்டு வந்துட்டாங்க''

ஆமாம். இதே விஷயத்தைதான் அந்தப் போலீஸும் சொன்னான்.

''இவனுங்க பண்ற அராஜகத்துக்கு ஒரு அளவே இல்லாம போய்கிட்டு இருக்கு. இப்ப அந்தப் பையன் ரிலீஸ் ஆவறது முக்கியம் இல்லை. எப்ப வேணா எங்க வேணா போய் போலீஸே திருடுது. அதைக் கேட்டா, பொய்க்கேஸ் போடறது, இது இன்னிக்கு நேத்து இல்ல, பல வருஷமா நடக்குது. அதைக் கேக்க இதை சரியான நேரம்னு நினைச்சேன், அதுக்குதான் கும்பல் கூட்டினேன்'' சரியான பூலான்தேவியாக இருப்பாள் போலிருக்கிறதே.

''ஆனா சிச்சுவேஷன் கையை விட்டுப் போற மாதிரி இருக்கே..'' சத்தம் அதிகமானது. இரண்டு கும்பலும் இப்போது போலீஸ் ஸ்டேஷன் வாசலில் வந்து விட்டார்கள். இவ்வளவு தூரத்தில் இருந்தும் இன்ஸ்பெக்டர்

முகத்தில் கலவரம் தெரிந்தது, ஒரு போலீஸ்காரன் உள்ளே போய் துப்பாக்கியைக் கொண்டு வந்தான். பழைய கால 0.22 ரைஃபிள். சந்துரு அதை உபயோகப்படுத்தி இருக்கிறான் என் சி சி யில். 12 குண்டு வரை சுடும். அடுத்த 12க்கு குண்டு லோட் செய்யவே அரை மணிநேரம் ஆகும். இங்கே ஆயிரம் பேர் இருக்கிறார்கள்.

''நானும் அங்கே இருக்கணும்'' என்ற தீபா வேகமாக தெருவைக்கடந்து போலீஸ் ஸ்டேஷன் வாசலுக்குச் சென்றாள். சந்துருவுக்கு அங்கே இருப்பது அபாயம் என்று தெரிந்தாலும் விலக முடியாமல் கவர்ச்சி இழுத்தது.

இன்ஸ்பெக்டர் சத்தம் போட்டார். ''மரியாதையாக எல்லாரும் இந்த இடத்தைக் காலி செய்யுங்கள். இல்லாவிட்டால் விளைவுகள் விபரீதமாக இருக்கும்.'' என்று துப்பாக்கி ஆசாமியை பக்கத்தில் அழைத்தார்.

கும்பலுக்கு இது கோபத்தைத் தூண்டிவிட சத்தம் அதிகமானது. துப்பாக்கி போலீஸ் முட்டி போட்டுக்கொண்டு சுடும் பொசிஷனில் நின்றான்.

முதல் கல் பறந்தது தொழிலாளர்கள் பக்கத்தில் இருந்து. கல் எந்தச் சேதமும் விளைவிக்காமல் புல்தரையில் விழுந்தது. போலீஸ்காரன் கோபமாகி இன்ஸ்பெக்டரைப் பார்த்தான். இன்ஸ்பெக்டர் விரலை வானத்துக்குக் காட்ட, துப்பாக்கியை வான் நோக்கிச் சுட்டான்.

ப்ய்க் ப்ய்க் என்று எதிரொலி கேட்க அந்த இடம் நிசப்தமானது. சில நொடிகள்தான். சுடுவார்கள் என்பதை எதிர்பார்த்திருக்கவில்லை யாரும். அந்த அதிர்ச்சி கோபமாகி இப்போது கற்கள் சரமாரியாகப் பறக்க ஆரம்பித்தன. ஜீப் கண்ணாடி சுக்கலானது.

இன்ஸ்பெக்டர் நெற்றியில் ஒரு கல் தாக்க அதைப் பிடித்துக்கொண்டு அவர் உட்கார, கோபமான துப்பாக்கி போலீஸ் ரைஃபிளை நேராக நிமிர்த்துவதற்குள் ஒரு கல் அவன் நெற்றியிலும் விழுந்தது. கும்பல் காம்பவுண்டை எகிறிக் குதிக்கத் தொடங்கியது. போலீஸ்காரர்களை கும்பல் சூழ்ந்துகொண்டதில் தூரத்தில் இருந்து பார்த்த சந்துருவுக்கு என்ன

நடக்கிறது என்றே புரியவில்லை. எல்லா பிரச்சினைக்கும் முதல் காரணமான தொழிலாளியை பாதுகாப்பாக வெளியே கொண்டு வந்தார்கள். பிறகு டீஸல் கேன்களை மூடி கழற்றி ஜீப்பின் மீது ஊற்றுவதைப் பார்த்த சந்துரு இனி இந்த இடம் பாதுகாப்பானதில்லை என்பதைப் புரிந்துகொண்டு டவுன்ஷிப் பக்கமாக ஓட ஆரம்பித்தான். கும்பலும் பின் வாங்க ஆரம்பித்தது.

ஐந்து நிமிடம் ஓடி இருப்பான். மூச்சு வாங்க நின்றான். போலீஸ் ஸ்டேஷனின் தீச்சுவாலைகள் புகையுடன் தெரிந்தது.

எதிரே ஜீப்பில் வர்மா வந்தார். "என்ன சந்துரு, போலீஸ் ஸ்டேஷனை ஏன் எரிச்சீங்க?" என்றார்.

11

சந்துரு ஜீப்புக்குள் ஏறிய பின்தான் வர்மாவின் வார்த்தை உரைத்தது.

"என்ன சொல்றீங்க சார்? என் மேலே ஏன் பழி போடறீங்க?"

வர்மா ஜீப்பை யூ டர்ன் அடித்தார். "தகவல் வந்தது. போலீஸ் உங்களைப் பிடித்துக் கொண்டு போனார்கள் என்று. சரி, போலீஸ் ஸ்டேஷனுக்குப் போய் உங்களை விடுவிக்கலாம் என்று கிளம்பும் நேரத்தில் அடுத்த தகவல். போலீஸ் ஸ்டேஷனுக்கு வன்முறை கும்பல் வந்து தீ வைத்துவிட்டதாக. நான் என்ன நினைப்பது" வர்மாவின் முகத்தில் புன்முறுவல்.

"எனக்கும் அதற்கும் எந்தச் சம்மந்தமும் இல்லை.. அது இன்னொரு வொர்க்கருக்காக வந்த கும்பல்" சந்துருவுக்கு வர்மா சொன்னதில் இருந்த கோர்வை பயமுறுத்தியது. இப்படித்தானே எல்லாரும் யோசிப்பார்கள். என்னை போலீஸ் அரெஸ்ட் செய்யுமா? எவ்வளவு தண்டனை கிடைக்கும் இதற்கு?

"பயப்படாதீர்கள் சந்துரு. சும்மா விளையாட்டுக்குச் சொன்னேன். உங்களை யாரும் இதற்கு எல்லாம் கனெக்ட் செய்ய மாட்டார்கள்." இவருக்கு எப்படி சிரிப்பு வருகிறது? கொஞ்சம்கூட டென்ஷனே ஆகாமல் இருக்கிறாரே. இவருடைய ஆளுகைக்கு உட்பட்ட டவுன்ஷிப்பில் இருக்கும் போலீஸ் ஸ்டேஷனைக் கொளுத்தி இருக்கிறார்கள். போலீஸை அடித்து இருக்கிறார்கள்.

கேட்டே விட்டான். "எப்படி சார் கொஞ்சம் கூட டென்ஷன் ஆகாமல் இருக்கிறீர்கள்? இவ்வளவு பெரிதாக கலவரம் வெடித்திருக்கிறது.. போலீஸ்காரர்கள் சும்மாவா விடுவார்கள்?"

வர்மா லாவகமாக ஜீப்பை அவருடைய ஆஃபீஸுக்குள் நுழைத்தார். "இந்த ஊரின் ராசி இது. சும்மா எல்லாவற்றையும் நம் மண்டைமேல் ஏற்றிக்கொண்டால் சீக்கிரமாக முடி கொட்டிவிடும். மோர் ஓவர், இது என் பிரச்சினை இல்லை. சட்டம் ஒழுங்கு பிரச்சினை. வொர்க்கர்களோ, உச்சிடி மக்களோ நெருப்புடன் விளையாட முடிவு செய்துவிட்டால் அதற்கு நான் என்ன செய்ய முடியும்?" பார்க்கிங்கில் ஜீப்பை நிறுத்தியது, ஆஃப் செய்தது, குதித்து இறங்கியது எல்லாம் ஒரே இயக்கத்தில் செய்தார்.

சந்துருவும் இறங்கினான். ஆஃபீஸுக்குள் நுழைவதற்கு முன்னால் துபே வர்மாவை வாசலிலேயே வரவேற்றான். "மூன்று போலீஸ்காரர்கள். இன்ஸ்பெக்டரும் ஹெட் கான்ஸ்டபிளும் அங்கேயே அவுட். இன்னொரு கான்ஸ்டபிளுக்கு ஆம்புலன்ஸ் போயிருக்கிறது. ஃபயர் சர்வீஸ்காரர்கள் ஸ்பாட்டுக்கு போய் விட்டார்கள்."

வர்மா சாதாரண நிகழ்வைப் பற்றிக் கேட்பதுபோல "குட்" என்றார். "ஃபயர் சர்வீஸை வேலை செய்ய விடுகிறார்களா?"

"எரிய ஆரம்பித்தவுடனே கும்பல் கலைந்து விட்டது. இப்போது அங்கே யாருமே இல்லை."

வர்மா தன் குறுகலான சீட்டில் அமர்ந்து கொண்டார். சந்துருவைப் பார்த்து உட்காரச் சொல்லி ஜாடை காட்டி ஃபோனை எடுத்துச் சுழற்றினார்.

''ஆபரேட்டர்.. ஒரு எஸ்டீடி. ராஞ்சி போலீஸ் கமிஷனருடன் பேச வேண்டும்''

''ஓக்கே.. வில் வெயிட்'' என்று ஃபோனை வைத்தார்.

''சொல்லுங்க சந்துரு. என்ன நடந்தது? ஜீப் ட்ரைவர் உங்களை போலீஸ் ஜீப்பில் பார்த்து எனக்கு ஃபோன் செய்து சொன்னான். நீங்கள் எதாவது தகராறு செய்தீர்களா?''

''அதெல்லாம் இல்லை சார். நான் பாட்டுக்கு சுரங்க ரோட்டில் நடந்து போய்க்கொண்டிருந்தேன். திடீரென நிறுத்தி ஐடி கார்டு கேட்டார்கள். இல்லை இருக்கு எனச் சொல்லக்கூட விடாமல் ஜீப்பில் ஏற்றி போலீஸ் ஸ்டேஷனுக்கு இழுத்துப் போய்விட்டார்கள். இன்ஸ்பெக்டர் என்னை விசாரித்து உடனே போகச் சொல்லி விட்டார். நான் வெளியே வந்து டீ குடிக்கும் போதுதான்...''

வர்மா சிகரெட் பிடித்து அதுவரை சந்துரு பார்க்கவில்லை. இப்போது மேஜை ட்ராயரில் இருந்து ஒன்றை எடுத்துக் கொளுத்தினார். ''முட்டாப் பசங்க'' என்றார். யாரைச் சொல்லுகிறார்?

''எல்லா சைடும் முட்டாப் பசங்க உள்ள ஊர் இது சந்துரு. திருடறதுக்குப் போன போலீஸ்காரங்களுக்கு எதுக்கு அவ்ளோ சுரணை? எவனையோ பிடிச்சுக்கிட்டு வந்து.. கடைசியிலே அவங்க உயிர்தானே போச்சு?''

மூன்று உயிர்கள் போயிருக்கிறது. இவர் என்னவோ மளிகைக் கடை கணக்கு போல உணர்ச்சியே இல்லாமல் பேசுகிறாரே.

''இந்த வொர்க்கர்கள்.. அவங்க இன்னொரு க்ரூப் முட்டாளுங்க. இன்ஸ்பெக்டர் அந்த வொர்க்கரை விடறேன்னு சொன்னவுடனே பேசாம கூப்பிட்டுக்கிட்டு திரும்ப வேண்டியதுதானே.. பழைய வஞ்சம் தீர்க்க கிளம்பிட்டாங்க''

திடீரென்று நினைத்துக் கொண்டவர் போல ''துபே.. உச்சிடி ஆளுங்க யாரெல்லாம் வந்தாங்க? அதுபத்தி எதாச்சும் ரிப்போர்ட் இருக்கா?''

துபே வாசலை அடைத்துக் கொண்டு நின்றான். ''ஏறத்தாழ 200 பேர் வந்திருக்காங்க. லோபோ தண்ணீர்க் குழாய் மேடை மேலே ஏறி பிரசங்கம் செஞ்சிருக்கான்''

வர்மா சிரித்துக் கொண்டார். ''ரெண்டு க்ரூப் முட்டாப்பசங்க மட்டும் இல்லை. மூணாவது க்ரூப்பும் அதே லட்சணம்தான்.'' ஃபோனை மறுபடி எடுத்தார் ''ஆபரேட்டர்.. என்னாச்சு என் எஸ்டீடி'' போனை வைத்தார்.

சந்துருவுக்கு இன்னும் மூச்சு வாங்கல் நிற்கவில்லை. வேலை என்று எதுவும் ஆரம்பிக்கும் முன்னரே, சாஹஸ் அனுபவங்களை அளிக்கத் தொடங்கி விட்டது. ஆஃபீஸில் இதையெல்லாம் சொன்னால் யாராவது நம்புவார்களா? வீட்டில் சொன்னால் ''மூட்டையைக் கட்டிக் கொண்டு கிளம்பு. இங்கே பெஞ்ச் கோர்ட்டில் விவாகரத்து கேஸ் பாரு, அது போதும்'' என்பார்கள்.

வர்மா ஒரு பேட் எடுத்துக்கொண்டு ஹிந்தியில் எழுதிப்பார்த்துக் கொண்டு இருந்தார். அவருடைய கவலையற்ற தன்மை சந்துருவுக்கு கவலை கொடுத்தது. ஒன்று அவருக்கு விஷயத்தின் தீவிரம் புரியவில்லை, இல்லை இதைப் போல நிறைய விஷயங்களைப் பார்த்திருப்பார். இரண்டாவதாகத்தான் இருக்கும்.

என்னவோ வேகமாக கணக்குகளைப் போடுகிறார். சந்துருவுக்கு லேசாக என்ன கணக்குப் போடுகிறார் என்பது புரிய ஆரம்பித்தது. இந்தச் சம்பவத்தை இன்னும் யாரும் ரிப்போர்ட் செய்யவில்லை. முதல் தகவலே இவர்தான் கொடுக்க வேண்டும். எப்படிக் கொடுத்தால் சரியாக இருக்கும் என்று யோசிக்கிறார் போல் இருக்கிறது.

''துபே.. ஹாஸ்பிடலுக்கு ஃபோன் போடு. அந்த மூணாவது போலீஸ் ஸ்டேட்டஸ் கேட்டுச் சொல்லு'' சந்துரு நினைத்தது சரிதான்.

துபே ஒரு நிமிடத்தில் திரும்பினான். ''உயிர் இருக்காம். ஆனா 80% செகண்ட் டிக்ரீ தீக்காயங்கள். உடனே ராஞ்சிக்குக் கொண்டு போகாட்டி கஷ்டம்தானாம்''

ஃபோன் அடித்தது. வர்மா எடுத்தார். ''எஸ்டீடி? தாங்க் யூ ஆப்பரேட்டர்''

''கமிஷனர் சாப்.. நான் வர்மா''

''இங்கே பெரிய கலவரம் நடந்திருக்கு. ஸாரி டு ஸே.. உங்க டிபார்ட்மெண்ட்லே ரெண்டு பேரைக் கொன்னுட்டாங்க..''

''ஆமாம். இன்ஸ்பெக்டர் முகேஷை அந்த கொலைவெறிக் கும்பல் ஸ்பாட்லேயே அடிச்சு தீத்துட்டாங்க''

''போலீஸ் ஸ்டேஷனையும் பத்த வச்சுட்டாங்க..''

சந்துருவுக்கு வர்மாவின் சாமர்த்தியம் புரிய ஆரம்பித்தது. இதுவரை கலவரம் பற்றிதான் பேசி இருக்கிறாரே ஒழிய அதன் காரணங்களைப் பற்றிப் பேசவே இல்லை.

''யாருன்னு எனக்கு இன்னும் சரியான தகவல் வரலை.. ஃப்ரம் வாட் ஐ ஹியர்.. நேத்து ராத்திரி உச்சிடி ஊர்க்காரங்க யாரோ குடிச்சிட்டு வண்டி ஓட்டி இருக்காங்க.. அதை முகேஷ் பார்த்துட்டு, அரெஸ்ட் பண்ணாராம். இது நேத்து நைட் எனக்கு வந்த நியூஸ். இன்னிக்குக் காலைலே இந்த நியூஸ். தவிரவும் அந்த ஊர் ரௌடி ஒருத்தன் மேடை போட்டு பேசினதை சிலபேர் பார்த்திருக்காங்க.. ஐ அம் நாட் அ டிடெக்டிவ்.. ''

சந்துரு திடுக்கிட்டான். என்னதான் பேசுகிறார் இவர்? நடந்தது நடக்காதது இரண்டையும் திறமையாக இணைத்து.

''அட் லீஸ்ட் ஒரு 100 - 200 போலீஸாவது வேணும். உடனே அனுப்புங்க.''

''ஷூட்டிங் ஆர்டரா? அது எனக்குத் தெரியாது.. நீங்களே எதாவது முடிவு எடுத்துக்கங்க''

ஃபோனை வைத்த வர்மா சந்துருவைப் பார்த்துச் சிரித்தார். ''நமக்கு எல்லா இன்சிடெண்ட்ஸும் சாதகமா அமையாது. நடக்கறதுல எது சாதகமோ அதை எடுத்துக்கணும்''

துபே மீண்டும் வாசலை அடைத்துக்கொண்டு ''ஹாஸ்பிடல்லே இருந்து பேசறாங்க'' என்றான்,

''என்னவாம்?''

''அவங்க ஆம்புலன்ஸ் ரிப்பேராம். ராஞ்சி வரை போகாதாம். நம்ம கிட்டே எதாச்சும் ஜீப் இருக்கான்னு கேக்கறாங்க''

''உடனே அனுப்பறேன்னு சொல்லு. வெளியே நிக்கற ஜீப்பை பொகாரோக்கு அனுப்பி டீஸல் போட்டுட்டு அனுப்பு''

''பொகாரோ போய் டீஸல் போட்டுகிட்டு வரதுக்கு 3-4 ஹவர் ஆயிருமே.. இங்கேயே ப்ராஜக்ட்லே டீஸல் போட்டுக்கலாம்.. இல்லாட்டி போற வழிலெ போட்டுக்கச் சொல்லலாமே''

''சொல்றதை சொல்றபடி கேளு.. போலீஸ்காரனுக்கு நடந்த விஷயமெல்லாம் தெரியும். அவன் கமிஷனர்கிட்டே உள்ளபடி சொல்லிட்டான்னா?''

சந்துருவுக்கு இப்போது உள்ளுக்குள் கலவரம் பெரிதானது. வர்மா அந்தக் கும்பலை விட மோசமான கொலைகாரர். அவர்கள் உணர்ச்சி வேகத்தில் செய்கிறார்கள். இவர் திட்டமிட்டு.

''சந்துரு.. நீங்க ஒண்ணு செய்யுங்க.. ராஞ்சி போய்ட்டு, ரெண்டு மூணு வாரம் இருந்துட்டு அப்புறமா வாங்க. அதுக்குள்ள இங்க கலவரம் குறைஞ்சிருக்கும். நீங்க இங்கே இருந்தா அனாவசியமா உங்களையும் போலீஸ் எஃப் ஐ ஆர் போடுவாங்க. கலவரத்துல பங்குன்னு சொல்லி கேரியரையே நாசம் பண்ணிடுவாங்க; இந்த ஜீப் கிளம்புதே அந்த போலீஸை எடுத்துகிட்டு.. அந்த ஜீப்லேயே போயிருங்க..''

என்ன தெளிவான மிரட்டல்? சந்துருவுக்கு வேறு வழியே விடாத மிரட்டல்!

அரைப்பிணத்தோடு ஜீப்பில் போகவேண்டுமா? சந்துருவுக்குக் கலக்கியது.

12

ஜீப் போய்க்கொண்டே இருப்பது போலத் தோன்றியது சந்துருவுக்கு. கலவரம் ஏற்படலாம் என்பதால் மாற்றுப் பாதையில் செல்ல வேண்டி இருந்தது. வழக்கமான 100 கிலோமீட்டருக்கு மேல் 35 கிலோமீட்டர். ஆட்கள் பயன்படுத்தாத பாதை. தெருவில் நடுவிலேயே புல் மண்டிக் கிடந்தது. ட்ரைவர் எப்படித்தான் தெருவைக் கண்டு பிடிக்கிறானோ. சீக்கிரம் போய்த் தொலைந்தால் தேவலை.

சந்துருவுக்கு தன் உணர்வுகளை சரியாக அடையாளம் காண முடியவில்லை. மூன்று நாட்களில் நடந்த விஷயங்கள் மூன்று வருடங்கள், ஏன் மூன்று வாழ்நாளில் கூட எதிர்பார்த்திராத விஷயங்கள். மூன்று நாட்களுக்கு முன், யாராவது ஒரு ஜோசியன் சாகக் கிடக்கும் ஒரு போலீஸ்காரனுடன் ஜீப்பில் பயணம் செய்வாய் என்று சொல்லி இருந்தால் சிரித்திருப்பான்.

பயத்துடன் பின்சீட்டை எட்டிப் பார்த்தான். அசைவு எதுவும் இல்லை. பிழைப்பான் என்று தோன்றவில்லை. உடம்பெல்லாம் எரிகாயங்கள். நீல நிறத்தில் எதையோ உடம்பெல்லாம் பூசி

இருக்கிறார்கள் முதல் உதவியாக. அதைத் தவிர வேறு எந்த மருத்துவ கவனிப்பும் இல்லை. ஐந்து மணிநேரங்களாக இப்படியே கிடக்கிறான். உற்றுப் பார்த்ததில் தெரிந்தது. இவன் தானே காலையில் என்னை அரெஸ்ட் செய்த போலீஸ்காரன்? காலையில்தானா அது? போன ஜென்மம் என்று சொல்லி இருந்தால் நம்பியிருப்பான்.

போலீஸ்காரன் அருகில் அமர்ந்திருந்த ஆஸ்பத்திரி சிப்பந்தி கையில் இருந்த செய்தித்தாளை அசுவாரசியமாகப் புரட்டிக் கொண்டிருந்தான். எப்படி இவர்களால் எதுவுமே நடக்காதது போல இருக்க முடிகிறதோ தெரியவில்லை. இவனைப் பார்த்தால் டாக்டர் மாதிரியோ நர்ஸ் மாதிரியோ தெரியவில்லை. எதேனும் அவசரம் என்றால் சிகிச்சை கொடுக்கத் தெரியுமா? பேப்பரைக் கீழே போட்டுவிட்டு கைனி (புகையிலை) தட்ட ஆரம்பித்தான்.

பேசக்கூடத் தோன்றவில்லை. நன்றாக இருட்டத் தொடங்கி விட்டிருந்தது. ட்ரைவர் இன்னுமே நிதானமாக வண்டி ஓட்டினான். அப்போதும் தெருவில் இருந்த குழிகளும் கற்களும் உட்கார்ந்த இடத்திலேயே நடனம் ஆட வைத்தன. சந்துரு வெளியே பார்க்க முயற்சித்தான். கண்ணுக் கெட்டிய தூரம் வரை எந்த மின் விளக்குகளும் தெரியவில்லை. மனிதன் கைபடாத காடு. ஒரு காட்டுப் பூனை சாலையைக் கடக்கையில் ஜீப்பின் ஹெட்லைட்டில் அதன் கண்ணும் விளக்கிட்டது போல ஒளிர்ந்தது.

''நிறைய மிருகங்கள் இருக்கா இந்தக் காட்டுலே'' பயத்தைக் காட்டிக்கொள்ளாமல் கேட்கவேண்டும் என்றுதான் விரும்பினான்.

''இல்லை இல்லை.. பூனைங்கதான் இருக்கும். கிராமத்துல எப்பவாச்சும் சீட்டா பார்த்ததாகச் சொல்வார்கள்'' சீட்டா? சந்துருவுக்கு புரிய கொஞ்ச நேரம் ஆனது. சிறுத்தைக்கு இந்தியிலும் சீட்டாதானா? காட்டின் அடர்த்தி குறைந்து குளிர்காற்று வீசத் தொடங்கியது. குளிர் காற்றா? ஈரப்பதம் கொண்ட காற்று. வெளியில் இந்த திடீர்

ஈரப்பதத்துக்கான காரணம் தெரியவில்லை. ஜீப் ஒரு மேட்டில் ஏறியதும்தான் தெரிந்தது. பிரம்மாண்டமான ஏரி.

''என்ன ஏரி இது?''

ட்ரைவர் மேட்டை கஷ்டப்பட்டு சமாளித்தான். ''பொகாரோ டாம்.. இந்த அணையில் இருந்துதான் சாஹஸுக்கு பொகாரோ நதி வருகிறது'' என்றான்.

அணையின் பாலத்தில் வண்டி கொஞ்சம் வேகமாகச் சென்றாலும் கேட் நிறுத்தியது. ''ராஞ்சி போகிறோம். பின்னால் ஒரு ஆளுக்கு உடம்பு சரியில்லை'' என்றான் ஜீப் ட்ரைவர் அணைக் காவலனிடம்.

சந்துரு உற்றுப் பார்த்தான். அணைக்காவலன் ஸ்டேட் போலீஸ்காரன். போலீஸ்காரன் அடிபட்டு உள்ளே இருக்கிறான் என்று சொல்லி இருந்தால் இன்னும் வேகமாகத் திறந்திருப்பானே. ஏன் சொல்லவில்லை? அணையைத் தாண்டியதும் ட்ரைவரிடம் கேட்டான். ''வர்மா சாப் சொல்லி இருக்கிறார், சொல்லக் கூடாது என'' பதில் வந்தது.

மீண்டும் காடு. சந்துருவுக்குத் தன்னை மீறித் தூக்கம் வந்தது. பயணத்தில் ட்ரைவர் பக்கத்தில் இருப்பவர் தூங்கக் கூடாதே.. பின்னால் போய்விடலாமா? அரைப்பிணத்தோடு உட்கார வேண்டுமா?

பின்னால் இருந்தவன் பாட ஆரம்பித்தான். குரலா அது? மரம் அறுக்கிறது போல வந்த ஓசை. பாட்டில் தாளம் கீளம் எதுவுமில்லை. போஜ்புரிப் பாட்டு. ட்ரைவரும் கூடச் சேர்ந்து பாடினான். ஏதோ ஒன்று. இவர்கள் தூங்காமல் இருக்க என்னவோ செய்துவிட்டுப் போகிறார்கள்.

வழியில் ஒரு இடத்தில் டீ குடிக்க வண்டி நின்றபோது சந்துருவை உலுக்கித்தான் எழுப்பவேண்டி இருந்தது. ''ராஞ்சி வந்துவிட்டதா?''

''அதுக்கு இருக்கு இன்னும் ரெண்டு ஹவர். டீ குடிக்கலாம் வாங்க''

டீ குடித்துவிட்டு வண்டி சென்ற பாதை முழுக்க முழுக்க மலைப்பாதையாக இருந்தது.ராஞ்சி ஒரு மலை வாசஸ்தலமா? பிரிட்டிஷ்

காலத்து பீஹாரின் வெயில்காலத் தலைநகரம் - நல்ல வெயில்காலத்தில்கூட ஜிலிஜிலு என்றிருக்கும் என்றான் ட்ரைவர்.

ராஞ்சி நகரத்தின் சுவடுகள் 20 கிலோமீட்டருக்கு முன்பே தெரிய ஆரம்பித்துவிட்டன. விடியத் தொடங்கிவிட்ட நேரத்தில் இளம் பையன்கள் ஆரவாரத்தோடு தெருவைக் கடந்து கொண்டிருந்தனர். பிர்லா இன்ஸ்டிட்யூட் ஆஃப் டெக்னாலஜி என்றது போர்டு. ஓ, பிட்ஸ் பிலானிக்கு இங்கே ஒரு கிளை இருக்கிறதில்லையா?

ஹாஸ்பிடல் வளாகத்திற்கு உள்ளே இருந்த சாலையில்தான் அதிகபட்ச வேகம் காட்டினான் ட்ரைவர். ''எமர்ஜன்ஸி'' என்றிருந்த இடத்தில் டயர்கள் கிறீச்சிட நிறுத்தினான். சிப்பந்திகள் இருவர் ஸ்ட்ரெட்சருடன் வர 'அது'வாகிவிட்டிருந்த போலீஸ்காரனை ஸ்ட்ரெட்சரில் ஏற்றினார்கள்.

சந்துருவுக்குக் குழப்பமாக இருந்தது. இந்த விடிகாலை வேளையில் தெரியாத ஊரில் என்ன செய்வது? ஹெட் ஆஃபீஸ் போகச் சொல்லி இருந்தார் வர்மா. எங்கே இருக்கிறது ஹெட் ஆஃபீஸ், எத்தனை மணிக்குத் திறப்பார்கள்? தூக்கம் வேறு வருகிறது.

ட்ரைவர் கொஞ்ச நேரத்தில் வெளியே வந்தான். ''டெட் ஆன் அரைவல்.. ரிப்போர்ட் வாங்கிக்கணும். எனக்கு லேட் ஆகும். நீங்க எங்கே போகணும்?'' என்றான். அதுதானே எனக்கும் புரியவில்லை.

''ஒண்ணு செய்ங்க.. இப்படியே ரெண்டு நிமிஷம் நடந்தால் கோல் இந்தியா கெஸ்ட் அவுஸ் வரும். அங்கே போய் ஃப்ரெஷ் பண்ணிகிட்டு 10 மணிக்கு ஆஃபீஸ் போயிருங்க''

நாலரை மணி அதிகாலையில் மரங்கள் அடர்ந்த சாலையில் பேகைத் தூக்கிக்கொண்டு நடந்தான் சந்துரு. தூரத்தில் தெருநாய் குரைத்தது இவன் அடிவயிற்றில் கிலியை அதிகப் படுத்தியது. ரெண்டு நிமிஷம் என்ற தூரம் ரெண்டு கிலோமீட்டர் மேட்டு நடையாக இருந்தது. அந்த ட்ரைவரை இந்த தூரத்தை ரெண்டு நிமிடத்தில் நடக்கச் சொல்லிக் காட்ட வேண்டும். தெருவிளக்குகள் எரிந்தாலும் மரங்கள் வெளிச்சத்தை ஃபில்டர்

செய்துவிட அடுத்த அடி எங்கே வைப்பது என்றுகூடத் தெரியாத இருட்டு.

"கெஸ்ட் அவுஸ்" பலகையில் இருந்தே இரண்டு நிமிடங்கள் ஆனது நடக்க. அரைத்தூக்கத்தில் இருந்த செக்யூரிட்டி "யாரு" என்றான்.

சொல்லி, கதவைத் திறந்து, ரெஜிஸ்டரில் கையெழுத்துப் போட்டு ஒரு அறையைத் திறந்துவிடுவதற்குள் சூரிய வெளிச்சம் பரவ ஆரம்பித்து விட்டது.

மணி ஐந்தேகால். பத்து மணிக்கு ஆஃபீஸ் போனால் போதும். சந்துரு படுத்ததும் கரெண்ட் கட் ஆனது. களைப்பு வென்றதில் காற்றில்லாமலேயே தூக்கம் வந்தது.

காலை வெளிச்சத்தில் ராஞ்சி வேறு மாதிரிக் காட்சி அளித்தது. இங்கும் ஸ்கூல் பஸ் தவிர வேறெந்த பஸ்ஸும் கண்ணில் படாவிட்டாலும், ஜனசந்தடி நிறைய இருந்தது. தெரு முனைகளில் இரண்டு மூன்று ஆட்டோ ரிக்ஷாக்கள் ஆட்களை ஏற்றி அடுத்த தெருமுனைக்குக் கொண்டு சென்றன. டவுன்பஸ்ஸுக்கு இதுதான் மாற்று போல. சைக்கிள் ரிக்ஷாக்கள் நிறைய இருந்தன, ஒன்றில் ஏறி, "கோல் இந்தியா ஹெட்குவார்ட்டர்ஸ்" என்றான்.

பெரிய வளாகம். கண்ணாடி பதித்த சுற்றுச் சுவர். நிறைய ஜீப்கள் உள்ளேயும் வெளியேயும் சென்று கொண்டிருக்க, ரிக்ஷா வாசலிலேயே நிறுத்தி விட்டான்.

இன்னொரு வாசல் தேவதைக்கு விளக்கம் சொல்லிவிட்டு இருந்த ஏழெட்டு ப்ளாக்குகளில் லீகல் செல்லைத் தேர்ந்தெடுத்து நுழைந்தான். எல்லா கவர்மெண்ட் அலுவலகங்கள் போலத்தான் இருந்தது லீகல் செல்லின் அலுவலகமும். பரந்த ஹால். அங்கங்கே பீரோக்கள். பீரோக்கள் மேல், மேஜையின் மேல் வழியில் தரையில் என்று எல்லா இடங்களிலும் சிவப்பு மேலே வைத்து "அர்ஜெண்ட்" என்ற ஃபைல்கள். இத்தனை அர்ஜெண்ட் என்றால் எப்படி வேலை நடக்கும்? 20 அடி உயரத்தில் சுற்றியது ஃபேன். ஒவ்வொரு இறக்கையும் தனித்தனியாகத் தெரியும்

அளவுக்கு பேப்பர்களைக் கூட அசைக்க முடியாத வேகத்தில்.

நடுநாயகமாக அமர்ந்திருந்தவனிடம் ''நான் சந்துரு.. கல்கத்தா ஹெட் ஆஃபீஸில் இருந்து வருகிறேன்''

அந்த ஆள் சுறுசுறுப்பானான். ''நீங்கள்தானா அது? சாஹஸ்சில் இருந்துதானே வருகிறீர்கள்? பாஸ் உங்களை உடனே கூட்டிவரச் சொன்னார்''

13

"பாஸ்" அறை, ஹாலின் வலது கோடியில் மறைவாக இருந்தது. 'சதுர்வேதி' என்றது பெயர்ப்பலகை. சதுர்வேதி தன் சுழல் நாற்காலியில் சாய்ந்து அமர்ந்து புகை விட்டுக் கொண்டிருந்தார். வெயில் ஆரம்பிக்கவில்லைதான், இருந்தாலும் அவர் போட்டிருந்த கோட் ரஷ்யக் குளிர்காலத்தில் அணிவது போல் பூதாகரமாக இருந்தது. சந்துருவைப் பார்த்ததும் சிரிக்க முயற்சி செய்தார். அவர் முக அமைப்பு அதற்கு ஒத்துழைக்காமல் வில்லன் சிரிப்பாகத் தெரிந்தது. குங்குமம் தீட்டிய சுருக்க முகம். நரையில் ஐம்பதுக்கு மேல் வயது தெரிந்தது.

"ஷேக்கர்.. உட்காருங்கள்" என்றார். இவர் இன்னொரு புதுவிதமாகக் கூப்பிட ஆரம்பிக்கிறார். சாதாரணப் பெயருக்கு எத்தனை விதமான உச்சரிப்புகள். உட்கார்ந்தான்.

"சாஹஸ்ஸில் நிறைய அனுபவங்கள் போல" என்று சிரித்தார்.

சந்துருவும் புன்னகைத்தான். "ஒரு வாழ்நாளை இரண்டு நாட்களுக்குள் பேக் செய்தது போல உணர்கிறேன்" என்றான்.

"வர்மா நேற்று சாயங்காலம் ஃபோன் செய்தார். உங்களை அவருக்கு மிகவும் பிடித்துவிட்டது. ஒன்றிரண்டு வாரங்கள் கழித்து உங்களையே மீண்டும் அனுப்பச் சொன்னார்."

பிடிக்காதா பின்னே. அனுபவம் இல்லாத ஆசாமியாக இருந்தால்தானே தன் இஷ்டத்துக்கு உருட்ட முடியும். வர்மா மேல் கோபம் அதிகமாகிக் கொண்டுதான் இருந்தது சந்துருவுக்கு. அரசியல்வாதி, கொலைகாரன். பசுத்தோலை மட்டும் ஊருக்குக் காட்டும் நரி.

சதுர்வேதி ஃபைல்கள் கீழே ஒளித்து வைத்திருந்த துண்டுக் காகிதத்தை எடுத்துப் பார்த்தார். "நீங்கள் கல்கத்தா ஆஃபீஸில் எப்போது சேர்ந்தீர்கள்?"

"ஜூன் 94 சார்"

"ஒரு வருஷம் கூட ஆகாமல் ஃபீல்ட் ட்ரிப்பா? என்ன டிபார்ட்மெண்ட் நடத்துகிறார்கள் அங்கே!" சந்துருவுக்கு அடுத்த வரிகள் என்ன என்று ஊகிக்க முடிந்தது. 'எங்கள் காலத்துல அப்படியா பண்ணினோம், சின்னச் சின்னப் பசங்க எல்லாம் கிளம்பி வந்துடறாங்க..ப்ரோடோகால் பார்க்க வேண்டாமா.. ப்ளா ப்ளா ப்ளா' கிழவர்கள் பேச ஆரம்பித்தால் நிறுத்துவதில்லை இந்த ஊரில்.

சந்துருவை ஆச்சரியப்படுத்தினார் சதுர்வேதி. ப்ளா ப்ளாக்கள் இல்லாமல் நேரடியாக விஷயத்துக்கு வந்து. "சாஹஸுக்கு வந்து ஒரு வாரம் ஆகிவிட்டதா?"

நேரம் காலம் எல்லாம் மறந்துவிட்டது. காலண்டரைப் பார்த்துக் கொண்டான். சனிக்கிழமை ராத்திரி கிளம்பினேன். நாலுநாள்தான் ஆகிறது.

"ராஞ்சி ஆஃபீஸுக்கு இதுவரை ஒரு தகவலும் இல்லை. திஸ் இஸ் சில்லி.. என்னதான் ஹெட்குவார்ட்டர்ஸாக இருந்தாலும் இப்படியா நடந்துகொள்வது? எங்களுக்குத் தகவல் இல்லாமல் நீங்கள் செத்தே போனாலும் ஆக்ஷன் எடுக்க முடியாதே"

ராம்சுரேஷ் 87

என்ன சொல்வது என்று தெரியவில்லை.சந்துரு மேஜையில் இருந்த காகிதங்களைப் பார்த்தான். பிரிக்கப்படாமல் இருந்த கவர் ஒன்றில் கல்கத்தா ஆஃபீஸ் முத்திரையைக் கவனித்தான். ''இதைப் பாருங்கள், எங்கள் ஆஃபீஸில் இருந்து வந்த லெட்டர்''

கவனமாகக் கத்தரித்து ஊதி எடுத்தார் பேப்பரை. ''ஆஸ் பர் யுவர் ரெக்வஸ்ட் வீ ஆர் டெப்யூட்டிங்..'' இவனைப் பார்த்து ''நான்கு நாள் கழித்து வருகிறது..''

சந்துரு அவர் படித்து முடிக்கும் வரை ஆஃபீஸைப் பார்த்துக் கொண்டிருந்தான். பஞ்சாங்க காலண்டர் ஒன்று இந்தி எண்களுடன், மேஜையில் பலவிதமான பென் ஸ்டாண்டுகள், ஒவ்வொன்றிலும் ஒரு சப்ளையர் பெயருடன். ஜூஹி சாவ்லா நனைந்து உயரமாக முழு வருடமும் காட்டிய காலண்டர். காகிதங்கள், காகிதங்கள் மேலும் காகிதங்கள்.

''ஷேகர்.. நீங்கள் ராஞ்சியில் ஒன்றிரண்டு வாரங்கள் இருக்க வேண்டி இருக்கும். கெஸ்ட் அவுஸுக்குச் சொல்லி விடுகிறேன். இங்கே நீங்கள் எந்த வேலையும் செய்ய வேண்டாம். ஃப்ரீயாக சினிமா பார்த்துக் கொண்டு சுற்றுங்கள்.''

''எனக்கு சாஹஸ்ஸிலேயே என்ன வேலை என்று சரியாகத் தெரியவில்லை. நான் முதலில் ராஞ்சி வந்திருக்க வேண்டும். உங்களிடம் பேசிவிட்டுதான் சாஹஸ்ஸுக்குப் போயிருக்க வேண்டும்'' சந்துருவுக்குக் கிழவர்களிடம் எப்படிப் பேசவேண்டும் என்பது அத்துப்படி. எதிர்பார்த்த விளைவு வந்தது. சதுர்வேதியின் கோப முகம் சாந்தமானது.

''உண்மைதான் சந்துரு. உங்களைச் சந்துரு என்று கூப்பிடலாமா?'' சரியாப் போச்சு. இந்த ஆள் ஷேகர் என் குடும்பப் பெயர் என்று நினைத்துக் கொண்டிருக்கிறார்.

பதிலுக்குக் காத்திராமல் தொடர்ந்தார். ''சாஹஸ்ஸில் உள்ள பிரச்னை பெரிய தீர்க்க முடியாத பிரச்னையெல்லாம் ஒன்றும் இல்லை. என்னுடைய டீம் இதே போல பல நில ஆர்ஜிதங்களைச் செய்தவர்கள்தான். ஆனாலும்

88 கரும்புனல்

இந்த வேலைக்கு நாங்கள் கல்கத்தாவிடம் ஆள் கேட்டதற்கு ஒரே காரணம்தான்.''

சந்துரு ஆவலாகப் பார்த்தான். விஷயம் இப்போதுதான் வெளிவர ஆரம்பிக்கிறது.

''இந்த பார்ட்டிகுலர் கிராமத்தில் இருக்கும் மக்கள் என்ன வேண்டுமானாலும் செய்வார்கள், வர்மாவிடம் ஒத்துப்போக மட்டும் மாட்டார்கள்..''

ஏன்? சந்துருவுக்குப் புரியவில்லை.

''அதேபோல என் டீம் ஆட்கள் சொல்லும் பேச்சையும் கேட்டுவிட மாட்டார்கள்.'' சஸ்பென்ஸைத் தொடர்ந்தார்.

''அதனால் ஒரு நடுநிலையான ஆள் தேவைப்பட்டது. ஸோ, யூ ஆர் ஹியர்''

''புரியவில்லை.. நான் எப்படி நடுநிலை என்று ஒத்துக் கொள்வார்கள்?''

''சந்துரு, நீங்கள் பீஹாரில் இருக்கிறீர்கள்.. மறந்துவிடாதீர்கள். இங்கே சாப்பாடு பணம் நிலம் எல்லாவற்றையும் முந்தி வந்து நிற்பது ஜாதி.. நீங்கள் சவுத் இந்தியன்.. உங்கள் ஜாதி இங்கு எல்லாருக்கும் தெரியாது.''

பீஹார் பற்றிக் கேள்விப்பட்டுதான் இருந்தான் சந்துரு. ஆனாலும் இது போன்ற விஷயங்களிலும் ஜாதிதான் பிரதானமாக இருக்கும் என்று நினைத்திருக்கவில்லை. அலுப்பு கலந்த ஆச்சரியத்துடன் கேட்டான். ''நான் சொன்னால் மட்டும் கேட்டுவிடுவார்களா?''

''உங்களைக் குறைந்த பட்சம் பேசவிடுவார்கள். மற்றவர்களிடம் அதுவும் நடக்காது. அந்த கிராமத்து மக்கள் போன தலைமுறை வரை ஆதிவாசிகள். வர்மா பூமிஹார் வம்சம். அந்த ஆதிவாசிகள் தங்களை முன்னேறாமல் வைத்திருந்தது பூமிஹார்கள் என்று நினைக்கிறார்கள். பேசக்கூட மாட்டார்கள்.''

சந்துருவுக்கு அந்த டிர்க்கியின் ஞாபகம் வந்தது. ''டிர்க்கி என்று ஒரு பெரியவர் வர்மாவிடம் சமாதானமாகப் போகத் தயாராக இருக்கிறாரே''

‘‘சமாதானமாகப் போய்விட்டால் பிறகென்ன தகராறு? அந்த ஆள் பேச்சைப் பத்து வீட்டில் கேட்பார்கள் என்று சொல்லி இருப்பானே?’’ எல்லாம் எல்லாருக்கும் தெரிந்திருக்கிறது.

‘‘அவன் சொந்த வீட்டில் கூடக் கேட்க மாட்டார்கள். கிழவன் வர்மாவை ஏமாற்றிக் காசு பண்ணப் பார்க்கிறான். வர்மாவும் அவனை என்கரேஜ் செய்துகொண்டு இருக்கிறார்.’’

’’அப்படியென்றால் அந்த ஆளால் ஒரு பிரயோஜனமும்..’’

‘‘கிடையாது’’ என்று முடித்தார் சதுர்வேதி. ‘‘ஒரே வாய்ப்பு அரசியல்தான். அந்த கிராமத்து மக்கள் ஒரு ஆள் பேச்சதான் நிஜமா கேப்பாங்க’’

சந்துரு ஊகித்துவிட்டான். ‘‘லோபோ?’’

‘‘ஆமாம். அவனைச் சரிக்கட்டறதுதான் உங்க வேலை. போற போக்கைப் பார்த்தா சுலபமா முடிஞ்சுடும் போல இருக்கு’’

என்ன சொல்கிறார் இவர்? சந்துரு குழப்பமாகப் பார்த்தான். சதுர்வேதி செய்தித்தாளை எடுத்து, படிக்கச் சொன்னார்.

நம்பிக்கையில்லாத் தீர்மானத்தில் சிபு காசு வாங்கினாரா? அலறியது முதல் பக்கம்.

‘‘மூன்றாம் பக்கத்தில் பெட்டிச் செய்தி பாருங்கள்’’

ஆபிச்சுவரிகளுக்கும் டெண்டர் நோட்டீஸ்களுக்கும் இடையே ஒளிந்து இருந்தது அந்தச் செய்தி.

‘‘கிராம மக்கள் வெறியாட்டம்

சாஹஸ் ஃபிப்ரவரி 25

கிராமத்து முக்கிய நபரைப் போலீஸ் கைது செய்ததால் கோபம் கொண்ட உச்சிடி கிராமத்து மக்கள் போலீஸ் ஸ்டேஷனை எரித்து இன்ஸ்பெக்டர் உட்பட மூன்று போலீஸ்காரர்களையும் அடித்துக் கொலை செய்தனர்.’’

மூன்று போலீஸ்காரர்கள். மூன்றாவது ஆளைக் கொலை செய்தது வன்முறை கும்பலா வர்மாவா? சந்துருவுக்கு குற்ற உணர்ச்சி தலைதூக்கியது. நான் என்ன செய்திருக்க முடியும்?

பேப்பர் நியூஸைப் பார்த்தால் அவர் சொன்னதை உலகம் நம்பிவிட்டதாகத்தான் தெரிகிறது. தொழிலாளி பெயரோ, சுரங்கத்தைப் பற்றியோ எந்தச் செய்தியும் காணோமே. கிராம மக்கள் வெறியாட்டம்! செய்தியைத் தொடர்ந்து படித்தான்.

"கலவரத்தை அடக்க ராஞ்சியில் இருந்து ஆர்ம்டு ரிஸர்வ் போலீஸ் படை விரைந்திருக்கிறது. கலவரம் அடங்கும்வரை ஊரடங்கு உத்தரவு அமலில் இருக்கும். கலகக் காரர்களின் தலைவர் லோபோ டிர்க்கி தலைமறைவாக இருக்கிறார். அவரைப் போலீஸ் வலைவீசித் தேடி வருகிறது."

சதுர்வேதி இவன் படித்ததைப் பார்த்துக்கொண்டே இருந்தார். "அவனைப் பிடிச்சுப் போட்டுருவாங்க.. அப்புறம் அந்த மக்களோட டீல் பண்றது ஈஸி. அதுக்குதான் ரெண்டு வாரம் கழிச்சுப் போகச் சொல்றாரு வர்மா. லக்கி ப்ரேக்"

லக்கி? டிசைன் என்று சொல்லி இருந்தால் பொருத்தமாக இருந்திருக்கும்.

14

ராஞ்சியில் சந்துருவுக்கு செய்ய எந்த வேலையும் இல்லாவிட்டாலும் பொழுது போவதில் சிரமம் இருக்கவில்லை.

சாஹஸ், ஹசாரிபாக் போன்ற சுற்றுப்புற கிராமங்கள் பொருட்கள் வாங்குவதற்காக கும்பல் கும்பலாக வருவதைப் பார்த்தால் சிரிப்புதான் வந்தது. சென்னையையும் கல்கத்தாவையும் பார்த்தவனுக்கு ராஞ்சியை சிட்டி என்று ஒத்துக்கொள்ளமுடியவில்லை. இரண்டு நீளமான தெருக்கள், அதில் எல்லாவிதமான கடைகளும். இதுதானா சிட்டி? இல்லாத ஊரின் இலுப்பை.

ஆனால் ராஞ்சியில் நிறைய புத்தகங்கள் கிடைத்தன. டு மை டார்லிங் என்று கையெழுத்துப் போட்ட பழங்கால புத்தகங்கள், பக்கங்கள் ஒட்டிக் கொண்ட பைரேட் புத்தகங்கள், ஸ்டேப்ளர் அடித்த படப் புத்தகங்கள் - மக்களைப் பார்த்தால் நிறையப் படிக்கிறவர்கள் போலத் தெரியாவிட்டாலும் புத்தகங்கள் நிறைய விற்றன. ஆனால் என்ன, அதைப் படிக்க

முடியாது. படுக்கையை அமைத்துக்கொண்டு படிக்க ஆரம்பிக்கும் போதுதான் கரெண்ட் போகும். கும்மிருட்டில் என்ன செய்வது என்று தெரியாமல் சினிமாவுக்குதான் போகவேண்டும். சினிமா தியேட்டர்களில் மட்டும்தான் ஜெனரேட்டர் இருந்தது.

சினிமா தியேட்டர்களில் நைட்ஷோ எட்டுமணிக்கு. அதுவும் கூட எதாவது கலவர சாத்தியங்கள் இருந்தால் கான்சல் ஆகிவிடுமாம். பகல்நேரப் பரபரப்பெல்லாம் எட்டுமணிக்கே அடங்கிவிட்டு, சினிமா விட்டு வரும்போது இரவு பதினோரு மணிக்கு தெருவில் ஈ காக்காய் எதுவும் இருக்காது. தெருநாய் கூடக் குரைக்காது. சினிமா போகவேண்டும் என்றால் ஏழு மணிக்கே சாப்பிட்டுவிடவேண்டும், இல்லையென்றால் திறந்திருக்கும் ஒரே ஒரு கையேந்தி பவனில் சைனீஸ் என்று தரும் சூப்பைச் சுடச்சுடக் குடித்து நாக்கைப் புண்ணாக்கிக் கொள்ளலாம். வேறெதுவும் சாப்பிடக்கிடைக்காது.

தினமும் சினிமா பார்த்ததில் சந்துருவுக்கு தூக்கத்தில் 'குத்தே.. கமீனே..' எதிரொலித்தது. இந்தத் திட்டு வசனம் இல்லாமல் ஒரு படமாவது பார்த்திருக்கிறோமா? அறையின் கதவடியில் செய்தித்தாள் இருந்தது. ஆர்வமாகப் புரட்டினான்.

முதல் நாளே வந்த பெட்டிச் செய்திக்குப் பின்னர் சாஹஸ் பற்றி ஒரு தகவலும் செய்தித்தாள்களில் இல்லை. கலவரம் நடந்ததா, யாரையாவது அரெஸ்ட் செய்தார்களா - ம்ஹூம்.. அப்படி ஒரு சம்பவம் நடந்ததாகவே செய்தித்தாள்கள் காட்டவில்லை. சந்துரு யோசித்துப் பார்த்தான். நாமும் சம்மந்தப்பட்டிருப்பதாலேதானே இந்தச் செய்திமேல் ஆர்வம் காட்டுகிறோம்? மற்ற செய்தி வேறு எதையாவது இப்படித் தொடர்ந்திருப்போமா? மற்றதையும் படிக்கலாம், அப்போது தெரியும்.

படிக்கும்போது புரிந்தது, ஏன் சாஹஸ் பற்றிய செய்திகள் வரவில்லை என்று. அதே போன்ற செய்திகள் ஆயிரம் இருக்கும்போது இதைத் தொடர பத்திரிக்கைகளுக்கு விருப்பம் இல்லை. ஹசாரிபாகில் கொள்ளை, ராம்காட்டில் சாலை மறியல் என்று பரபரப்புக்குப் பஞ்சமே இல்லாமல் இருந்தது செய்தித்தாள்கள்.

இரண்டு வாரம் ஆகிவிட்டது. எப்போது நான் வேலை பார்க்கப் போகிறேன்? தகவல் வருமா? யார் தருவார்கள் தகவல்? வர்மாவா? வர்மாவை நினைக்கும்போதே அசூயைதான் மேலிட்டது சந்துருவுக்கு. எல்லாரும்தான் இந்த ஊரில் ஜாதி பார்க்கிற ஆசாமிகள். வர்மாவின் முகத்தில் இருந்த அறிவுஜீவித் தனத்தையும் மீறி உள்ளே அதே காட்டான்தான் இருக்கிறான். வேலையை முடிக்க எந்தத் தந்திரத்தையும் விடுவதில்லை.

சந்துருவுக்குள் பலவிதமான வாதப் பிரதிவாதங்கள் ஓடின. வர்மா செய்வது முழுக்க முழுக்கத் தவறா? அவர் ஒரு சுரங்கத்தின் மேலதிகாரி. அந்தச் சுரங்கத்தில் தோண்டித் தோண்டி எல்லாவற்றையும் தீர்த்தாகிவிட்டது. மேலே வேலை செய்ய நிலம் வேண்டும், அவசரமாக வேண்டும். இல்லாவிட்டால் பட்நாயக் சொன்னதுபோல டயர் வெடிப்புகளும் வீண்செலவுகளும்தான் தொடரும். நிலம் கோல் இந்தியாவின் நன்மைக்காக, நாட்டு நன்மைக்காக வேண்டும் - அதுவும் அவசரமாக. பொறுமையாக மக்கள் கோர்ட் போய் இழப்பீடு வாங்கும் வரை காத்திருந்தால் பிரச்சினைகள் தினம் தினம் பெரிதாகிக் கொண்டேதான் போகும்.

அதற்காக ஏமாற்றலாமா? பொய் வழக்குகள் போடலாமா? எது முக்கியம்? இலக்கா, வழியா?

அதே நேரத்தில், என் வேலை என்ன? எப்படியாவது மக்களிடம் பேசி நிலத்தை வாங்கிக் கொடுக்கவேண்டும். அது வர்மாவுக்கு நல்லதா கெட்டதா என்பது பற்றிக் கவலையில்லை. நாட்டுக்கு நல்லது. நியாயம் தர்மம் எல்லாம் பார்க்க நான் ஒன்றும் நாட்டாமை இல்லை. எந்தப் பக்கம் சாய்வது என்பதில் எல்லாம் ஆப்ஷனும் இல்லை. அடிமட்டத்துக்குக் கொஞ்சமே கொஞ்சம் மேல் இருக்கும் சாதாரண கோல் இந்தியா ஊழியன்.

குளித்து உடையணிந்து சதுர்வேதியின் அலுவலகத்துக்குச் செல்லும்போதும் இதையேதான் யோசித்துக் கொண்டிருந்தான். லோபோ.. முரட்டு ஆசாமியாக இருக்கிறான். முதல்முறை அவனைச்

சந்தித்தபோதே ஏறத்தாழ தகராறு ஆகிவிட்டது. ஹோட்டலில் வேறு ஒரு கூட்டம் பேசிக் கொள்ளக்கூடக் கூடாது என்னும் ஆசாமியிடம் எப்படிப் பேசி, விஷயத்தைப் புரியவைத்து.. சந்துருவுக்கு மலைப்பாக இருந்தது. தீபா? அவள் புரிந்து கொள்வாளா? நம்பிக்கை இல்லை. எவ்வளவுதான் படித்தாலும் இந்த ஊர் மக்கள் மாறுவதில்லை என்பதற்கு வர்மா ஒரு பக்க உதாரணம் என்றால் தீபா இன்னொரு பக்கம். கொடி பிடித்துக் கூட்டத்தைக் கூட்டுகிறாள்.

சதுர்வேதி இவனை எதிர்பார்த்துக் காத்திருந்தார். ''சந்துரு.. இந்த ஊர்க் காற்று உனக்கும் அடித்துவிட்டதா? லேட்டாக வருகிறாய்'' கோபமாகச் சொல்லவில்லை என்பதை உறுதிப்படுத்தப் புன்னகைத்தார்.

சந்துருவும் புன்னகைத்தான். ''வந்து மட்டும் என்ன செய்வது? நீங்களாவது எதாவது வேலை கொடுங்கள்''

''கவலையை விடு. காலையில்தான் வர்மா ஃபோன் செய்தார். கலவரம் ஓய்ந்துவிட்டதாம். உன்னை அனுப்பச் சொன்னார். மூட்டை கட்டிக்கொண்டு தயாராகு. இன்று மதியம் ஜீப் வரும், மூன்று மூன்றரைக்குக் கிளம்பும். அதில் வரச் சொன்னார்.''

''எனக்குக் குழப்பமாக இருக்கிறது சார். யாரிடம் பேசுவேன், என்ன ஆஃபர் செய்வேன்?''

''சிம்பிள் கணக்கு சந்துரு. 2 ஆஃப் 3. மாற்று நிலம், வேலை வாய்ப்பு, இழப்பீடு பணம். இந்த மூன்றில் எதாவது இரண்டு வரை ஒத்துக்கொள்ளலாம். ஒன்றுதான் முடியும் என்று ஆரம்பியுங்கள். இரண்டில் முடித்துக் கொள்ளலாம்''

''ஆனால் வர்மா வேலை கொடுக்க முடியாது என்று சொல்கிறாரே''

''அதைப் பற்றி நீங்கள் கவலைப் படாதீர்கள். வேறு எதாவது மைன்ஸில் கோட்டாவில் வந்த எவனாவது ப்ராஜக்ட் ஆஃபீஸர் இருப்பான். அங்கே தள்ளிவிட்டு விடலாம் இவர்களை.''

அப்படியென்றால் வேலை தர முடியாது என்று வர்மா சொன்னதற்கும் ஜாதிதான் காரணமா? சந்துருவுக்கு அருவருப்பு ஏற்பட்டது. பிறந்து 25 வருடங்களில் ஜாதி என்பதை அப்ளிகேஷன் ஃபாரங்களில் மட்டுமே பார்த்து வந்தவனுக்கு இங்கே வாழ்க்கையின் எல்லா அம்சங்களிலும் ஜாதி வியாபித்து இருப்பதை நினைத்துக் கோபம் வந்தது. ஒரு பெருமூச்சை விட்டுவிட்டுத் தொடர்ந்தான்.

''இழப்பீடு பணத்துக்கு என்ன கய்ட்லைன்ஸ்?''

''கேட்டால் சிரிப்பாய். இந்த கிராமத்துக்கு எல்லாம் எந்த சர்வே ரிகார்ட்ஸூம் இல்லை. ராஜா காலத்தில் கிரயம் செய்த வேல்யூதான் இப்போதைக்கு கய்ட்லைன். அதன்படி..'' பேப்பர்களைப் புரட்டினார். ''உச்சிடி கிராமத்தில் ஒரு ஏக்கர் நிலத்துக்கு விலை ஐம்பத்து ஏழு பைசா''

சந்துரு அதிர்ந்தான். அதாவது மொத்த கிராமத்துக்கு பத்து ரூபாய் இழப்பீட்டு பணம். என் பாக்கெட்டில் இருக்கும் காசில் ஒரு நூறு கிராமம் வாங்கிப் போடலாம் போலிருக்கிறதே.

''இதென்ன கூத்து? இதை வைத்துக்கொண்டு எப்படி?''

''இந்தக் காசை எவன் வாங்குவான்? நாம் அந்த கய்ட்லைனை உபயோகப்படுத்த வேண்டியதில்லை. சமீபத்தில் வேறொரு சுரங்கத்தில் இதேபோல ஒரு நிலைமை வந்தது. அவர்கள் கோர்ட்டுக்குப் போனார்கள், கோர்ட்டில் முடிவான தொகை ஏக்கருக்கு 40000. அந்த ஜட்ஜ்மெண்டைக் கோட் செய்து அதே பணத்தை இங்கேயும் கொடுக்கலாம். அதற்கு மேல் எந்தக் காரணம் கொண்டும் முடியாது..''

இதை முதலிலேயே சொல்லி இருக்கலாமே. மனக்கணக்குப் போட்டான். கிராமம் ஏறத்தாழ 25 ஏக்கர். ''மொத்த விலை பத்து லட்சத்துக்குக் கிட்டே வருகிறது. இல்லையா?'' என்றான்.

''கிராமத்தை மட்டும் வைத்துப் போட்ட கணக்கா? அப்படி நாம் செய்வதில்லை இங்கே. இப்போது, அந்த கிராம மக்கள் காலி செய்துவிட்டால், கிராமத்தைச் சுற்றி இருக்கும் 200 - 250 ஏக்கரும் கோல்

இந்தியாவுக்குக் கிடைக்கும் இல்லையா? அந்த வேல்யூதான் நம் பட்ஜெட்.''

சந்துருவுக்குத் தலை சுற்றியது. அப்படியென்றால் பத்து லட்சம்தான் கிராமவாசிகளுக்குப் போகும். மிச்சம்? சதுர்வேதியின் கையில் ப்ரேஸ்லெட்டைப் பார்த்தான். எப்படியும் பத்து பவுன் இருக்கும்.

ஜீப்பில் சாஹஸ்ஸுக்குப் போகும்போது கடந்த சுரங்கங்களைப் பார்க்கும்போது சந்துருவின் கண்ணில் நிலக்கரி படவில்லை. இதில் எவ்வளவு சுருட்டி இருப்பார்கள் வர்மாக்களும் சதுர்வேதிகளும் என்றுதான் தோன்றியது.

இரவு பத்துமணி ஆகிவிட்டது ஹாஸ்டலை அடைய. வாசலில் தம் அடித்துக் கொண்டிருந்தான் பட்நாயக். கூடவே மகேஷ்பாபுவும் இருந்தான்.

''வாங்க சந்துரு.. எங்கே கிளம்பிட்டீங்க கலவரத்தைக் கிளப்பிவிட்டுட்டு? 4 நாள் இங்கே 144 தெரியுமா?'' பட்நாயக் சிரித்தான்.

''சாரால எனக்கு ஆன ஒரே பலன், ஷார்ட்கட்டை மூடிட்டாங்க. இப்ப சுத்தி 6 கிலோமீட்டர் எக்ஸ்ட்ரா நடக்கிறேன்'' என்றான் மகேஷ்பாபு. அந்தக் காட்டுவழியைச் சொல்கிறானா?

''ஏன் மூடிட்டாங்க?''

''லோபோ கலவரத்துக்கு அப்புறம் தலைமறைவாயிட்டானாம். இந்த ஏரியாவில எங்கே வேணும்னாலும் இருப்பான். சேஃப்டிக்காக க்ளோஸ் பண்ணிட்டாங்க''

15

சந்துரு காலையில் எழுந்தவுடனேயே ஹாஸ்டல் வார்டன் கூப்பிட்டு அனுப்பி இருந்தான். ஃபோனாக இருக்கும் என்று ஹாலுக்குச் சென்றான். யாரும் இல்லை. எங்கே இந்த வார்டன்? ஹாஸ்டலுக்கு வெலியே பாட்மிண்டன் கோர்ட்டில் ஜீப் மேல் சாய்ந்துகொண்டு வர்மா காத்துக்கொண்டிருந்தார்.

"எப்படி இருக்கீங்க சந்துரு? ராஞ்சி எப்படி இருக்கு" காலையிலேயே பளிச்சென்று வந்திருந்தார். சந்துரு பல்லைக்கூட தேய்த்திருக்கவில்லை.

"நேத்து ரொம்ப லேட் ஆயிருச்சு சார் வரதுக்கு" என்றான் குற்ற உணர்ச்சியுடன். இந்த வார்டன் சரியாக விஷயம் சொல்லி இருந்தால் பேண்ட் போட்டாவது வந்திருக்கலாம். இப்போது லுங்கியுடன் நிற்கிறேன்.

"அட.. கவலைப்படாதீங்க. நான் உங்க பாஸ் இல்லை. " சிரித்தார். "ஆஃபீஸ் போற வழியிலே ஞாபகம் வந்தது, உங்களைப் பாத்துட்டுப் போயிரலாம்னுட்டு வந்தேன்."

சந்துரு பேசவில்லை. எதோ சொல்வதற்காக வந்திருக்கிறார். அவரே சொல்லிவிடட்டும்.

"கொஞ்சம் கேர்ஃபுல்லா இருங்க. அந்த லோபோ இன்னும் தலைமறைவாத்தான் இருக்கான். எதாச்சும் விபரீதமா முயற்சி செஞ்சாலும் செய்வான். அதைச் சொல்லத்தான் வந்தேன்"

விபரீதமாக? எனக்கும், அவனுக்கும் என்ன பகை? எதாவது செய்வதாக இருந்தால் வழ்க்கை திசைதிருப்பிய உன்னைத்தானே செய்யவேண்டும்?

"அன்னிக்கு நீங்க சாஹஸ் மெயின் மைன்ஸ் போறதா இருந்துதானே பிரச்சினை ஆயிருச்சு? இன்னிக்கு ஒண்ணு பண்ணுங்க. இந்த ஹாஸ்டல்லேயே மகேஷ்பாபுன்னு ஒரு மைன்ஸ் எஞ்சினியர் இருக்கார் தெரியுமா?"

"தெரியும் சார். எங்க ஊர்க்காரர்"

"அவர்கூட கிளம்பிப் போங்க, ஒரு அண்டர்கிரவுண்ட் மைன்ஸ் பாத்துட்டு வாங்க. ஈவினிங் ஆஃபீஸ்க்கு வந்துடுங்க, அடுத்து என்ன பண்றதுன்னு ப்ளான் பண்ணிக்கலாம்." ஜீப்பை ஸ்டார்ட் செய்தார். "நடந்தெல்லாம் போகாதீங்க.. ரிஸ்க். அந்தக் காட்டுப்பாதையை அவாய்ட் செஞ்சுடுங்க"

நான் ஒரு நாள் அந்தப் பாதையை உபயோகித்தது வரை தெரிந்திருக்கிறது, ரகசியங்களே இல்லாத உலகம்.

ஜீப் கிளம்பிப் போக, மகேஷ்பாபு டீக்கடையில் இருந்து திரும்பி வந்துகொண்டிருந்தான். "வர்மா சாப்பை பாத்தீங்களா?" இவனுக்கு முதலில் சொல்லிவிட்டுதான் என்னைக் கூப்பிட்டிருக்கிறார்.

"ஆமாம். அண்டர்கிரவுண்ட் மைன்ஸ் போகச் சொன்னார். எப்ப கிளம்பலாம்?"

"என் வழக்கம் போல நடக்கறதுன்னா எப்ப வேணா கிளம்பிக்கலாம். ஆனா ஸ்ட்ரிக்டா சொல்லிட்டார் நடக்கக்கூடாதுன்னு. ஜீப் வரும். ரெடி

ஆயிடுங்க. உங்க புண்ணியத்துல இன்னிக்கு எனக்கும் நடக்க வேணாம்''

ஜீப் போலீஸ் ஸ்டேஷனைக் கடக்கும்போது எட்டிப்பார்த்தான் சந்துரு. ஜன்னல் எல்லாம் கரியடித்திருந்தது. எரிந்த போலீஸ் ஜீப் இன்னும் அப்புறப்படுத்தப்படாமல் அப்படியே எலும்புக்கூடாக நின்று கொண்டிருந்தது. எதிரில் இருந்த டீக்கடையில் ஏழெட்டு பேர் பேப்பர் பார்த்துக் கொண்டு இருந்தார்கள். மாமூல் வாழ்க்கை திரும்பி விட்டது என்று இதைத்தான் சொல்வார்களா?

ஜீப் நின்ற இடம் வெட்ட வெளியாக இருந்தது. புல் தரை. அங்கங்கே சில மரங்கள். ஆடுகள் சோம்பேறித்தனமாகப் புல்லை மேய்ந்துகொண்டிருந்தன. ஒரே ஒரு சிறு கட்டிடம் மட்டும் இருந்தது. இதுவா சுரங்கம்? இருக்காது. மறுபடி ஜீப்பில் எதாவது ப்ராப்ளமா?

மகேஷ்பாபு இறங்கிவிட்டான். ''வாங்க சந்துரு.. மைன்ஸுக்குப் போகலாம்'' எங்கே இருக்கிறது மைன்ஸ்? மெயின் சுரங்கத்தின் பிரம்மாண்டம் எங்கே, இந்த வெட்ட வெளி, அமைதியான புல்வெளி எங்கே?

கட்டடத்துக்குள் நுழைந்தார்கள். மிகச்சிறிய கட்டிடம். 'பேட்டரி ரூம்' என்று எழுதி உள்ளே இருட்டாக இருந்தது. கண்கள் பழகியதும் ஒரு பத்தடிக்கு பத்தடி அறை கவுண்டர் போல அமைக்கப்பட்டிருந்தது தெரிந்தது. எதிரே சில லாக்கர்கள், ஒரு பெஞ்சு. அவ்வளவுதான்.

''நீங்க சாதாரண ஷூ போட்டிருக்கீங்க. சேஃப்டி ஷூ மாத்திக்கலாம். என்ன சைஸ்? எட்டா?'' என்ற மகேஷ்பாபு கவுண்டரைப் பார்த்து, ''நல்லதா ஒரு எட்டு சைஸ் ஷூ கொடுப்பா'' என்றான்.

ஷூ மாற்றிக்கொண்டிருக்கும்போதே மகேஷ்பாபு கைகொள்ளாமல் சாமான்களுடன் வந்தான். ஹெல்மட் போல் இருந்த முரட்டு ப்ளாஸ்டிக் தொப்பி, டார்ச் லைட் தவிரவும் என்னவென்றே தெரியாத ஒரு கருப்பு பெட்டி, வயர்கள்.

''இது பேட்டரி. பெல்ட்டோட போட்டுக்கங்க. டார்ச்சை ஹெல்மட்ல ஃபிக்ஸ் பண்ணிகிட்டு வயரை கனெக்ட் செய்யணும்'' செய்து

காண்பித்தான். ''பேட்டரி மேலே ஸ்விட்ச் இருக்கு பாருங்க. அதைப் போட்டுப் பாருங்க'' லைட் எரிந்தது. ''மூணு மணிநேரம் தாங்கும். அதுக்குள்ளே திரும்பிடணும்'' வெளியே வந்தார்கள்.

புதிய ஷூவின் அதிக கனமும் இடுப்பில் இருந்த பேட்டரியும் சந்துருவை சுலபமாக நடக்க விடவில்லை. மகேஷ்பாபுவின் பழகிய வேகமான நடைக்கு ஈடு கொடுக்க முடியாமல் கஷ்டப்பட்டான். இரண்டு மரங்களுக்கு இடையே எதிர்பாராமல் ஒரு சரிவான பள்ளம் இருந்தது. அதில் இறங்கச் சொன்னான்.

''இதென்ன பள்ளம்?''

''இதுதான் அண்டர் கிரவுண்ட் மைனோட ஆரம்பம். இப்பவே சொல்லிடறேன், மூச்சு விடறதுக்குக் கஷ்டப்பட்டீங்கன்னா எனக்குச் சொல்லிடுங்க. இந்த லைட்டை இப்படி மூணு முறை ஆஃப் பண்ணி ஆன் செய்யணும். இதான் சிக்னல்.''

பள்ளத்தின் முடிவில் பாதை சரேலென இடதுபக்கம் திரும்பியது. சந்துருவின் ஆறடி உயரத்துக்கு அரையடி மேலே இருக்கலாம் மேல்சுவர், கையைத் தூக்க முடியாமல் ஏறத்தாழ குனிந்தவாறே செல்ல வேண்டி இருந்தது. அப்போதுதான் கவனித்தான் மகேஷ்பாபுவின் கையில் ஒரு மீட்டர் இருந்ததை.

''என்ன மீட்டர் இது?''

''இதுதான் என் வேலை. இது மீத்தேன் மீட்டர். இங்கே சுரங்கத்தில் கரி வெட்டுகிறார்கள் இல்லையா? கரியில் இருந்து மீத்தேன் வாயு வெளிப்படும். அதுக்கு ஒரு லிமிட் இருக்கு. அளவுக்கு அதிகமாப் போச்சுன்னா உடனடியா சிக்னல் கொடுத்து மைன்ஸை மூடணும்''

''மீத்தேன் அதிகமாப் போச்சுன்னா என்ன ஆகும்?''

''என்ன ஆகும்? உள்ளே இருக்கற வொர்க்கர்ஸ் எல்லாம் மூச்சு விட மறக்க வேண்டியதுதான்'' மகேஷ்பாபு சரசரவென்று நடந்தான். சரிவில் சந்துருவுக்குப் பழக்கம் இல்லாமல் அங்கங்கே பிடித்துக் கொள்ள

வேண்டியிருந்தது. சாதாரண பள்ளம் மாதிரி தெரிந்த இடத்தில் இருந்து கீழே எவ்வளவு தூரம் தோண்டியிருக்கிறார்கள்? ஏழடி உயரம், ஐந்தடி அகலத்துக்கு பாதை சீராக வெட்டப்பட்டிருந்தது. கட்டடம் கட்டும் இடங்களில் உள்ளது போல் சாரக்கட்டைகளை மண் சரியாமல் இருக்க வைத்திருந்தார்கள். அவ்வப்போது எதிரில் வரும் ஆட்களுக்கு ஒதுங்கி வழிவிட வேண்டி இருந்தது. மகேஷ்பாபு எதிரில் வந்த ஒருவரையும் விடாமல் எதாவது ஆணையிட்டுக் கொண்டே இருந்தான். ''அங்கே சாரம் சரியா இல்லை.. புதுசாக் கட்டச் சொல்லு'' என்றோ, ''புது சுவருக்கெல்லாம் சுண்ணாம்பு அடிக்க ஆளனுப்பு'' என்றோ.

''எதுக்கு சுண்ணாம்பு?''

''வெள்ளைக் கலரா அடிச்சா கொஞ்சமாவது வெளிச்சம் ரி∴ப்ளெக்ட் ஆகும் இல்லையா?''

பத்து நிமிடத்துக்கும் மேல் நடந்திருப்பார்கள் நீண்டு கொண்டே இருந்த சுரங்கத்தில். இருட்டில் பாதைகள் சரியாகத் தெரியவில்லை. தலையில் வந்த டார்ச் ஒரு சிறிய வட்டத்தை மட்டுமே வெளிச்சமாக்கியது. பாதைகள் பிரிவதையும் அவற்றில் மகேஷ்பாபு ஒரு வழியைத் தேர்ந்தெடுப்பதையும் பார்த்த சந்துருவுக்கு சிறுவர் மலரில் 'பூனைக்கு எலியைப் பிடித்துக் கொடு' ஞாபகம் வந்தது. நிச்சயம் நம்மால் தனியாகத் திரும்பிப் போக முடியாது. இவ்வளவு தூரம் வந்திருக்கிறோம், ஒரு வொர்க்கரையும் காணோமே? எங்குதான் நிலக்கரி வெட்டுகிறார்கள்? ஒரு பாதை பிரியும்போது 104/8 என்று எழுதி இருந்ததைக் கவனித்தான்.

''இந்த நம்பருக்கு என்ன அர்த்தம்? 104 மீட்டர் கீழே வந்துட்டோம்னா?''

''104 மீட்டரா? 104 அடி கூட வரலை. அந்த 104 க்கு வேற அர்த்தம். இந்த இடத்துல காற்றோட அழுத்தம் 104 கிலோபாஸ்கல்''

சந்துருவுக்குப் புரியவில்லை.இங்கே காற்றே இல்லையே.

''இது அட்மாஸ்பெரிக் அழுத்தம். பொதுவா தரை அளவுல 100 கிலோபாஸ்கல் இருக்கும். கீழே இறங்க இறங்க ப்ரஷர் அதிகம் ஆகும்.

ப்ளேன்லே போனா வெளி அழுத்தம் குறையுது, இல்லையா? அது போலதான்''

'அதை எதுக்கு இங்கே எழுதி வைக்கணும்?''

''அதுதான் ஆக்சுவலா எவ்ளோ ஆழத்துல இருக்கோம்னு தெரிஞ்சுக்க ஒரு இண்டிகேஷன். ஏறத்தாழ 80 அடி ஆழம்.''

80 அடி ஆழத்துக்கா இவ்வளவு தூரம் நடந்தோம்? ''கரி எங்கே எடுக்கறாங்க?''

''இன்னும் ஒரு இருபது அடி போகணும்''

சந்துருவுக்கு மூச்சு விடுவதில் சிரமம் இருந்தது. கையைக் காலை ஆட்ட முடியாத குழி காரணமா, மீத்தேன்தான் கசிகிறதா தெரியவில்லை.

''ஹை ரிஸ்க் ஏரியா சந்துரு இது'' மகேஷ்பாபு மீட்டரைக் காட்டினான். ''ரெட்டுக்கு எவ்ளோ கிட்ட போயிருச்சு பாருங்க''

''அப்படின்னா மைன்ஸை மூடணும், இல்லையா'' சந்துருவுக்கு பேசும்போதும் வார்த்தை அடைத்து அடைத்து வந்தது.

''தேவையில்லை. அடுத்த திருப்பத்துல வெண்டிலேஷன் இருக்கு. சீக்கிரமா போயிடலாம் வாங்க''

கிணறு போல் இருந்தது அந்த ஓட்டை. மேலே தொலைதூரத்தில் ஒரு வெளிச்சப் புள்ளி.

''இப்போ எங்கே இருக்கோம் தெரியுமா?''

எனக்கு எப்படித் தெரியும்? இருட்டில் குருட்டுப்பூனை போல உன்னுடன் நடந்துகொண்டிருக்கிறேன்.

''உச்சிடிலே ஒரு டீக்கடைலே டீ சாப்பிட்டேன்னு சொன்னீங்க்ளே.. அதுக்கு நேர் கீழே!''

16

கிணறு மாதிரி இருந்த இடத்தில் ஆழத்தில் இருந்தார்கள் சந்துருவும் மகேஷ்பாபுவும். 80 அடிக்கு மேல் தெரிந்த சிறு வெளிச்சம் உச்சிடி கிராமமா? இந்தச் சுரங்கத்துக்குள் நுழைந்து திரும்பிய திருப்பங்களில் சந்துருவுக்கு எல்லா புவியியலும் மறந்து போய்விட்டிருந்தது. காற்று சுழல் காற்றைப் போல் சுற்றியது, வீரியம் இல்லாமல். ஆனால் சுலபமாக மூச்சு விட முடிந்தது.

"இவ்வளவு தூரம் வந்துவிட்டோம், வொர்க்கர்களையே காணோமே? எங்கேதான் நிலக்கரி வெட்டுகிறார்கள்?"

"இன்னும் கொஞ்ச தூரத்தில்தான்.சாரி.. என்னால வழியில பேச முடியலை. இந்த இடத்துக்காக வெயிட் பண்ணிகிட்டிருந்தேன்." என்றான் மகேஷ்பாபு. சந்துரு இப்போதுதான் கவனித்தான் மகேஷ்பாபுவுக்கு மூச்சிறைப்பு இருப்பதை.

"என்ன ப்ராப்ளம் மகேஷ்?"

‘‘ஆஸ்த்மா.. பயப்படற அளவுக்கெல்லாம் இல்லை. ஆனா இங்கே வந்தா அதிகமாயிடுது.’’ சந்துருவுக்கு என்ன சொல்வது என்று தெரியவில்லை. இதுதான் அவன் வேலை. மருந்து சொல்வதா மாற்று வேலை சொல்வதா?

‘‘எனக்கு மட்டும் இல்லை. இந்த அமைப்பே சரி இல்லை. இந்த சுரங்கத்துல மட்டும் எத்தனை இடத்துல மீத்தேன் வால்யூ பார்டர்லே இருக்கு தெரியுமா?’’

‘‘அதிகமா இருந்தா என்ன பண்ண முடியும்?

‘‘சிம்பிள் வேலைதான்.. இன்னும் ஒண்ணு ரெண்டு வெண்டிலேட்டர் ஷாஃப்ட் வேணும்.’’

சந்துருவுக்கு உரையாடல் பழக்கப் பட்ட திசைக்குச் செல்வதாகத் தோன்றியது. வெண்டிலேட்டர் ஷாஃப்ட் என்பது நாம் இப்போது நிற்பது போன்ற ஆழமான கிணறு. இந்தக் கிணறின் ஆரம்பம் உச்சிடி டீக்கடை. இன்னும் கிணறு என்றால் இன்னும் நிலம்,

மகேஷ்பாபு இப்போது சாதாரணமாகி விட்டிருந்தான். ‘‘சேச்சே அதெல்லாம் இல்லை. வெண்டிலேட்டர் ஷாப்ட் வெட்ட நிலம் தரமாட்டேன்னு யாரும் சொல்ல மாட்டாங்க. அதுவும் இல்லாம கவர்மெண்ட் நிலத்திலேயே கூட பண்ணிக்கலாம்.’’

‘‘பிறகென்ன ப்ராப்ளம்?’’

‘‘பாலிஸி டெசிஷன். இந்த மைன்ஸை மூடறதுக்கு திட்டம் போட்டிருக்காங்க’’

‘‘ஏன் கரி இல்லையா?’’

மகேஷ் பதில் சொல்வதற்கு முன் கடமுடா என்று ரயில் ஓடுவது போல சத்தம் கேட்டது. இதுவரை இவர்கள் மூச்சு சத்தத்தைக் கூட கேட்கும் அளவுக்கு இருந்த அமைதியை இந்தச் சத்தம் கிழிக்க, தூக்கிவாரிப் போட்டது. சிறு சத்தமும் பலமுறை எதிரொலிக்கும் குழி அமைப்பு வேறு. சில நிமிடங்கள் தேவைப்பட்டன சந்துரு சாதாரண நிலைக்கு வருவதற்கு.

"ரயிலா ஓடுகிறது இந்தக் குழிக்குள்ளே?"

"ஆமாம். காட்டுகிறேன் வாருங்கள்" சிறிது தூரத்திலேயே நிறைய மனிதர்கள் தென்பட்டார்கள். சின்னதான ரயில்பாதை தெரிந்தது. மீட்டர் கேஜோ ப்ராட் கேஜோ இல்லை. மிகச் சிறியது. ஒரு அடிக்கும் குறைவான அகலத்தில். அதற்கு மேல் நான்கைந்து பெட்டிகளும் இருந்தன. இரண்டுக்கு இரண்டடி இருக்கும், வாயகன்ற பெட்டி. சுரங்கத்தின் முடிவு வந்துவிட்டது போலிருக்கிறது. ஆட்கள் சுரங்கச் சுவரை மண்வெட்டியால் வெட்டித் தள்ளிக் கொண்டிருந்தார்கள், இன்னும் சிலர் அவர்கள் வெட்டிப்போட்டதை வாரி ரயில் பெட்டிகளில் போட்டுக் கொண்டிருந்தார்கள்.

வெண்டிலேட்டரில் இருந்து வெளியே வந்ததில் இருந்தே மகேஷ்பாபு ஒன்றும் பேசவில்லை. ஏன், அங்கே சுரங்கத்தில் இருந்தவர்கள் கூட ஒரு வார்த்தைகூடப் பேசாமல் வேலை செய்து கொண்டிருந்தார்கள். பேசத் தேவை ஏற்படும்போதும் சைகைகளைத்தான் காட்டிக் கொண்டிருந்தார்கள்,

வெட்டிக் கொண்டிருந்தவன் சைகை காட்ட அள்ளிப் போட்டுக் கொண்டிருந்தவன் ரயில்பெட்டிக்கு அடியில் குனிந்து ஒரு கம்பியை இழுத்தான். சந்துரு இப்போதுதான் கவனித்தான் ரயில்பாதைக்கு இணையாகக் கூடவே ஒரு கம்பியும் ஓடிக்கொண்டிருந்ததை.

ரயில்பெட்டி அசைய ஆரம்பித்தது. ஓடவில்லை. முதலில் சோம்பல் முறிப்பது போல் கொஞ்சம் ஆடியது. சுற்றி இருந்தவர்கள் அனைவரும் தள்ளி நின்றுகொள்ள, ஒருவன் மட்டும் மீண்டும் கம்பியை இழுத்தான். ரயில்பெட்டி மேல்நோக்கி தடதடவென்று ஓட ஆரம்பித்தது.

ஒரு நிமிடம்தான் ஆகி இருக்கும். ரயில்பெட்டிகள் மீண்டும் திரும்பி வந்த சத்தம் கேட்டது. காலிப் பெட்டி போலத்தான் தோன்றியது. தொழிலாளி ஒருவன் குனிந்து பெட்டியில் இருந்து சாமான்களை எடுத்து வெளியே போட்டான். தண்டவாளங்கள், கம்பிகள். சுறுசுறுப்பாக தண்டவாளங்களை முன்பே இருந்தவற்றுடன் இணைத்தார்கள். கம்பியையும்.

ரயில்பெட்டிகளை மட்டுமே இருட்டில் பார்த்துக் கொண்டிருந்த சந்துருவுக்கு திடீரென சந்தேகம் வந்தது. எப்படி ஓடுகிறது இந்த ரயில்? மகேஷ்பாபுவிடம் கேட்டான். அவன் பேசாமல் ஒரு மண்வெட்டியை எடுத்து ரயில் பாதை நடுவே தட்டிக் காட்டினான். ஓ.. இரும்புக் கயிறு. விஞ்ச் போலச் செயல்படுகிறது. கம்பியை இழுப்பது மேலே உள்ள விஞ்ச் ஓட்டுபவர்க்கு சிக்னல். கொஞ்சம் சுரங்கம் முடிந்ததும் ரயில்பாதை தீரத் தீர மேலிருந்து தண்டவாளங்களை அனுப்புவார்கள் போலிருக்கிறது.

மகேஷ்பாபு சந்துருவைத் தொட்டு 'போகலாமா' என்று சைகை காட்டினான்.

திரும்பும்போது பாதை இன்னும் நீளம் அதிகமாகி இருந்தது போலத் தோன்றியது. ஒவ்வொரு திருப்பத்திலும் இதோ வெளிச்சம் தெரிந்துவிடும் தெரிந்துவிடும் என்று எதிர்பார்த்து ஏமாந்தான். எத்தனை திருப்பம் என்று வரும்போதே எண்ணி வைத்திருக்க வேண்டும் .

ஒருவழியாக மேலே வந்ததும் பேட்டரியையும் ஷூவையும் கொடுத்துவிட்ட பிறகு சந்துரு உடம்பில் எடையே இல்லாமல் மிதப்பது போல உணர்ந்தான். மகேஷ்பாபு பெருமூச்சு விட்டான். ''இப்போது கேளுங்கள் உங்கள் கேள்விகளை''

''மூடப்போறாங்கன்னு சொன்னீங்க இல்லை?''

''இல்லை. மூட ஆசைப்படறோம்னு சொன்னேன். மூடறதுதான் நல்லது.'' தண்ணீரை எடுத்துச் சரித்துக் கொண்டான். ''இது ஒரு வெள்ளை யானை சுரங்கம். வெறும் செலவுதான்.''

''ஏன்? நிறைய நிலக்கரி இருக்கறாப்பலதானே தெரியுது?'' ஜீப் வந்துவிட்டது. ஏறி அமர்ந்த பின் மகேஷ்பாபு தொடர்ந்தான்.

''யார் இல்லைன்னு சொன்னாங்க? இன்னும் 200 வருஷத்துக்கு ரிசர்வ் இருக்கு. அதுவும் இந்த வேகத்துல எடுத்தா 2000 வருஷம்கூட தாங்கும். பிரச்சினை அங்கேதான். அண்டர் கிரவுண்ட் மைனிங்லே உற்பத்தி எப்பவும் கம்மியாதான் இருக்கும். இங்கே பாத்தீங்கன்னா.. நாப்பது பேர் வேலை பாக்கறாங்க, நாளெல்லாம் பார்த்தும் 100- 150

டன் கூட வராது. இதே ஓப்பன் மைனா இருந்தா லட்சம் டன் சாதாரணமா கிடைக்கும்."

"ஏறத்தாழ ஆயிரம் மடங்கு" ஆச்சரியப்பட்டான் சந்துரு.

"80 அடி ஆழம்தான் இந்த சுரங்கமே இப்போதைக்கு. இவ்ளோ கம்மி ஆழத்துக்கு எல்லாம் அண்டர் கிரவுண்ட் மைனிங் இங்கே மட்டும்தான் நடக்கும். எவனோ ஒரு ஜியாலஜிஸ்ட் கிராமத்துல கை வைக்காம புத்திசாலித்தனமா யோசிச்சு செஞ்ச ஐடியா இந்த சுரங்கம். பட்ஜெட்டும் சிக்கனம். எந்த மெஷினும் வாங்க முடியாது. சேஃப்டி இன்ஸ்ட்ருமெண்ட்ஸ்கூட வாங்க முடியாது. எவ்ளோ ரிஸ்க்கு தெரியுமா இங்கே சும்மா உள்ளே போய்ட்டு வர்றதே?"

"எல்லா அண்டர் கிரவுண்ட் மைனும் இப்படித்தானா?"

"சேச்சே.. உள்ளேயே லாரி போய் வர மாதிரி சுரங்கம் எல்லாம் கூட இருக்கு. இது ஒரு பைத்தியக்கார கல்யாணச் சுரங்கம்"

சந்துருவுக்குப் புரியவில்லை.

"பழைய கதை சார். பைத்தியக்காரனுக்கு கல்யாணம் ஆனா பைத்தியம் சரியாப் போயிடும். ஆனா பைத்தியத்துக்கு யாரு பொண்ணு கொடுப்பாங்க? அது மாதிரிதான், இந்த சுரங்கத்துல ப்ரொடக்ஷன் அதிகமானாதான் பட்ஜெட் அதிகம் ஆகும். பட்ஜெட் அதிகம் பண்ணாம ப்ரொடக்ஷன் ஏறாது."

"யாரும் இதையெல்லாம் யோசிக்கலையா?"

"யோசிக்காம என்ன? குழந்தைக்குக் கூட சொல்யூஷன் என்னன்னு தெரியும். ஒரு பாம் வச்சு 80 அடியையும் வெடிச்சுட வேண்டியதுதான். அப்புறம் சாஹஸ் மெயின் மைன்ஸோட இதையும் சேர்த்து திறந்தவெளி ஆக்கிட்டா எல்லா பிரச்சினையும் சால்வ்ட். "

சந்துருவுக்கு வர்மா தன்னை ஏன் இங்கு அனுப்பினார் என்பது புரிந்தது. கிராமம் ஏன் தேவைப்படுகிறது என்பதற்கான அத்தனை காரணங்களையும் எடுத்து வைக்கிறார்.

கொஞ்சம் நேரம் அமைதிக்குப் பிறகு ''மதியம் சாப்பாடு சொல்லிட்டீங்களா வார்டன்கிட்டே?'' என்றான் மகேஷ்பாபு.

அப்போதுதான் பசியை உணர்ந்தான் சந்துரு. ''சொல்லணுமா? தெரியாதே''

ஜீப் சாஹஸ் மோட் ஐ நெருங்கியதும் மகேஷ்பாபு ட்ரைவரிடம் சொன்னான் ''நாங்கள் இங்கேயே இறங்கிக்கறோம். சாப்டுட்டு ஹாஸ்டலுக்கு நடந்தே போய்க்கலாம்''

அதே ஹேப்பி ரெஸ்டாரண்டா? உள்ளே சென்று அமர்ந்தார்கள். பகலில்கூட தண்ணீருக்கும் பியருக்கும் வித்தியாசம் தெரியாத இருட்டு.

''தால் தட்க்கா சாப்பிடுங்க. இங்கே நல்லா இருக்கக்கூடிய ஒரே ஐட்டம் அதுதான். இந்த ஹோட்டலுக்கு வந்திருக்கீங்களா?'' மகேஷ்பாபுவுக்கு அன்று நடந்ததெல்லாம் தெரியாதில்லையா?

''இன்னொரு பியர் கொண்டு வா'' உள்புறத்தில் இருந்து சத்தம் கேட்டது. இவர்களைத் தவிரவும் ஆட்கள் இருக்கிறார்களா என்ன? சந்துரு திரும்பிப் பார்த்தான்.

உள்ளே லோபோ தந்தூரி சிக்கன் காலைப் பிய்த்துக் கொண்டிருந்தான்.

17

லோபோதானா அது? இருட்டில் சந்துருவுக்குச் சரியாகத் தெரியவில்லை. ஆனால் அந்தக் குரல் நிச்சயமாக ஏற்கனவே கேட்டிருந்த குரல். இந்த ஊரில் எத்தனை பேரை அவன் பார்த்துவிட்டான், குரலில் குழப்பம் ஏற்பட?

தலைமறைவாய் இருக்கிறான் என்று பட்நாயக்கும் வர்மாவும் சொன்னது நினைவுக்கு வந்தது. இதுதான் தலைமறைவா? இவர்கள் டவுன்ஷிப்புக்கு உள்ளேயே, இருக்கும் ஒரே ஒரு ஹோட்டலில், அதுவும் அவன் வழக்கமாகச் செல்லும் ஹோட்டலில் வசதியாக சாய்ந்து உட்கார்ந்து கொண்டு பியர் அடித்துக்கொண்டு.. தலைமறைவாக இருப்பது என்ற வார்த்தையையே கேலியாக்கிக் கொண்டு இருக்கிறான்.

மகேஷ்பாபுவிடம் மெல்லிய குரலில் பேசினான். "அது லோபோதானே?"

மகேஷ்பாபு, "இந்த ஆளை இங்கே அடிக்கடி பார்த்திருக்கிறேன். ஆனால் பெயரெல்லாம் தெரியாது. இவன்தான் லோபோவா?" என்று திருப்பிக் கேட்டான். சரிதான்.

வர்மாவிடம் சொல்ல வேண்டுமா? அவருக்கு லோபோ இங்கே இருப்பது தெரியாமல் இருக்கும் எனத் தோன்றவில்லை. சின்னச் சின்ன விஷயங்களைக் கூட அவர் காதுக்கு எடுத்துச் செல்லும் கண்ணுக்குத் தெரியாத உளவாளிகள் நிறைந்த இந்த டவுன்ஷிப்பில் இவ்வளவு பெரிய விஷயம் அவருக்குத் தெரியாமலா இருக்கும்?

சாப்பிட்டுவிட்டு ஹாஸ்டலுக்கு நடக்கும்போது பேசாமல் குழப்பத்தோடே நடந்தான். இதுதான் லோபோ என்றால், நான் என்ன செய்யவேண்டும் இப்போது? போலீஸிடம் சொல்லலாமா? போலீஸ் என்பது யார்? முன்னால் இருந்த செத்துப்போன போலீஸா, இப்போது வந்திருக்கும் ஆர்ம்டு ரிஸர்வ் போலீஸா? வர்மாவிடமே சொல்லி நல்ல பெயர் எடுத்துக் கொள்ளலாமா?

இவன் என்னை ஏதாவது செய்வானா? இப்போது ஹோட்டலில் நிச்சயம் பார்த்திருப்பான். பேசாமல்தான் சாப்பிட்டார்கள். முன்பு பிரச்சினை வந்தபோதுகூட சந்துரு எதுவும் பேசவில்லை. அவன் குரல் லோபோவுக்குத் தெரிந்திருக்காது. உருவம் ஞாபகம் இருக்குமா? அடையாளம் தெரிந்திருக்குமா? தெரிந்தாலும் எனக்கும் அவனுக்கும் என்ன பகை? ஏன் என்னை ஏதும் செய்யப் போகிறான்?

மகேஷ்பாபுவிடம் சொன்னதில் எந்தப் பிரயோஜனமும் இல்லை. அவனுக்குத் தெரிந்ததெல்லாம் மைன்ஸ், பாதுகாப்பு, வேலை நேரம்.. கண்ணைக்கட்டி விட்ட குதிரை போல எந்த அரசியலும் தெரியாமல் வாழ்கிறான். ''உங்க இஷ்டம் சந்துரு.. சொல்றதுன்னா சொல்லிக்கங்க, இல்ல, கமுக்கமா இருக்கணுமா? அப்படியே இருங்க'' அருமையான அட்வைஸ் தருகிறான்.

ஜி. எம். ஆஃபீஸ் வளாகம் மதியநேரத் தூக்கத்தில் இருந்தது. எந்த நடமாட்டமும் இல்லாமல் பார்க்கிங் ஏரியாவில் எந்த ஜீப்பும் உறுமாமல் டீக்கடையும் மூடிக்கிடந்தது. ஹாஸ்டலிலும் யாரும் இல்லையா, எல்லாரும் தூங்குகிறார்களா என்று தெரியாத அமைதி நிலவியது. பட்நாயக்கிடம் கேட்டுப் பார்க்கலாம். அவன் கோல் இந்தியா இல்லைதான், ஆனால் அவனுக்கு ஓரளவுக்கு இந்தப் பிரதேசத்தின்

பிரச்சினைகள் தெரிந்திருக்கிறது. மகேஷை விட நிச்சயமாக அதிகம் தெரிந்திருக்கிறது.

அறைக்கதவு பூட்டியிருந்தது. பட்நாயக் இன்னும் வேலை முடிந்து வரவில்லை. என்ன செய்வது? இர்விங் வாலஸை எடுத்துப் புரட்டினான். மனம் படிப்பதில் செல்லவில்லை. தொலைதூரத்தில் ஃபோன் அடிக்கும் சத்தம் கேட்டது.

இரண்டொரு நிமிடங்களில் வார்டன் ஓடிக்கொண்டு வந்தான். ''சந்துரு சாப்.. உங்களுக்கு ஃபோன்''

ஃபோன் அதன் நிலையில் இல்லாமல் வெளியே தொங்கிக்கொண்டு இருந்தது. காதில் வைத்தால் க்கூம் க்கூம் என்றது. கட் ஆகிவிட்டிருக்கிறது. மாட்டியவுடன் ரிங் அடித்தது.

''ஹலோ.. மிஸ்டர் சந்துருவைக் கூப்பிட்டீர்களா?'' பெண்குரல். சந்துருவுக்கு ஆச்சரியம். இங்கே எந்தப் பெண் என்னைக் கூப்பிடப்போகிறாள்?

'சந்துருதான் பேசுகிறேன். நீங்கள்?'

''வந்துவிட்டீர்களா? இரண்டு வாரங்களாக ஆளையே காணோம்'' என்றது குரல். தீபா!

''நீங்கள் யாரென்று..'' இழுத்தான் சந்துரு. அவள் வாயாலேயே சொல்லட்டுமே.

''இங்கே நீங்கள் வந்து ஒரு மாதம் கூட ஆகவில்லை. அதற்குள் குழப்பம் ஆகும் அளவுக்குப் பெண் சினேகிதங்களா? நான் தீபா.. உச்சிடி கிராமம்; உங்கள் பேப்பர்களைக் கொடுத்தேனே'' சிரித்தாள். வழுக்கியது குரல்.

''அதெல்லாம் ஒன்றும் இல்லை. திடீரென ஃபோன் வந்ததால் குழம்பிவிட்டேன். எந்த ஊரில் இருந்து வந்ததோ..என் அக்காவாகக் கூட இருக்கலாமே''

"நல்ல பையன்தான். நம்பிவிட்டேன். உங்களைப் பார்க்கணுமே" உடனே விஷயத்துக்கு வந்துவிட்டாள்.

"பார்க்கலாமே.. எங்கே?"

"ஜி. எம். ஆஃபீஸுக்குப் பின் பக்கமாக ஒரு காட்டுவழி - சுருக்குவழி இருக்கிறது தெரியுமா? அங்கே வருகிறீர்களா?" வர்மா அந்தப்பக்கம்தானே போகக்கூடாது என்று சொன்னார்.

"வருகிறேன். எவ்வளவு நேரத்தில்?" சந்துருவுக்கு வர்மா சொன்னதைவிட தீபாவைச் சந்திப்பதில் ஆர்வம் அதிகமாக இருந்தது.

காட்டுவழிக்குக் கிளம்பும்போது மணி பார்த்தான். நான்காகி விட்டிருந்தது. இன்னும் எவ்வளவு நேரம் சூரிய வெளிச்சம் இருக்கும்?

பாதை ஆரம்பத்திலேயே ஸ்கூட்டியைப் பார்த்தான். ரொம்ப தூரமாக இருக்காது. பக்கத்தில்தான் இருப்பாள். காட்டின் மரங்களுக்கு இடையே நீல சல்வார் கம்மீஸ் தெரிந்தது. ஒரு பாறையில் அமர்ந்திருந்தாள்.

சந்துருவுக்கு குறுகுறுப்பாக இருந்தது. இந்தச் சுரங்கம், நில ஆர்ஜிதம் பிரச்சினைகள் எல்லாம் இல்லாமல் இருந்திருந்தால் இந்தச் சந்திப்பு எவ்வளவு சுகமானதாக இருந்திருக்கும்? அழகாக இருக்கிறாள். அறிவாக இருக்கிறாள். காதலுக்குப் பல சாத்தியங்களும் மறைவிடங்களும் கொண்ட ஊர். ஆனால் பேசப்போவது என்னவோ காம்பன்சேஷனும் மாற்று நிலமும்தான். சந்துருவுக்குத் தன் சூழ்நிலை மேல் கோபம் வந்தது.

"தீபா.. எப்படி இருக்கிறீர்கள்?" குரல் கேட்டுத் திரும்பினாள். பளிச்சென்று இருந்தாள். விசேஷமாக அலங்கரித்துக் கொண்டு வந்திருக்கிறாள் போலத் தோன்றியது. ஏன்?

"சந்துரு.. அன்று போலீஸ் ஸ்டேஷனில் பார்த்தது. எங்கே போய்விட்டீர்கள்?"

'ராஞ்சிக்கு.. ஒரு வேலை இருந்தது."

"பொய் சொல்லாதீர்கள். வர்மா அனுப்பிவிட்டார் என்று சொல்லுங்கள்" எல்லாம் தெரிந்துதானே இருக்கிறது? பிறகு ஏன் கேள்வி?

ராம்சுரேஷ் 113

சந்துரு பதில் சொல்லவில்லை. அவளையே பார்த்தான். அவள் பார்ப்பது தெரிந்ததும் கண்ணை; திசை மாற்றினான்.

"லோபோ சொன்னான். உங்களை ஹோட்டலில் பார்த்ததாக. உடனே வண்டி எடுத்துக் கொண்டு வந்துவிட்டேன்." உடனே? மறுபடியும் சந்துருவுக்கு தன் வேலை மேல் கோபம் வந்தது. உடனே வந்திருக்கிறாள் என்றால் வேலை விஷயம்தான். அது மட்டும் இல்லாமல் இருந்தால் உடனே வந்ததற்கு ஆயிரம் மகிழ்ச்சியான அர்த்தங்கள் இருந்திருக்கும். இப்போது? உப்புசப்பற்ற பேச்சு வார்த்தை.

"லோபோ? அவர் தலைமறைவாக இருப்பதாகச் சொன்னார்களே?" தானும் பார்த்ததை வெளிக்காட்டிக்கொள்ள வேண்டாம் இப்போதைக்கு.

"தலைமறைவா? அவன் என்ன செய்தான் தலைமறைவாகப் போவதற்கு?"

"பேப்பரில் பார்த்தேனே.. போலீஸ் ஸ்டேஷனை எரித்ததற்குத் தேடுகிறார்கள் என்று.."

"தேட வேண்டுமா? வீட்டுக்கு வந்து கதவைத் தட்டினால் போதாதா? எல்லாரும் விளையாடுகிறார்கள். போலீஸுக்கும் நடந்தது என்ன என்று தெரியும். அன்று கொளுத்தியது கிராம மக்கள் கிடையாது. நாங்கள் அமைதிப் போராட்டம்தான் நடத்தினோம். கொளுத்தியது, இன்ஸ்பெக்டரைக் கொன்றது எல்லாம் யூனியன்தான்.. எல்லாம் அவர்களுக்கும் தெரியும். பேப்பரில் வந்ததையெல்லாமா போலீஸ் நம்புவார்கள்?"

சந்துருவுக்குக் குழம்பியது. என்னதான் நடக்கிறது இங்கே? போலீஸ் யூனியன் ஆசாமிகளையும் பிடித்ததாகத் தெரியவில்லை. இவனையும் தேடவில்லை என்றால் மூன்று உயிர்களுக்கு யார்தான் பதில் சொல்வார்கள்?

தீபா தொடர்ந்தாள். "யூனியன் ஆசாமிகளையும் பிடிக்க முடியாது. அவர்கள் பேரில் கேஸ் இல்லை. லோபோ பேரில் கேஸ் இருக்கிறது,

ஆனால் அதில் உண்மை இல்லை. அவ்வளவுதான். இன்னும் ஒரு வாரத்தில் எல்லாரும் எல்லாவற்றையும் மறந்துவிடுவார்கள்.''

ராஞ்சியில் படித்த பேப்பர்கள் ஞாபகம் வந்தது. எத்தனை கொலை கொள்ளை செய்திகள் படித்தோம். ஆனால் கைது செய்தார்கள், தூக்கில் போட்டார்கள் என்று ஒரு செய்தியும் இல்லை. அவ்வளவுதான் சட்டம் ஒழுங்கு போலிருக்கிறது.

தீபா பேச்சை நிறுத்தவே இல்லை. ''வர்மா உங்களிடம் பல விஷயங்கள் சொல்லி இருப்பார். நாங்கள் முரட்டுத் தனம் செய்கிறோம். நாட்டு நலன், தேச நலன் என்றெல்லாம்.. உண்மைதானே?''

அந்தக் கொக்கிக்கு சந்துரு என்ன பதில் சொல்வது என்று யோசித்தான்.

''நீங்கள் நடுநிலையான ஆசாமியாக இருந்தால் நாங்கள் ஏன் நிலம் தர மறுக்கிறோம் என்பதைத் தெரிந்துகொள்ள ஆசைப்படுவீர்கள், இல்லையா? இல்லை நீங்களும் வர்மா ஷர்மா வகையறாதானா?''

''தெரிந்து கொள்ள ஆசைப்படுகிறேன்தான். ஆனால் நான் என்ன செய்ய முடியும் என்று..'' இழுத்தான் சந்துரு.

''நிறைய செய்யலாம். நான் சொல்லித் தருகிறேன் என்ன செய்யமுடியும் என்று..முதலில், என் அத்தை மகனிடம் பேசுவதில் ஆரம்பிக்கலாம்''

இரண்டு மரங்கள் தாண்டி நின்றிருந்த லோபோ சந்துருவை விரோதமாகப் பார்த்துக்கொண்டு வந்தான்.

18

சந்துருவின் இதயத்துடிப்பு அவனுக்கே கேட்டது. லோபோவைச் சந்திப்பது தவிர்க்க முடியாததுதான். வர்மா சொன்னபடி இவன் வேலையே லோபோ மாதிரி ஆட்களைச் சந்தித்து சமாதானப் படுத்துவதுதான்.

இருந்தாலும் தீபா லோபோவை அழைத்ததில் இருந்த எதிர்பாராத நாடகத்தன்மையும், விருட்டென்று விரோதப்பார்வையுடன் அவன் காட்டில் இருந்து வெளிவந்ததும் சந்துருவை அதிர்ச்சிக்கு உள்ளாக்கியது. இவ்வளவு நேரம் பேசிக் கொண்டிருந்ததை எல்லாம் கேட்டிருப்பானா? நான் எதாவது வழிந்தேனா?

லோபோ நேரடியாக சந்துருவிடம் வந்தான். "இவனா? இவனை நான் பார்த்திருக்கிறேனே.. அந்த ஹோட்டலில் கடாமுடா என்று கத்திக் கொண்டிருந்தது நீதானே?" நானா? நான் ஒரு வார்த்தைகூட பேசவில்லை அன்று.

சந்துருவுக்கு என்ன பேச ஆரம்பிப்பது என்று புரியவில்லை. லோபோ கைகுலுக்கும் ஜாதியாகத் தெரியவில்லை. 'ப்ளீஸ்ட்

டு மீட் யூ' எல்லாம் இந்தச் சூழ்நிலையில் காமெடியாகத்தான் இருக்கும். அமைதியாகவே இருந்தான்.

''இவரா? ஹோட்டலில் கத்திக் கொண்டிருந்தாரா? இருக்காது லோபோ.. நீ வேற யாரையாவது பார்த்துக் குழம்பியிருப்பே''

சந்துரு சொன்னான் ''அவர் சொல்றது சரிதான். ஃப்ரெண்ட்ஸோட போயிருந்தேன். அவங்க சத்தம் போட்டாங்க'' மன்னிப்பு கேட்கும் தொனியில் அமைந்துவிட்டது சந்துருவுக்கே குற்றமாகப் பட்டது. இவனிடம் ஏன் மன்னிப்பு கேட்க வேண்டும்?

''சரி விடு. நீதான் புதுசா வந்திருக்க லாயரா? என்ன சொல்லி அனுப்பி இருக்கானுங்க உங்க ப்ராஜக்ட் ஆளுங்க'' லோபோவின் ஹிந்தியில் போஜ்புரி அதிகமா,இல்லை போஜ்புரியே பேசி தனக்கு ஹிந்தி மாதிரி தெரிகிறதா? யாருக்கும் அவன் மரியாதை கொடுப்பவனாகத் தெரியவில்லை.

''நான் இன்னும் க்ரவுண்ட் வொர்க்தான் செய்து கொண்டிருக்கிறேன்.இன்னும் ரெண்டு மூணு நாளில்தான் உங்களுக்கெல்லாம் என்ன ஆஃபர் செய்வது என்று முடிவெடுக்க முடியும்'' மரியாதையாகப் பேசுவோம். அப்போதாவது அவனுக்கு அவன் பேசுவதில் உள்ள மரியாதையின்மை புரிகிறதா என்று பார்க்கலாம்.

''நீ என்ன எங்களுக்கு தரப்போறே? நாங்க தராட்டா உங்களுக்குதான் திண்டாட்டம்.. அதைத் தெரிஞ்சுக்க முதல்ல'' கோபமாகவே பேசினான் லோபோ.

''லோபோ.. அடக்கமா பேசு. சும்மா எல்லாரையும் பகைச்சுகிட்டு பகைச்சுகிட்டுதான் நாம இந்த நிலைமைலே இருக்கோம். முதல்ல பேசவிடு, அப்புறம் நாம பேசலாம்.''நாய்க்குட்டியை சமாதானப்படுத்தும் தொனியில் சொன்னாள் தீபா.

''உங்களுக்கு என்னதான் பிரச்சினை லேண்ட் தரதிலே? அதை முதல்லே சொல்லுங்களேன். ஒண்ணு மட்டும் முதல்லேயே

சொல்லிடறேன். கவர்மெண்டுதா இருந்தா கோழிமுட்டையா இருந்தாலும் கல்லை உடைச்சுடும். உங்களுக்கு வேற வழி கிடையாது. இன்னிக்கு இல்லாட்டி நாளைக்கு நீங்க லேண்டைத் தந்துதான் ஆகணும்'' சந்துருவுக்கும் ஒருவழியாக தைரியம் வந்துவிட்டது.

தீபா பெருமூச்சு விட்டாள். ''அது எங்களுக்கும் தெரிஞ்சுதான் இருக்கு. ஆனா.. தவிர்க்க முடியாததா இருந்தாலும் எங்களுக்கு கொஞ்சமாவது நல்லதா நடக்கணும்னு எதிர்பார்க்கறது தப்பா?''

இருட்ட ஆரம்பித்துவிட்டது. இனி இங்கே அதிக நேரம் இருக்க முடியாது. ''நான் கிளம்பறேன்.. வேலை நிறைய இருக்கு'' என்றான் மையமாக.

''இருங்க ஒரு நிமிஷம்.'' என்ற தீபா லோபோவைப் பார்த்து ''அவர் சொல்றதுல உண்மை இருக்கு. நாமதான் பக்குவமா நடந்துக்கணும். அவர்கிட்டே மன்னிப்பு கேளு'' என்றாள்.

லோபோ கோபம் மாறாமலே விறைப்பாக நிற்க ,''முட்டாள்தனமா நடந்துக்காதே. அவங்க கிட்ட பவர் இருக்கு. உன்னை ஜெயில்ல கூட போடுவாங்க.. இப்பகூட இவர் என்ன சொன்னார் கவனிச்சயா? நீ தலைமறைவாய் இருக்கறதா வதந்தி கிளப்பி விட்டிருக்காங்க. எல்லாரையும் எதிரியாப் பாக்காதே. இவர் மட்டும் மனசு வச்சா நமக்கு நல்லது செய்யலாம்'' லோபோ முகம் சற்று முரட்டுத்தனம் குறைந்தது.

சும்மா சொல்லக்கூடாது. இந்த முரடனையும் அடக்கித்தான் வைத்திருக்கிறாள். இயல்பான தலைவி.

திரும்பி ஹாஸ்டல் பக்கமாக நடக்க ஆரம்பித்தான். லோபோவின் குரல் பின்னாலிருந்து கேட்டது ''அதுக்காக.. மன்னிப்பெல்லாம் கேக்க முடியாது. இவன் நல்லவன்னா நல்லவனா நடந்து காட்டட்டும்'' இவனிடம் நான் ஏன் நிரூபிக்கவேண்டும்?

தீபா பின்னாலேயே ஓடிவந்தாள். ''அவன் பேசறதை எல்லாம் பெரிசா எடுத்துக்காதீங்க. அவன் ஏன் இப்படிப் பேசறான்னு தெரிஞ்சா உங்களுக்கும் புரியும்.

சந்துரு வரவழைத்துக்கொண்ட கடுமையான தொனியில் பேசினான். "எனக்கென்னங்க போச்சு? நான் ஒரு சாதாரண ஸ்டாஃப். என்ன செய்யணும்னு என் மேலதிகாரிங்க சொல்றாங்களோ, அதைச் செய்யப்போறேன், அவ்வளவுதான்"

தீபா வேகமெடுத்து அவன் வழியை மறித்தாள். "இது உண்மை இல்லைன்னு உங்களுக்கும் தெரியும், எனக்கும் தெரியும். வர்மா உங்களுக்கு மேலதிகாரி இல்லை. நீங்க கல்கத்தாவுக்குதான் பதில் சொல்லணும். "Free and unbiased survey of facts and report back' இதுதான் உங்களுக்கு சொல்லியிருக்க வேலை" முதல் நாள் பேப்பர்களை இவனிடம் திருப்பிக் கொடுக்கும் முன் படித்துவிட்டிருக்கிறாள்.

"சரி, சைட் எடுக்காமதான் நான் ரிப்போர்ட் கொடுக்கணும். ஆனா எடுத்த எடுப்பிலேயே என்னை எதிரியா பாக்கறவங்ககிட்ட நான் எப்படி நடந்துக்கணும்? Unbiased சாத்தியமா சொல்லுங்க?" சத்தமாகவே சொன்னான்.

லோபோ மரத்தடியில் உட்கார்ந்திருந்தவன் இதைக் கேட்டதும் பாய்ச்சலாக ஓடிவந்து தீபாவைக் கோபமாகப் பார்த்தான். "இதுக்குதான் நான் சொன்னேன். இவனைத் தூக்கிட்டு காட்டுக்குள்ள பத்து நாள் வச்சிருந்தா அவங்களுக்கு நாம பேசறதைக் கேக்கறதை விட வேற வழி கிடையாதுன்னு.. நீதான் என்னவோ சமாதானம் அது இதுன்னு பேசினே.. இப்ப இவன் எப்படிப் பேசறான் பாத்தியா?"

சந்துருவுக்கு வந்திருந்த திடீர் தைரியம் எல்லாம் காலாவதியானது. கடத்துவார்களா? அதற்குத்தான் இங்கே வரச் சொன்னார்களா? ஹாஸ்டலின் விளக்கு தூரத்தில் தெரிந்தது. ஓடிவிடலாமா?

தீபா லோபோவிடம், "நீ முதல்ல அமைதியா இரு. உன்னை யாராவது இப்ப பேசச் சொன்னாங்களா? எதை எப்ப செய்யணும்னு எனக்குத் தெரியும்."

சந்துருவுக்கு திடீரென்று புலப்பட்டது. எல்லாமே இவள் நடத்தும் நாடகமாக ஏன் இருக்கக்கூடாது? இவனைத் தனியாக வரச்சொன்னது,

லோபோவைக் காட்டி அதிர்ச்சி கொடுத்தது, லோபோவைக் கடத்தல் பற்றிப் பேசி கிலி கிளப்பியது - தேர்ந்த திரைக்கதையாக இருக்கிறதே. இவளிடம்தான் கவனமாக இருக்கவேண்டும். இப்போதுகூட, கடத்தலுக்கு இது சரியான நேரம் இல்லை என்பதுபோலத்தான் சொல்கிறாளே ஒழிய முழுக்க சமாதானம் என்று சொல்பவள் போலத் தெரியவில்லை. சரியான கொள்ளைக் கூட்டத் தலைவி.

தீபா சந்துருவிடம் மன்னிப்பு கேட்கும் தொனியில் ''நான் என்ன என்னவோ நினைச்சு இங்கே உங்களை வரச் சொன்னேன். இந்த முரடனால எல்லாம் கெட்டுப் போச்சு. நீங்க நாளைக்கு காலைலே எங்க கிராமத்துக்கு வாங்க.. விரிவா பேசலாம்'' ஸ்கூட்டியை உதைத்து ஸ்டார்ட் செய்தாள். லோபோ அடக்கமாக பின்சீட்டில் உட்கார, கிளம்பிவிட்டார்கள்.

ஹாஸ்டலுக்கு நடக்கும்போது சந்துருவுக்கு எதையோ இழந்தது போலிருந்தது. வர்மா ஒரு குள்ளநரி என்றால் தீபாவும் எந்தவகையிலும் அதற்குக் குறைந்தவள் இல்லை. வர்மாவுக்கு அதிகாரமும் போலீஸும் தரும் உதவியை தீபாவுக்கு லோபோவும் மக்கள் கூட்டமும் தருகின்றன. இவளைக் காதலிக்கத் தோன்றிய எண்ணங்களை நினைத்து சந்துருவுக்குத் தன்மீதே வெறுப்பு ஏற்பட்டது. நிச்சயமாக இது பாதுகாப்பான இடம் இல்லை. பேசாமல் கல்கத்தாவுக்கே திரும்பிப் போய்விடலாமா? இதனால்தான் வேறு யாரும் இந்த வேலைக்கு வரவில்லையா?

ஹாஸ்டல் வாசலில் மேடான இடத்தில் ஹெட்லைட் போடாத ஜீப் உறுமிக்கொண்டிருந்தது. நெருங்கியதும்தான் தெரிந்தது வர்மாவின் ஜீப் என்று. வர்மா பேட்மிண்டன் கோர்ட்டில் மகேஷ்பாபுவுடன் பேசிக்கொண்டிருந்தார். இவனைப் பார்த்ததும் ''வாங்க சந்துரு.. வேட்டையாடப் போயிருந்தீங்களா காட்டுக்கு?'' என்றார். குரலில் கடுமை. வழக்கமான புன்சிரிப்பு இல்லை.

''இல்லை சார்.. சும்மா''

''வர வழியிலே ஸ்கூட்டியைப் பார்த்தேன். அந்தப் பூலான் தேவியும் காட்டில் இருந்துதான் வந்துகிட்டிருந்தா.'' இதுவரை வர்மா தீபாவைப்

பற்றிப் பேசி சந்துரு பார்க்கவில்லை. அவருக்கும் தெரியுமா யார் உண்மையான தலைவி என்று?

உண்மையைச் சொல்லிவிடுவதுதான் நல்லது. இங்கே தனக்கு பாதுகாப்பு என்று சொல்ல இவரைவிட்டால் ஆள் கிடையாது.

''ஃபோன் செய்திருந்தாள். சரி, என்னதான் சொல்கிறார்கள் என்று கேட்போமே என்று போயிருந்தேன்.''

''இப்படியெல்லாம் யாரிடமும் சொல்லாமல் எங்கேயும் கிளம்பாதீர்கள் சந்துரு. அவர்கள் மோசமானவர்கள். உங்களைக் கடத்திவைக்கக்கூட அஞ்ச மாட்டார்கள்'' அவர்களுக்கே தோன்றாவிட்டால்கூட இவர் சொல்லிக் கொடுத்துவிடுவார் போலிருக்கிறதே.

''மகேஷ்பாபுவிடம் சொல்லிக் கொண்டிருந்தேன். இனிமேல் தனியாக எங்கேயும் போகாதீர்கள். இவர் உங்கள்கூட எல்லா இடத்துக்கும் வருவார்.'' என்ற வர்மா சந்துருவை நோட்டம் விடுவது போல மேலிருந்து கீழ் பார்த்தார்.''அந்த லோபோவும் அவள்கூட இருந்தான் போலிருக்கிறதே''

அவனை இவரும் பார்த்திருக்கிறார். பின் ஏன் போலீஸிடம் சொல்லவில்லை?

''சந்துரு, நீங்கள் பேசவேண்டியது அவனிடம்தான். பூலான்தேவியை விட்டுவிடுங்கள்''

''அவனைப் போலீஸ் தேடவில்லை?''

''இன்னும் இல்லை. போலீஸிடம் ஸ்டேஷனை எரித்தது யார் என்று இதுவரை நம் ஆட்கள் சாட்சி சொல்லவில்லை. தேவைப்பட்டால்..'' பொறுமையாக காற்றுவராத பக்கம் திரும்பி சிகரெட்டைக் கொளுத்திக் கொண்டார்.

''தேவைப்பட்டால், அந்த சாட்சிகளை பூலான்தேவி பக்கம் திருப்பி, அவளைக் களி தின்ன வைக்கலாம்''

19

அதிகாலையிலேயே எழுந்துவிட்டது இன்னும் தூக்கம் கலையாமல் படுத்தியது சந்துருவுக்கு. ஜீப் வேறு போய்க்கொண்டே இருப்பது போலத் தோன்றியது. ஸ்பீடாமீட்டரை எட்டிப் பார்த்தான். 20க்கும் 30க்கும் நடுவே ஊசலாடியது. இந்த ஊரில் வேகம் என்பதே இவ்வளவுதானா? ரோடைப் பார்த்தால் காரணம் தெரிந்தது. குண்டு குழிகள் மட்டும் இருந்தாலும் வளைத்து வளைத்து ஓட்டிவிடலாம். ஒரு ஜீப்புக்கு மட்டும் சரியாக இருந்த அகலம். எதிரே எந்த வண்டி வந்தாலும் யாரேனும் ஒருவர் தார்ச்சாலையை விட்டுக் கீழிறங்க வேண்டி இருந்தது. இதில் 'நான் ஏன் இறங்கணும்? அவன் இறங்கட்டும்' போட்டிகளில் அங்கங்கே நின்று நின்று நகர்ந்தது.

இதுவரை போகாத பாதை. சாஹஸ்ஸில் இருந்து ராஞ்சி தான் இரண்டு மூன்று முறை சென்றிருக்கிறான் சந்துரு. இது வேறு பாதை. வழி முழுக்க நிலக்கரிச் சுரங்கங்கள். சாலையில் இருந்தே ஆரம்பித்த கிடுகிடு பள்ளங்கள். விட்டால் அடர்ந்த காடு.

வண்டியை ஓட்டிக் கொண்டிருந்த மகேஷ்பாபுவிடம் கேட்டான் ''இங்கே எல்லாமே வச்சா குடுமி, செரச்சா மொட்டைதானா? ஒண்ணு பாலைவனமா இருக்கு.. இல்லேன்னா காடா இருக்கு?''

''எல்லாமே காடா இருந்த இடம்தான். சுரங்கம் ஆரம்பிக்கறதுக்கு முன்னாடி முதல் வேலையா எல்லா மரத்தையும் வெட்டிருவாங்க. மைன்ஸ் ஏரியா முடிஞ்சதும் காடு ஆரம்பிச்சிடுது..''

''இன்னும் எவ்வளவு தூரம்தான் போகணும்?''

''பொகாரோவுக்கா? இருக்கும்..இருபது இருபத்தஞ்சு கிலோமீட்டர். உங்களுக்காவது பரவாயில்லை, வேலைன்னு போறீங்க. எனக்கு எஸ்கார்ட் வேலைதானே.. இன்னும் ஒரு ரெண்டு கிலோமீட்டர்லே ஒரு டீக்கடை வரும். அங்கே ஒரு டீ போட்டுட்டு மேலே போகலாம்''

கடிகாரத்தைப் பார்த்தான். மணி ஒன்பது. திரும்பிப் போகவும் இதே நேரம் ஆகுமா?

டீக்கடை காட்டுக்கு நடுவில் இருந்தது. கடைக்காரன் யாரும் இல்லை. மகேஷ்பாபு பழக்கப்பட்டவன் போல அங்கிருந்த பாத்திரத்தைத் தட்ட ஒரு கிழவன் ஓடி வந்தான் புதரில் இருந்து.

கடை என்று இதைச் சொன்னால் கடைகள் எல்லாம் சண்டைக்கு வரும். மொத்தம் மூன்று பாத்திரம், இரண்டு கிளாஸ். அடுப்பில் கரி கனன்று கொண்டிருந்தது. கரி இங்கே இலவசமா? டிஃபன் எதாவது கிடைக்குமா என்று ஜீப்பில் இருக்கும்போது யோசித்ததை நினைத்து சிரிப்புதான் வந்தது. கிழவன் ஆராய்ச்சி செய்வதுபோல பாலை கிளாஸுக்குள் அளந்து ஊற்றிக்கொண்டிருந்தான். பத்து மணிக்குதான் டீயே போட்டுத்தருவான் போலிருக்கிறது. டீ போட்டு முடிக்கும்வரை யாரும் பேசவில்லை. பேய்ப்பசி.

''என்ன வேலை பொகாரோவில சந்துரு?'' டீயை ஊதிக் கொண்டிருந்தான் மகேஷ்.

''தாலுக்கா ஆஃபீஸ் போகணும். உச்சிடிலே இருக்க மக்கள் எத்தனை பேர், ஒவ்வொருத்தனும் எவ்வளவு நிலம் வச்சிருக்கான்.. எல்லா டாட்டாவும் கலெக்ட் செய்யணும்.. கடி வேலை''

''அதெல்லாம் அவங்க வச்சிருக்க மாட்டாங்களா ரெடிமேடா?''

''வச்சிருப்பாங்க. நாம போய் காபி எடுத்துகிட்டு வரணும் அவ்வளவுதான்.''

டீ க்ளாஸை கீழே வைத்த மகேஷ் ''நான் கொஞ்சம் புதர் வரைக்கும் போயிட்டு வரேன்.''

காசு கொடுக்க சந்துரு பாக்கெட்டைத் துழாவினான். சில்லறை ஒன்றும் இல்லை. நூறு ரூபாய் நோட்டைக் காட்டி, ''சில்லறை இருக்கா பெரியவரே''

கிழவன் டப்பாவைத் திறந்து காட்ட அதில் 25 பைசா, 50 பைசா நாணயங்கள் மட்டும்தான் இருந்தன. மொத்தம் ஐந்து ரூபாய் தேறும். நூறு ரூபாய்க்குச் சில்லறையா? வாய்ப்பே இல்லை. பக்கத்தில் எதாவது கடை இருக்குமா? காட்டைப் பார்த்தான். மலை தூரத்தில் அழகாகச் சரிந்த காடு. வியர்வை மட்டும் இல்லாமல் இருந்தால் ஊட்டி என்று சொல்லிவிடலாம்.

பேச ஆளில்லாமல் டீக்கடைக் கிழவனிடம் பேச்சுக் கொடுத்தான் சந்துரு. ''எந்த ஊர் பெரியவரே நீங்க?''

''பொகாரோ..''

சந்துரு ஆச்சரியப்பட்டான். தாலுக்கா ஆஃபீஸ் இருக்கும் ஊர் என்றால் கொஞ்சமாவது பெரிய ஊராகத்தான் இருக்கவேண்டும். அங்கிருந்து இருபது கிலோமீட்டர் வந்து ஏன் இந்த வனாந்தரத்தில் டீக்கடை வைத்திருக்கிறான் இந்த ஆள்?

''அங்கேயே எதுவும் வேலை கிடைக்கலையா? இவ்ளோ தூரம் வந்திருக்கீங்க?''

கிழவன் முகம் மாறியது. தனக்குள்ளே ஏதோ முணுமுணுக்க ஆரம்பித்தான். சந்துருவால் அவன் மொழியைப் புரிந்துகொள்ள

முடியவில்லை. 'சர்க்காரி..' என்று கோபமாகத் திட்டிவிட்டு தரையில் துப்பினான்.

மகேஷ் வந்தான்.''என்னாச்சு கிழவனுக்கு? என்ன புலம்பறான்? கிளம்பலாமா?''

''என்னாச்சு தெரியலை.. சும்மா எந்த ஊருன்னுதான் கேட்டேன்.''

''காசு கொடுத்தாச்சா?''

''சில்லறை இல்லைன்றான். உங்ககிட்ட இருக்கா?'' மகேஷ் ஒரு ரூபாயைக் கிழவனிடம் கொடுத்தான். இரண்டு டீ ஒரு ரூபாயா? கிழவன் புலம்பல் குறையாமல் வாங்கிக் கொண்டான்.

சந்துருவுக்கு கிழவன் என்ன புலம்புகிறான் என்று புரியாவிட்டாலும் பரிதாபமாக இருந்தது. ''உங்களுக்கு எதாவது புரியுதா?'' மகேஷைக் கேட்டான்.

''புரியாம என்ன? இவனை ஏழெட்டு முறை பார்த்துட்டேன். வழக்கமான புலம்பல்தான். இவன் நிறைய நிலம் வச்சிருந்தானாம்.. சர்க்கார் எடுத்துகிட்டு இவனை ஏமாத்திடுச்சாம்''

''ஏமாத்திடுச்சுன்னா?''

மகேஷ் கிழவனைப் பார்த்தான்.. ''சார் கேக்கறார்.. ஹிந்திலே சொல்லு.. யாரு உன்னை ஏமாத்தினாங்க?''

கிழவனுக்கு ஹிந்தி திக்கித் திக்கிதான் வந்தது. ''ரெண்டு கிலோமீட்டர் தள்ளி மைன்ஸ் இருக்கில்ல, அங்கேதான் என் வீடு இருந்தது. விவசாயம் செஞ்சுகிட்டிருந்தேன். வெண்டைக்காய் போடுவேன், கோதுமைகூட போட்டிருக்கேன்.. உன்ன மாதிரிதான் ஒரு ஆளு வந்தான். மாத்து நிலம் தரேன், வேலை தரேன்னான்.. மிரட்டினான்.''

சந்துருவுக்கு தொண்டை வறட்சியாக உணர்ந்தான். கனைத்துக்கொண்டு ''அப்புறம்?''

''அப்புறம்?''

‘‘அப்புறம் என்ன.. இதோ, இந்தச் சரிவில ரெண்டு ஏக்கர் என்பேர்லே கொடுத்தாங்க.’’ சந்துரு சரிவைப் பார்த்தான். புதர் மண்டிக் கிடந்தது. காட்டுச் செடிகள்கூட பெரிய அளவில் வளரவில்லை. காரணமும் தெரிந்தது. பெரிய பாறை.

‘‘வேலை?’’

‘‘அதை என் அக்கா பையன் மிரட்டி வாங்கிட்டான். சுரங்கத்துல உள்ள வேலை செய்யறவங்களுக்கு தண்ணி கொடுக்கற வேலை. பர்மனெண்ட் பண்ணலை. ஒரு நாள் வெடி வெடிச்சப்ப இவனால ஓட முடியலை. கல்லு தலைலே பட்டு.. அங்கேயே போய்ட்டான்’’

கிழவன் கண்ணீரைத் துடைத்துக் கொண்டு தொடர்ந்தான். ‘‘இந்த நிலத்துல டீக்கடை தவிர வேறென்ன வைக்க முடியும்?’’

‘‘விக்க முடியாதா?’’

‘‘எவன் வாங்குவான்?’’

சந்துரு ஜீப்பில் பொகாரோ சென்று சேரும்வரை எதுவும் பேசவில்லை. ‘‘அப்செட் ஆயிட்டீங்களா சந்துரு? இது மாதிரி தெருவுக்கு ஒரு கதை இருக்கு இங்கே’’ மகேஷ்பாபு சகஜமாகத்தான் எடுத்துக் கொண்டிருக்கிறான். கொஞ்ச நாள் ஆனால் எனக்கும் மரத்துவிடக் கூடும்.

பொகாரோ ஊர் சிறியதாக இருந்தாலும் பரபரப்பாக இருந்தது. பெப்ஸி விளம்பரம் பலநாளாகச் சுண்ணாம்பு பார்த்திராத சுவர்களுக்கு இடையே வண்ணமயமாகத் தெரிந்தது. எஸ்டீடி பூத்துகளில் வரிசையாக நிறையபேர் காத்துக்கொண்டிருந்தார்கள். மூன்று ப்ளாஸ்டிக் குடங்களுடன் சைக்கிள்கள் சர்க்கஸ் செய்துகொண்டிருந்தன. தண்ணீர்ப் பஞ்சம் உள்ள ஊர் போலிருக்கிறது. பெயிண்ட் உரிந்துபோன போர்டு தாலுக் ஆஃபீஸ் என்றது. ஆலமரத்தைச் சுற்றி ஓடு வேய்ந்த கட்டடங்கள். மக்கின நாற்றம் அடித்தது தாசில்தார் ஆஃபீஸ்.

‘‘சந்துரு.. வா வா..’’ என்றார் பானர்ஜி ஆரவாரமாக. அன்று போட்டிருந்த அதே கட்டம் போட்ட சட்டை, அதை இறுக்கிப் பிடித்த

வெயிஸ்ட்கோட் - கழட்டவே இல்லை போலிருக்கிறது. ஒரே ஒரு ஆறுதல் - உற்சாகமாக இருக்கிறார். போன முறை அபசகுனமாகத்தானே பேசினார்.

''சாப்க்கு தண்ணி கொண்டு வா'' என்றார் சிப்பந்தியைப் பார்த்து. காது நீண்ட அலுமினியச் சொம்பை பானைக்குள் நுழைத்து கண்ணாடி க்ளாஸில் தண்ணீர் கொடுத்தான். தண்ணீரில் பானையின் துணுக்குகள் நாட்டியம் ஆடின.

''அந்த பட்டா ரெஜிஸ்தர் காப்பி வேணுமே'' என்றான் தண்ணீரைக் குடிக்காமல்.

சிப்பந்தியை முறைத்தார் பானர்ஜி. ''காபி எடுக்கச் சொன்னேனே.. எடுத்தியா?''

''கொடுத்திருக்கு சார். கரெண்ட் இல்லை. ஒரு மணிநேரம் ஆகும்.''

இப்போதுதான் கவனித்தான் ஃபேன் ஓடாததை.''ஒரிஜினலையாச்சும் கொடுக்கச் சொல்லுங்க சார். கொஞ்சம் பார்க்கலாம்''

ரெஜிஸ்டரைப் புரட்டிக் கொண்டிருந்தான். திடீரென்று நினைத்துக் கொண்டது போல ''ஆமாம், இவங்களுக்கெல்லாம் மாற்று நிலம் கொடுக்கறதுன்னா எங்கே கொடுப்பீங்க?''

பானர்ஜி விரைப்பாகி விட்டார். ''அது எங்க பிரச்சினை. நாங்க பாத்துக்கறோம்''

''இல்லை, நான் அவங்ககிட்ட பேசணும்னா, எங்கே ஏதுன்றதையும் சேத்துதானே பேசமுடியும்?''

பானர்ஜி சந்துருவைக் கோபமாகப் பார்த்தார். ஓரிரு நொடிகள்தான். கோபம் சிரிப்பாக மாறியது. சத்தம் போட்டுச் சிரித்தார். கண்ணில் நீர் வரும் அளவுக்கு.

''வர வழியில டீக்கடைக் கிழவனைப் பாத்தியா? இப்படி எல்லாம் கேக்கறே?''

20

ஜீப் சாஹஸை நெருங்க ஆரம்பித்து விட்டது தெரிந்தது. சாலைகள் அகலமாக ஆக ஆரம்பித்திருந்தது. மாலை வேளை சைக்கிள் கேரியர்களில் கார் அகலத்துக்கு மேட்டுடன் அபத்திரமாக ஓட்டிக்கொண்டிருந்தார்கள் கிரிக்கெட் இளைஞர்கள். இருட்டு ஆரம்பித்தாலும் விளக்குப் போடவில்லை.

சந்துருவுக்கு இன்னும் பானர்ஜியின் சிரிப்பு மனதில் இருந்து அகலவில்லை. கோபமும் வருத்தமும் ஒன்றாக வந்தது. ஒரு மனிதனின் வாழ்க்கையையே நாசம் செய்துவிட்டு வில்லன் சிரிப்பு சிரிக்கிறான். மகேஷ் சொன்ன 'இது போல கதைகள் தெருவுக்கு ஒன்று' இன்னும் வருத்தம் ஏற்றியது.

சந்துருவுக்குத் தன் வேலை மேலேயே கோபம் வந்தது. என்னதான் அரசாங்கத்துக்கு நிலம் தேவைப்பட்டாலும் அதை வாங்க இதுவா வழி? எல்லா இடங்களிலும் ஊழல். இழப்பீடு பணம் தருவதில், மாற்று நிலம் தருவதில், வேலை தருவதில். உச்சிடி மக்களை எப்படி நான் சமாதானம் செய்ய முடியும்?

முதலில் நானே சமாதானம் ஆகவில்லையே? லோபோவின் கோபத்தில் நியாயம் இருப்பதாகவே பட்டது.

ஜீப் நின்றது. மகேஷ்பாபு "நான் போய்க் குளித்துவிட்டு வருகிறேன்.. சாப்பிடப் போகலாம்" என்றான்.

"எனக்கு ஆஃபீஸில் கொஞ்சம் வேலை இருக்கிறது. நான் கொஞ்ச நேரம் கழித்துத்தான் வரமுடியும்" என்று நேராக ஆஃபீஸ் சென்றான் சந்துரு. இன்னும் வர்மாவின் அறை முன்னே பரபரப்பு இல்லை. மணி ஆறுதானே ஆகிறது.

சந்துரு எல்லா ஃபோட்டோகாபி பேப்பர்களையும் ஒழுங்காக அமைத்துக் கொண்டு புதிய பேப்பரில் எழுத ஆரம்பித்தான். எத்தனை பேருக்கு உச்சிடியில் நிலம் இருக்கிறது, எவ்வளவு பணம் தேவைப்படும்.. நேரம் போனதே தெரியாமல் எழுதிக்கொண்டிருந்தான். துபே வந்து "வர்மா சாப் கூப்பிடுகிறார்" என்று சொல்லும்போது மணி எட்டாகி விட்டிருந்தது.

வர்மாவின் அறையில் இருந்த ஆளை சந்துருவுக்கு அவனை எங்கேயோ பார்த்தது போல் இருந்தது. சீட்டின் நுனியில் 'உட்காரச் சொல்லிவிட்டாரே' என்று மரியாதையாக உட்கார்ந்திருந்தான். ஆ.. ஞாபகம் வந்துவிட்டது. அன்று போலீஸ் ஸ்டேஷனை எரித்த கும்பலில் முன்வரிசையில் நின்றிருந்தவன் இவன்.

வர்மா அறிமுகப்படுத்தினார். "இவர் நம் தொழிலாளர் யூனியன் தலைவர். சோரன் ஜா" கைகுலுக்கும்போது அழுத்தவில்லை. நல்லவேளை. காய்த்துப்போன கரங்கள். என் கையைப் பதம் பார்த்திருப்பான்.

வர்மா நேரடியாக விஷயத்துக்கு வந்தார். "போலீஸ் இப்போது தீவிரமாக இருக்கிறார்கள். புது போலீஸ் இன்ஸ்பெக்டர் நியமனம் ஆகிவிட்டது. பழையபடி இன்னும் ஒரு வாரத்துக்குள் போலீஸ் ஸ்டேஷன் இயங்கத் தொடங்கிவிடும்." இதை ஏன் என்னிடம் சொல்கிறார்?

"புது ஆட்கள் வந்தவுடன் அவர்களுக்கு நிச்சயமாக முதல் கேஸே, போலீஸ் ஸ்டேஷனை எரித்த கேஸாகத்தான் இருக்கும். இல்லையா சோரன்?"

சோரன் வெற்றுப்பார்வை பார்த்தான். வர்மாவின் புன்சிரிப்புக்கு பதில் சொல்ல முயலவில்லை. பயந்ததுபோல் இருந்தான்.

"அதற்குள் நம் லெவலில், யார் கொளுத்தினார்கள் என்று ஒரு முடிவுக்கு வந்துவிடலாம்" சந்துருவுக்கு இப்போது புரிய ஆரம்பித்தது. யூனியன் லீடரைப் பயமுறுத்துகிறார். ஒரு விஷயம் மட்டும் நிச்சயம். இவர் எப்படியும் இந்த யூனியன் லீடரை போலிஸுக்குப் பிடித்துக் கொடுக்கப் போவதில்லை. அது இவர் முதலில் சொன்ன தகவலைப் பொய்யாக்கிவிடும்.

"சோரன் என்ன சொல்கிறார் என்றால், போலீஸ் ஸ்டேஷனுக்கு வொர்க்கர்கள் எல்லாம் வந்து சேர்வதற்கு முன்னாலேயே எரிந்து கொண்டிருந்ததாம். உச்சிடி மக்கள் கொளுத்தி விட்டார்களாம். நீங்களும் அங்கேதானே இருந்தீர்கள்? உங்களுக்குத் தெரிந்திருக்குமே.. அதற்குத்தான் அழைத்தேன்."

சோரன் சொல்வதை அவர் நம்பவில்லையாம்! சந்துருவுக்குத் தெளிவாகவே புரிந்தது இப்படி ஒரு கதையை சோரன் தயாரித்திருக்கவே முடியாது. இது முழுக்க முழுக்க வர்மா கதை இலாகா கதைதான். இப்போது என்னையும் வேறு இதில் இழுக்கிறார். 'இதுதான் நடந்தது. இப்படி நடந்ததற்குதான் சாட்சி இருக்கிறது. வேறு எதாவது சொன்னால் உன் பருப்பு வேகாது' என்று என்னிடம் மறைமுகமாகச் சொல்கிறார்.

சந்துருவுக்கு வர்மாவின் திறமை ஆச்சரியம் ஏற்படுத்தியது. ஒரே ஒரு போலீஸ் ஸ்டேஷன் கேஸை வைத்து எத்தனை மாங்காய் அடிக்கிறார்? உச்சிடி மக்கள் மேல் கேஸைப் போட்டு ஒரு செக் வைக்கிறார். யூனியன் லீடரை கேஸ் பயம் காட்டிப் பணிய வைக்கிறார். அதே யூனியன் லீடரை வைத்து என்னைப் பயமுறுத்துகிறார்.

"எனக்கு என்ன நடந்தது என்று சரியாகத் தெரியாது சார். என்னைத் தவறுதலாக அந்த போலீஸ்காரர்கள் அழைத்துப் போனார்கள். இன்ஸ்பெக்டர் என்னைப் பார்த்ததும் விடுவித்துவிட்டார். நான் ஸ்டேஷனைவிட்டு நேராக உங்கள் ஆஃபீஸுக்குதானே வந்தேன்? அப்போது போலீஸ் ஸ்டேஷன் எரியவில்லையே, உங்களுக்கு ஞாபகம் இல்லையா?'' இந்த விளையாட்டை இரண்டு பேரும் விளையாடலாம் மிஸ்டர் வர்மா. இப்போது உங்களை நான் எதையும் பார்க்காததற்கு சாட்சி ஆக்கிவிட்டேன். உண்மை என்னவோ வெளிவரப்போவதில்லை. குறைந்தபட்சம் நாமாவது தப்பிப்போமே..

வர்மா இந்தத் திடீர் திருப்பத்தை எதிர்பார்த்திருக்கவில்லை. கண்ணாடியைக் கழற்றித் துடைத்துக் கொண்டார். பேச அவகாசம் தேடுகிறார்.

''யெஸ், அஃப் கோர்ஸ்.. ஆனால் யாரோ சில வொர்க்கர்கள் உங்களை டீக்கடையில் பார்த்ததாகச் சொன்னார். நீங்கள் இவரைப் பார்த்திருக்கிறீர்களா சோரன்?''

சோரன் குறிப்பை உணர்ந்துகொண்டான். "இல்லை சார், இவரை நான் இப்போதுதான் முதல்முறையாகப் பார்க்கிறேன்."

சந்துரு உள்ளுக்குள்ளே மகிழ்ச்சி அடைந்தாலும் வெளியே காட்டிக் கொள்ளாமல் "நான் போகலாமா சார்?" என்றான்.

"இருங்கள் சந்துரு. பானர்ஜி ஃபோன் செய்திருந்தார். அதுபற்றி உங்களிடம் பேசவேண்டும்.. நான் ஒரு நிமிடத்தில் வந்துவிடுகிறேன்" காதைச் சுற்றி விரலைக் காட்டினார். பாத்ரூம் போகவேண்டும் என்பதற்கான சைகை என்பதை சந்துரு சமீபத்தில்தான் அறிந்திருந்தான். கிளம்பும் முன் சோரன் பக்கம் திரும்பி "நாளை பார்க்கலாம் சோரன்."

அறையில் தனியாக அமர்ந்திருந்த சந்துருவுக்கு யோசித்ததில் ஒரு நிமிடத்துக்கு முன் வந்த மகிழ்ச்சி மீதே வெறுப்பு ஏற்பட்டது. என்ன பெரிதாகச் செய்துவிட்டோம்? போலீஸ் கேஸ், சாட்சி. இதற்கெல்லாம் ஒரு வக்கீலாக இருந்துகொண்டு பயப்படலாமா? கதை ஜோடிக்கிறார்கள்;

அதைப் பார்த்து பயந்து நான் தப்பிக்க இன்னொரு கதை ஜோடிக்கிறேன். நான் எப்படி நேர்மையைப் பற்றிப் பேசலாம்?

திரும்பி வந்த வர்மா ''பானர்ஜி பேசினார். உங்களுக்குத் தேவையான எல்லா பேப்பர்களும் எடுத்துக் கொண்டு வந்தீர்களா?''

சந்துரு தலையை மட்டும் அசைத்தான்.

''டீக்கடைக் கிழவர்கள் சொல்லுவதை எல்லாம் நம்பாதீர்கள். அது ஒரு விதிவிலக்கு கேஸ்.'' நல்ல கூட்டுக் கொள்ளையர்கள். எவ்வளவு வேகமாகத் தகவல் வருகிறது.

''நான் அந்தக் கேஸைக் கொஞ்சம் விசாரித்தேன். அந்தக் கிழவனுக்கு வேலை வேண்டாம் என்று சொல்லிவிட்டான். ரூல்ஸ்படி இன்னொரு ஆளுக்கு விட்டுக் கொடுப்பதென்றால் முதல் வருடம் டெம்பரரியாகத்தான் வைக்க வேண்டும். கிழவனின் அக்கா பையனுக்குக் காது கேட்காதாம். ப்ளாஸ்ட் சைரன் சத்தம் கேட்காமல் நொண்டி நொண்டி நடந்திருக்கிறான். இட் வாஸ் அன்ஃபார்ச்சுனேட்''

இவர் பேசுவதை மட்டும் கேட்டால் வேறு எதையும் நம்பத் தோன்றாது. எல்லாவற்றிற்கும் ஒரு சமாதானம் வைத்திருக்கிறார்.

''அவருக்குக் கொடுத்த மாற்றுநிலம்?''

''அதுவும் அவர் செய்த தப்புதான். சர்வே நம்பர்களைக் காட்டி அவரையே தேர்ந்தெடுக்கச் சொல்லி இருக்கிறார்கள். அவர் தேர்ந்தெடுத்தது இந்த நிலம். இதில் பானர்ஜி மேல் எந்தத் தப்புமில்லை.''

சந்துருவுக்கு மேலே எதுவும் கேட்க விருப்பமில்லை. என்ன கேட்டாலும் எதாவது ஒன்றைச் சொல்லிவிடுவார்.

''நீங்கள் எப்போது உச்சிடிக்குப் போக நினைத்திருக்கிறீர்கள்? பானர்ஜியையும் கூட வரச் சொல்லட்டுமா?'' சந்துரு மனத்தில் உறுத்திக் கொண்டிருந்த கேள்வி ஞாபகம் வந்துவிட்டது.

''இப்போது உச்சிடி மக்களுக்கு என்ன மாதிரி மாற்று நிலம் ஆஃபர்

செய்யப் போகிறோம்? பாறையையும் மலையையும் சர்வே நம்பர் காட்டிச் சொன்னால் மக்களுக்குப் புரியுமா?''

வர்மா முகம் கறுத்தது. 'நான் சொன்னதை நீ நம்பவில்லையா' பார்வை பார்த்தார். ''அப்படி எல்லா நேரங்களிலும் நடந்து விடாது. அவர்களை நாமே கூட்டிப் போய்க் காட்டலாம். நல்ல விவசாய நிலமாக இருக்கிறது ராஞ்சி போகும் வழியில்''

சந்துரு மேலே தொடர விருப்பமில்லாமல் ''நாளை காலை கிராமத்துக்குப் போகிறேன்.. பானர்ஜி இப்போது வேண்டாம். தேவைப்படும்போது சொல்கிறேன்'' கிளம்ப யத்தனித்தான்.

வர்மா அவனை ஆழமாகப் பார்த்து '' கவலைப்படாதீங்க சந்துரு. காம்பன்சேஷனின் போது உங்களைக் கவனிக்காமல் விட்டுவிடமாட்டோம்''

சந்துருவுக்கு உடம்பெல்லாம் கூசியது. பங்கு பற்றி நேரடியாகவே பேச ஆரம்பித்து விட்டார்கள்!

21

வீடுகளில் இருந்து கொஞ்சம் தூரத்தில் தனியாக நின்றுகொண்டிருந்தது ஆலமரம். பாதி இலைகளை இழந்து வெயிலைத் தடுக்க முடியாமல் நின்றது. பக்கத்தில் இருந்த சிறு கட்டிடத்தில் 'ரேடியோ ரூம்' ஹிந்தியில் எழுதி இருந்தது. ரேடியோவுக்கு ஹிந்தியில் என்ன? சந்துருவுக்கு ஞாபகம் வரவில்லை. போகட்டும். எழுதினவனுக்கும் தெரியாமல்தான் அப்படியே எழுதிவிட்டிருக்கிறான். பக்கத்தில் ஒரு குளம் ஒரு காலத்தில் தண்ணீர் இருந்த சுவட்டைச் சகதியாகக் காட்டிக் கொண்டிருந்தது. திட்டு திட்டாக இருந்த புல்லை எருமைகள் மேய்ந்துகொண்டிருந்தன. அவ்வப்போது கேட்ட பறவை சத்தம் தவிர வேறொரு சத்தமும் இல்லை.

மரத்தின் அடியில் ஒரு மேஜையை அமைத்திருந்தார்கள். ஊதினால் உடைந்துவிடும் போல இருந்த நாற்காலியைப் பார்த்தான் சந்துரு. இதுவே மேஜையாக இல்லாமல் இருந்து திண்ணையாக இருந்திருந்தால் நாட்டாமை மாதிரி இருந்திருக்கும். இதுதான் இப்போதைக்கு என் அலுவலகம்.

ஜீப்பில் இருந்து கீழே பாக்ஸ் ஃபைல்களை எடுத்துவர வேண்டும். ஃபைலையாவது தாங்குமா இந்த மேஜை?

மகேஷ்பாபுவுக்கு சுரங்கத்தில் வேலை இருக்கிறது என்று சென்றுவிட வேறொரு டிரைவர்தான் வந்திருந்தான். அவன் இருந்திருந்தால் பேச்சுத் துணையாகவாவது இருந்திருக்கும். இன்னும் எவ்வளவு நேரம் இப்படியே ஓட்ட வேண்டும்? கிழ டிர்க்கி வருவான் என்று வர்மா சொல்லியிருந்தார். தீபா வீடு அந்தக்கடைதானே? வெளியில் தென்படுகிறாளா என்று எட்டிப்பார்த்தான். ஸ்கூட்டியைக் கூடக் காணோம்.

ஏன் அவளைத் தேடுகிறாய்? அவளைப் பற்றிதான் புரிந்துகொண்டாயே? முதல்நாளே உன் பேப்பரைக் குடாய்ந்தவள். தேடி வந்து பேசியதெல்லாம் காரியத்துக்காக. தேவைப்பட்டால் உன்னைக் கடத்தக்கூடத் தயார் என்றுதானே லோபோவிடம் சொன்னாள்?

அவனே சப்பைக்கட்டும் கட்டினான். பேப்பரை அவள் குடாய்ந்தாளா? நான் விட்டுவிட்டு வந்த பேப்பரை அவள்தான் எடுத்து வந்து தந்தாள். காரியத்துக்காக பார்த்தாள் என்றால் என்ன தப்பு? உலகமே அப்படித்தானே? கடத்துவதைத் தவிர்க்கக்கூட அப்படிச் சொல்லி இருக்கலாம் அல்லவா?

டிர்க்கி தூரத்தில் தெரிந்தார். ஒரு அடிக்கு ஒரு நிமிடம் விந்தி விந்தி நடை. தனியாகத்தான் வருகிறார். இவரை இந்த ஊர்த் தலைவர் ரேஞ்சுக்கு வர்மா மரியாதை கொடுத்து வைத்திருக்கிறார். ஒரு ஆள் கூடவா கூட இல்லை?

''சந்துரா.. எப்படி இருக்கே?'' போஜ்புரி கலந்த வரவேற்பு. சந்துராவா? ஏற்கனவே முப்பத்தி ஏழு விதமான உச்சரிப்புகள் கேட்டிருந்தான். இது 38.

''யாரையுமே காணோமே?'' வெயில் தலைக்கேறத் தொடங்கி விட்டிருந்தது.

''வருவாங்க. வரச் சொல்லி நேத்து ராத்திரியே சொல்லி விட்டேனே.. காலை வேலையெல்லாம் முடிச்சிட்டுத்தானே வர முடியும்? நீங்கதான் சீக்கிரமா வந்துட்டீங்க''

வோட்டர் லிஸ்டை மறுபடி பார்த்தான். 250 பெயர்கள். குழந்தைகளையும் சேர்த்தால் 300 பேர் இருப்பார்களா? 'எல்லாரும் வருவாங்க இல்லை?''

''அந்தப் பொண்ணைக் காணோம். அது நமக்கு நல்லதுதான். குழப்பறதுக்கு ஆள் இருக்காது.'' என்ன கேட்டால் என்ன சொல்கிறார் இந்த ஆள்? காது கேட்காதா?

கொஞ்ச நேரம் கழித்துதான் சந்துருவுக்கு உறைத்தது. இவருடைய பேச்சு கேட்கும் ஆட்கள் மட்டும் வருவார்களா, எல்லாரும் வருவார்களா என்று கேட்டதாக நினைத்துக் கொண்டுவிட்டார் போலிருக்கிறது. இவர் ஆட்கள் வந்தாலென்ன வராவிட்டால் என்ன? மாற்று ஆட்கள்தானே வரவேண்டும்.

கொஞ்ச நேரம் கழித்து ''நான் டீ குடித்துவிட்டு வருகிறேன். யாராவது வந்தால் உட்காரச் சொல்லுங்கள்'' டீக்கடைக்கு நடந்தான்.

டீக்கடை வாசல் பெஞ்சில் அமர்ந்துகொண்டு, ''ஹலோ'' என்றான் சத்தமாக.

தீபாவின் அப்பா குண்டாக வெளியே வந்தார். ''டீயா? பால் இல்லை'' எப்போதுதான் உங்களிடம் இருந்திருக்கிறது?

''பரவாயில்லை.. மீட்டிங்குக்கு வரலையா நீங்க?''

டீயை ஆற்றிக் கொடுத்தார். ''எது? அந்த டிர்க்கி சொன்னானே அந்த மீட்டிங்கா? அங்கே போய் என்னாகப் போகுது?'' சுவாதீனமாகச் சொல்லிவிட்டவர் உடனே சுதாரித்துக் கொண்டார். ''நீங்கள்தானா அந்த ஆஃபீஸர்?'' சந்துரு தலையசைக்கவும் ''வந்துடுவோம்.. எல்லாரும் வருவாங்க.. நான் சொல்றேன்.. நீங்க டீ சாப்டுட்டு ரேடியோ ரூமுக்குப் போயிருங்க, பத்து நிமிஷத்துல எல்லாரையும் கூட்டிகிட்டு வந்துடறேன்''

சொன்னது போலவே செய்யவும் செய்தார். கொஞ்ச நேரத்திலேயே ஆலமரத்தடியில் கும்பல் கூடிவிட்டது. வர்மா டிர்க்கியை நம்புவதற்கு இந்த ஆளை நம்பலாம். வேலை ஆகிறது.

சந்துரு பொதுக்கூட்டத்தில் பேசுவது போல உணர்ந்தான். பள்ளிக்காலத்து 'ஆன்றோரே சான்றோரே என்னைப் போன்றோரே' திக்கல் உதறல் எல்லாம் நினைவுக்கு வந்தது. தைரியத்தை வரவழைத்துக் கொண்டு பேச ஆரம்பித்தான்.

"உங்களுக்கு எல்லாம் தெரியும், இந்த கிராமத்து நிலம் எல்லாம் கவர்மெண்டுக்கு வேணும். நோட்டீஸ் கொடுத்து.." பேப்பர்களை மறுபடி பார்த்துக் கொண்டான். "இரண்டு மாசத்துக்கு மேலே ஆகுது. ரூல்ஸ்படி ஒரு மாசத்துக்குள்ள ஆட்சேபணை இருந்தா தாசில்தார் கிட்ட சொல்லணும். இதுவரை யாரும் ஆட்சேபணை சொல்லாததாலே உங்களுக்கு சம்மதம்னு எடுத்துக்கலாமா?"

தீபாவின் அப்பாதான் பேச ஆரம்பித்தார். "நோட்டீஸ் கொடுத்தாங்க, உண்மைதான். ஆனா ஆட்சேபணை இல்லைன்னு எப்படி சொல்ல முடியும்? தாசில்தார் ஆஃபீஸ்க்கு போய் மனு கொடுத்திருக்கோமே"

சந்துருவுக்கு இது புதுத் தகவல். பானர்ஜி ஒன்றுமே சொல்லவில்லையே இதைப்பற்றி. அரைகுறைத் தகவல்களோடு இங்கே வந்திருக்கக் கூடாது.

"அந்த மனுவோட காப்பி இருக்கா?"

பையில் இருந்து எடுத்துக் கொடுத்தார். ஃபோட்டோ காப்பி இல்லை, இரண்டு முறை எழுதி இருக்கிறார்கள். அழகான தெளிவான கையெழுத்து. தீபாவின் கையெழுத்தை சந்துரு பார்த்ததில்லை. இருந்தாலும் அவள்தான் என்று தெரிந்தது.

'அரசாங்கத் தேவைக்காக நிலம் கொடுக்கச் சம்மதம்தான். ஆனால் நிலம் உள்ளோர் அனைவருக்கும் இழப்பீடு பணமும் கோல் இந்தியாவில் நிரந்தர வேலையும் தேவை.' சுருக்கமாக இதுதான் விஷயம். பேப்பரை

மேஜையில் வைக்கப் போகும்போது தீபாவின் அப்பா சொன்னார் ''பின்பக்கம் பார்க்கவே இல்லையே''

பின்பக்கத்தில்தான் இருந்தது பெரிய குண்டு. 'மேலே சொன்னது மட்டும் அன்றி, கிராம மக்களின் வாழ்வாதாரமான விவசாயத்தைத் தொடர்ச்சியாகச் செய்ய மாற்று நிலம், ஜிர்க்கி கிராமத்தில் தரப்படவேண்டும்' என்று ஊர்மக்கள் பெரும்பாலானோர் கையெழுத்துப் போட்டிருந்தார்கள். முதல் கையெழுத்து தீபா. அவள்தான் எழுதினாள் என்பது உறுதியானது.

ஜிர்க்கி கிராமமா? கேள்விப்பட்டது போலவே இல்லையே? ''எங்கே இருக்கிறது இந்த ஜிர்க்கி கிராமம்?'' என்றான் பொதுவாக.

''இங்கிருந்து ஐந்து கிலோமீட்டர் தொலைவில். அங்கே மலை இல்லை, கரியும் இல்லை; நல்ல நீர்வளம். விவசாயத்துக்கு ஏற்ற ஊர்'' கிராமத்து ஆள் ஒருவன் சொன்னான். சந்துரு கூடியிருந்த முகங்களை மீண்டும் ஒருமுறை பார்த்தான். அவன் பயந்த அளவுக்கு மோசமில்லை. பெரும்பாலோனோர் முகத்தில் ஓரளவாவது படித்தவர்கள் என்பது தெரிந்தது.

''நீங்கள் அரசாங்கத்தைப் பற்றியும் நினைத்துப் பார்க்க வேண்டும். நீங்கள் மூன்று விஷயங்கள் கேட்கிறீர்கள். மூன்றையும் தர எங்களால் முடியாது.''

''அப்போது நிலத்தைத் தர எங்களாலும் முடியாது'' கேட்ட குரலாக இருந்தது. இவன் எப்போது வந்தான்? லோபோ அந்த இடத்திலேயே நீண்ட நேரமாக இருப்பவன் போல கைனி தட்டிக் கொண்டிருந்தான். எப்படி கவனிக்காமல் விட்டேன் இவனை?

''ஏதேனும் ஒன்று தரத்தான் எங்களுக்கு உத்தரவு. நான் வேண்டுமானால் பேசி இரண்டாக மாற்றச் சொல்கிறேன். எந்த இரண்டு என்று நீங்களே முடிவெடுக்கலாம்'' சந்துரு ஒரு வினாடி தாமதித்தான். எதிர்க்குரல் ஒன்றும் வராத நிலையில் தொடர்ந்தான். ''உங்களை வாக்காளர் பட்டியல் வரிசைப்படி கூப்பிடுகிறேன். ஒவ்வொருவரும்

வந்து என்ன வேண்டும் என்று சொன்னீர்கள் என்றால் அதை நான் மேலதிகாரிகளிடம் காட்டி விஷயத்தைச் சுமுகமாக முடிக்கலாம்.''

''யாருக்கு சுமுகமாக? உங்களுக்கு! கொடுத்தால் மூன்றையும் கொடுங்கள். இல்லாவிட்டால் நிலம் கிடையாது'' லோபோ பிடிவாதமாகச் சொன்னான்.

சந்துரு இதை எதிர்பார்த்திருந்தான். ''மூன்றையும்தானே? கொடுத்துவிடலாம். ஆனால் சின்னச் சின்ன பிரச்சினைகள் ஏற்படும், பரவாயில்லையா?''

லோபோ முகத்தில் குழப்பம். வேறொரு ஆள் ''என்ன குழப்பம்?''

வலிந்து வரவழைத்த நாடகத் தன்மையோடு சந்துரு சொன்னான். ''இழப்பீடு என்று கேட்கிறீர்களே, அது தற்போது இருக்கும் கைட்லைன் மதிப்புப் படி தந்துவிடுவோம். அவ்வளவுதான். நிலம் நாங்கள் தரும் இடம்தான். வேலை நாங்கள் தரும் வேலைதான்'' கிராமவாசிகள் மத்தியில் சலசலப்பு.

''என்ன கைட்லைன் மதிப்பு இப்போது?''

''ஏக்கருக்கு 57 பைசா. போதும்தானே?'' சந்துரு எதிர்பார்த்த விளைவு இருந்தது. 'ஹா' என்றனர் கிராமவாசிகள். இந்த அதிர்ச்சியை அவர்கள் எதிர்பார்த்திருக்கவில்லை.

''நீங்கள் சொன்னபடி கேட்டால்?''

''நான் சொன்னபடி ஏதேனும் இரண்டை நீங்கள் தேர்ந்தெடுத்தால் ஏக்கருக்கும் 30000 வரை வாங்கித் தருகிறேன். என்னை நம்புங்கள்''

''வேலை?''

''உங்கள் கோரிக்கைப்படியா? மூன்றில் இரண்டாக இருந்தாலா?''

''ரெண்டையும்தான் சொல்லுங்களேன்''

''நீங்கள் கேட்டபடி வேலை என்றால் மைன்ஸில் தண்ணீர் கொடுப்பது மாதிரியான வேலைதான். அதுவும் இங்கிருந்து 100. 150 கிலோமீட்டர்

தள்ளி உள்ள சுரங்கத்தில் கொடுப்பார்கள். என் பேச்சைக் கேட்டால் படிப்புக்குத் தகுந்த வேலை, இதே கிராமத்தில் வெட்டும் சுரங்கத்தில். யோசியுங்கள்..''

நீண்ட நேரம் பேசினார்கள் கிராமவாசிகள். கிழ டிர்க்கி சந்துருவை ஆமோதிப்பாகப் பார்த்தார்,

சந்துரு நேற்றே அட்டவணை தயாரித்து வைத்திருந்தான். பெயர், வயது, இருக்கும் நில அளவு எல்லாம் வேறு இடங்களில் இருந்து தயாரிக்கப்பட்ட அட்டவணையில் மேலும் , டிக் அடிக்க வசதியான அளவில் கோடுகளோடு நிலம், வேலை, பணம். கொஞ்ச தூரத்தில் கையெழுத்து.

டிர்க்கி முதலில் கையெழுத்து போட்டார். ''நிலம், பணம்'' நல்லவேளை, இவருக்கு என்ன வேலை கொடுத்திருப்பார்கள். சந்துரு உள்ளூற சிரித்துக் கொண்டான். க்யூ நீண்டது.

பெரும்பாலான கிராமவாசிகள் க்யூவில் நிற்கத் துவங்க, லோபோ வெறுப்பாக சந்துருவைப் பார்த்தான். அவன் பேசியது சந்துருவுக்குப் புரியவில்லை. என்ன பெரிதாகப் பேசிவிடப்போகிறான்? 'பிரித்தாளும் சூழ்ச்சி..ப்ளா..ப்ளா'

லோபோ கோபமாக அந்த இடத்தை விட்டு அகலும் முன் இவனுக்குக் கேட்க வேண்டும் என்று சத்தமாகவே சொன்னான். ''குள்ளநரிகளை எல்லாம் ஒழிக்கணும். ஒழிக்கறேன்''

22

கையெழுத்துகள் குவிந்துகொண்டிருந்தன. சந்துரு மகிழ்ச்சியாக உணர்ந்தான். வேலை இவ்வளவு சுலபமாக முடியும் என்று கனவு கூட கண்டிருக்கவில்லை அவன். இதைக் கொண்டு போய் வர்மாவிடமும் பானர்ஜியிடமும் காட்டிவிட்டால் ரிப்போர்ட் எழுத வேண்டியதுதான், கல்கத்தா போக வேண்டியதுதான். தமிழ்நாட்டுக்குப் போகவேண்டிய நாள் வேறு நெருங்கிக்கொண்டு வருகிறது. பெரும்பாலான மக்கள் மாற்றுநிலத்தையும் வேலையையும் மட்டுமே தேர்வு செய்திருந்ததைக் கவனித்தான். கையெழுத்து போடும்போது "ஜிர்க்கியிலே தருவீங்க இல்ல?"

ரெஜிஸ்டரைப்பார்த்தான். இன்னும் மூன்று நான்கு கையெழுத்துகள்தான் பாக்கி. பெயர்களைப் பார்த்தபோது இரண்டு தெரியாத பெயர்கள், இரண்டு தெரிந்த பெயர்கள். தீபா, லோபோ. தீபாவின் அப்பாகூட கையெழுத்து போட்டுவிட்டாரா? லோபோவின் வீட்டிலேயே அவன் பேச்சுக்கு மதிப்பில்லையா? நாம்தான் அவனைப்பற்றி அதிகமாக மதிப்பிட்டுவிட்டோமா?

பகல்வெயில் ஆலமரத்தால் மழுப்பப்படாமல் நேரடியாகச் சுட்டது. சந்துருவுக்குப் பசிக்க ஆரம்பித்துவிட்டது. இன்னும் கொஞ்ச நேரத்தில் வேலை முடிந்துவிடும், சாஹஸ் போய்விடலாம். அங்கே சாப்பிட்டுக்கொள்ளலாம்.

ஃபைல்களை மூட ஆரம்பித்தபோது பெரும்பாலானவர்கள் திரும்பிப் போய்விட்டிருந்தார்கள். இருந்த ஒரு நாலைந்து பேரிடம் பொதுக்கூட்டக் குரலில் ''நன்றி. நான் போய் மேலே ஆக வேண்டியதைப் பார்க்கிறேன். '' டிர்க்கி இவனையே பார்த்துக்கொண்டிருந்ததைக் கவனித்தான்.

''சரியாதானே பேசினேன்?''

டிர்க்கி ஆமோதிப்பாக தலையசைத்தார். ''அம்பத்தேழு பைசான்னு சொன்னே பாரு. அங்கேதான் ஊர் மக்கள் ஆடிப்போயிட்டாங்க''

''அது உண்மைதான். இப்போகூட இந்த இடத்தை ரெஜிஸ்டர் பண்ணப்போனீங்கன்னா, இருபது முப்பது பைசாதான் ஆகும் ரெஜிஸ்ட்ரேஷன் ஃபீஸ்.'' பேப்பர்களைச் சேர்க்க ஆரம்பித்து மூழ்கிப்போனதில் டிர்க்கி கிளம்பியதும் கூடத் தெரியவில்லை.

''கங்க்ராஜுலேஷன்ஸ் சந்துரு. க்ளப்லே சேர்ந்துட்டீங்க போலிருக்கு'' திடீரெனக் குரல் கேட்டு அதிர்ச்சியாகி நிமிர்ந்தான். இவள் எப்போது வந்தாள்? ஸ்கூட்டியை ஆலமரத்தின் மேல் சாய்த்து ஸ்டேண்ட் போட்டாள். எங்கே சுற்றிவிட்டு வந்தாளோ தெரியவில்லை. சாஹஸ்ஸாக இருக்கக்கூடும். சுடிதார் மேலெல்லாம் சாம்பல்.

''வாங்க.. உங்க கையெழுத்துதான் பாக்கி. போட்டுடறீங்களா?'' சந்துரு பதட்டத்தைக் காட்டிக்கொள்ளாமல் சொன்னான். இவளா போடப்போகிறாள்?

''கையெழுத்துதானே? போட்டுட்டா போச்சு. ஆட்டோகிராஃப் என்று நினைத்துக்கொண்டு போடுகிறேன். இவர்கள் எல்லாம் மட்டும் என்ன சீரியஸாகவா போட்டார்கள்? அவர்களும் ஆட்டோகிராஃப்தான்'' சிரித்தாள். மீண்டும் தெற்றுப்பல் தெரிந்தது.

இவள் என்ன புது குண்டு தூக்கிப் போடுகிறாள்? வேலை முடிந்தது என்றுதானே நினைத்திருந்தோம்? தன்னுடைய ஏமாற்றத்தைச் சிரித்து மழுப்புகிறாளா?

"இந்த மக்கள் போடும் கையெழுத்தினால் அவர்கள் ஒப்புக் கொண்டுவிட்டார்கள் என்று நினைத்தால், மிஸ்டர் சந்துரு, உங்களை விடப் பெரிய முட்டாள் உலகத்திலேயே இருக்க முடியாது. உங்களைப் புத்திசாலி என்று நினைத்தேன் பாருங்கள்" சிரிக்க ஆரம்பித்தாள்.

சந்துருவுக்கு சுரீர் என்று கோபம் வந்தது. என்ன நினைத்துக் கொண்டிருக்கிறாள். இவள் யார் என் புத்திசாலித்தனத்தை அளவிட? தைரியமாகச் சொன்னது மட்டுமில்லாமல் ரசித்து சிரித்துக் கொண்டிருக்கிறாள். இந்தக் கொழுப்பை வளரவிடக்கூடாது.

"மைண்ட் யுவர் வார்ட்ஸ் தீபா. நான் கிளம்புகிறேன்" முடிந்த அளவுக்கு கோபமாகச் சொன்னான்.

"உண்மையைச் சொன்னால் கோபம் வருகிறதா? உங்களை ஒரு கேள்வி கேட்கட்டுமா? இவ்வளவு கையெழுத்து வாங்கி இருக்கிறீர்களே? இதற்கு என்ன சொன்னீர்கள்? எப்படி இவ்வளவு சுலபமாக எல்லாரும் கையெழுத்துப் போட்டார்கள்?"

சந்துருவுக்கு அவளுடன் பேச விருப்பமில்லைதான். ஆனாலும் அவள் சொல்வதில் ஏதோ விஷயம் இருக்கும் என்று பட்டது.

"உண்மை நிலையைச் சொன்னேன். மூன்றும் கிடைக்காது, எதாவது இரண்டுதான் முடியும். எந்த இரண்டு என்று தேர்ந்தெடுங்கள் என்று சொன்னேன்."

"இது அவர்களுக்குத் தெரியாதா? இதைப் பேச ஒருத்தன் கல்கத்தாவில் இருந்து வரவேண்டுமா? பத்து நிமிஷத்தில் உன்னால் முடிவது, ஏன் பத்து மாசமாக இங்கே இழுத்துக்கொண்டிருக்கிறது? இதையெல்லாம் யோசிக்கவே மாட்டாயா?"

தீபா பொரிந்து தள்ளினாள். சந்துருவுக்கும் இந்தக் கேள்விகள் உள்ளுக்குள்ளே இருந்தன. ஆனால் வெற்றி உற்சாகத்தில் ஊசிவைத்து வெடித்துக் கொள்ள விரும்பாததால் கேள்விகள் பெரிதாகவில்லை. அமைதியாக இருந்தான்.

"இங்கே கண்ட்ரோல் நீங்களோ, இந்தக் கிராமத்து மக்களோ இல்லை. அதை முதலில் புரிந்து கொள்ளுங்கள். அன்று காட்டில் உங்களைச் சந்தித்தபோதே இதைத்தான் சொல்ல வந்தேன். நீங்கள் கேட்காமல் ஓடிவிட்டீர்கள்."

ஓடிவிட்டேனா? பயமுறுத்தி ஓட வைத்தீர்கள். கடத்துவேன் என்று லோபோ சொல்வானாம், அப்புறம் கடத்தலாம் என்று இவள் சொல்வாளாம். எனக்கு விஷயம் விளக்கவா வந்தீர்கள்?

"இந்த ஊர் மக்களை எதுவும் சொல்லி சுலபமாக மாற்றிவிடலாம். நீங்கள் செய்ததை வர்மாவோ, பானர்ஜியோ ஒரு நிமிடத்தில் செய்திருக்கலாம். செய்யவில்லை. ஏன்?"

மறுபடி அதே கேள்வி. பதிலை எதிர்பார்த்துக் கேட்கவில்லை என்பதுபோல தொடர்ந்தாள். சந்துருவுக்குள்ளும் அதே கேள்விகள் இருந்ததால் பதிலைத் தெரிந்துகொள்ளும் ஆர்வம் இருந்தது.

"ஏனென்றால் அவர்களுக்கு பயம்."

'பயமா? எதற்கு பயம்? யாரைக் கண்டு பயம்?'

தீபா தொண்டையைக் கனைத்துக் கொண்டு ஆரம்பித்தாள். "முதலில் கொஞ்சம் ஜியாக்ரஃபி தெரிந்து கொள்ளுங்கள். நீங்கள் இப்போது இருப்பது எந்த மாநிலத்தில்?" தரையைக் காட்டிக் கேட்டாள்.

"பீஹார்" என்றான். இது என்ன சிறுபிள்ளைத்தனமான கேள்வி?

"இன்னும் ஓரிரு வருஷங்கள்தான். அப்புறம் இது ஜார்க்கண்ட் மாநிலம் ஆகிவிடும். தெரியுமல்லவா?" சந்துரு பேப்பரில் படித்திருந்தான், ஜார்க்கண்ட் கவுன்சில் என்று ஒரு அமைப்பை 1995ல்

இருந்து தொடங்கப்போகிறார்கள். மாநிலத்தைப் பிரிப்பது பற்றிய ஆலோசனை சொல்ல.

''ஜார்க்கண்ட் முக்தி மோர்ச்சா என்று கட்சியைப்பற்றிக் கேள்விப் பட்டிருக்கிறீர்களா? அவர்கள் 40-50 வருஷமாகப் பாடுபட்டுக் கொண்டிருக்கிறார்கள் இந்தப் பிரிவினைக்காக.''

''ஏன் பிரிக்க வேண்டுமாம்?''

''வடக்கு பீஹாருக்கு ரோடு போடுவதில் இருந்து மந்திரி ஹெலிகாப்டரில் சுற்றுவது வரைக்கும் எல்லா செலவுகளுக்கும் காசு கொடுப்பது தெற்கு பீஹார். அதுதான் ஜார்க்கண்ட். இங்கே கிடைக்கும் நிலக்கரி அலுமினியம் இரும்பு.. இதற்கான ராயல்டி பணம் முழுக்க அரசியல்வாதிகள் வடக்கிலேயே செலவு செய்துவிடுகிறார்கள். இங்கே தெருவெல்லாம் எப்படி இருக்கிறது பார்க்கிறீர்கள் அல்லவா?''

''அதற்கு?'' பாட்னாவில் மட்டும் என்ன ரோடு நன்றாகவா இருக்கிறது? 'ஹேமமாலினி கன்னத்தைப்போல ரோடு போடுவோம்' என்று எதோ அரசியல்வாதி பேசி பேப்பரில் எல்லாம் வந்ததே.

''தனி மாநிலமாக இருந்தால் எங்கள் காசை நாங்கள் செலவு செய்வோம். இங்கே ஒழுங்கான ரோடு போடுவோம்.பள்ளிக்கூடம் கட்டுவோம்.. என்று சொல்கிறார்கள் ஜெ.எம்.எம்'' கடைசி எம்மை அழுத்திச் சொன்னாள். ஜே எம் எம் ஐ இப்படிச் சுருக்கமாகச் சொல்கிறாள்.

''சரி. அதுதான் பிரிக்கப் போகிறார்களே, இப்போது என்ன அதற்கு?''

''இப்போது அடுத்து கொஞ்சம் அரசியல் சொல்கிறேன். உச்சிடி கிராமம் சாஹஸ் தொகுதியில் வருகிறது. இது ஜெம்ம் கோட்டையாகத்தான் இருந்தது. ஆனால் இப்போது இரண்டு வருடங்களுக்கு முன்பிருந்து ஜெம்ம்மும் காங்கிரஸும் கூட்டணி. அப்போதுதான் பிரச்சினை ஆரம்பம்.''

சந்துருவுக்குப் பசி மறந்தே போயிருந்தது. தீபாவின் பேச்சில் விவரங்களையும் தாண்டிய வசீகரம் இருந்தது.

23

தீபா ஸ்கூல் மாஸ்டர் தோரணையில் பேச ஆரம்பித்திருந்தாள். சுவாதீனமாக மேஜை மேல் உட்கார்ந்திருந்தாள்.

சந்துருவுக்கு ஆர்வம் இருந்தாலும் கடுப்பாகவும் இருந்தது. அக்கம்பக்கம் யாருமில்லை. அழகான பெண்ணுடன் தனியே. கடலை போட வேண்டிய நேரத்தில் அரசியல் பேசிக்கொண்டிருக்கிறோம்.

"சரி, ஜெம்ம்மும் காங்கிரஸும் கூட்டணி போட்டுக் கொண்டார்கள். அதற்கும் இங்கே நடப்பதற்கும் என்ன சம்மந்தம்?" பொறுமை இழந்தவனாகக் கேட்டான்.

"வருகிறேன், வருகிறேன்..பக்கத்தில் ஒரு கிராமம். இதே போலத்தான். கோல் இந்தியா அக்விசிஷன் செய்தார்கள். பெரும்பாலும் ஏமாற்றி விட்டார்கள். நிலம் தருகிறேன் என்று பாறைகளைத் தந்தார்கள். வேலை தருகிறேன் என்று நூறு கிலோமீட்டர் தள்ளி வேலை தந்தார்கள். மக்களுக்குக் கோபம் வந்து பொங்கி எழுந்துவிட்டார்கள்."

சந்துருவுக்கு டீக்கடைக் கிழவன் ஞாபகத்துக்கு வந்தான். அவன் கிராமம்தானோ?

''கோபத்தை சரியான திசையில் செலுத்த அவர்களுக்குத் தெரியவில்லை. காங்கிரஸ்காரன் எம் எல் ஏ. அவன் வீட்டுக்குப் பேசத்தான் போனார்கள். ஆனால் முடிவில் அவனை வெட்டிவிட்டு வந்தார்கள்..'' எச்சில் விழுங்கிக் கொண்டாள்.

''என்ன பிரயோஜனம்? ஆர்ம்டு போலீஸ் வந்தது. ஊரையே வேட்டையாடியது. ஜெயிலுக்குப் போனார்கள் பாதி பேர். மீதி பேர் நடுத்தெருவில். அதுவும் இல்லை.. நடுக்குழியில். ஆமாம். கோல் இந்தியா சுரங்கம் வெட்ட ஆரம்பித்துவிட்டது''

''இது நடந்ததில் இருந்து உச்சிடி கிராம மக்கள் சுதாரித்துக் கொண்டுவிட்டோம். எப்படியும் கவர்மெண்ட் நிலத்தை எடுத்துக் கொள்ளத்தான் போகிறது என்பது எல்லாருக்கும் தெரிந்திருந்தாலும், சரியான காம்பன்சேஷன் இல்லாமல் நிலத்தைக் கொடுக்க முடியாது என்று பிடிவாதம் பிடிக்க ஆரம்பித்தோம். ஆனால்.. அதை மதித்துப் பேசக்கூட யாரும் வரவில்லை அங்கிருந்து..''

சந்துருவுக்குக் குழப்பமாக இருந்தது. இவள் சொல்வதைப் பார்த்தால் இந்த கிராமத்தில் நிலம் கொடுப்பதில் யாருக்கும் ஆட்சேபணை இல்லை. பேசத்தான் யாரும் வரவில்லை. ஏன் வரவில்லை?

''இரண்டு காரணங்கள். ஜாதி, பயம்''

சந்துரு பதில் ஏதும் பேசவில்லை. அவள் இடைவெளி விட்டது பேச்சின் முடிவு அல்ல. தொடர்வாள். தொடர்ந்தாள்.

''வர்மா பூமிஹார். பானர்ஜி பெங்காலி ப்ராமின். நேரடியாக வந்து பேசினால் அவர்களுடைய கௌரவத்துக்கு இழுக்கு. அதனால்தான் ஜாதி பற்றியெல்லாம் தெரியாத மூன்றாவது நபர் தேவைப்படுகிறார்.'' தீபா சந்துருவைச் சுட்டிக்காட்டினாள்.

''பயம்?''

''பக்கத்து கிராம மக்கள் கொன்றது என்னவோ எம் எல் ஏவை. அவர்களுடைய நிஜமான எதிரி இந்த வர்மாவும் பானர்ஜியும்தான். அவர்கள் எப்படியோ தப்பித்து விட்டார்கள். இப்போது பிரச்சினை வந்தால் பங்கு வாங்கும் ஜெம்ம்மோ காங்கிரஸோ அவர்களைக் காப்பாற்ற முடியாது. அதற்கும் அவர்களுக்கு வெளியாள்தான் தேவைப்படுகிறான்''

சந்துரு தன்னை மீறி உடல் பயத்தால் குலுங்குவதைக் கவனித்தான். இவர்களுக்குத் தேவைப்பட்ட பலியாடா நான்?

சந்துரு தன் வெற்றிக் களிப்பெல்லாம் போக பயத்தில் ஆழ்ந்தான்.

தீபா தொடர்ந்தாள். ''சந்துரு.. நீங்கள்தான் எங்களின் ஒரே நம்பிக்கை. அதனால்தான் உங்களைத் துரத்திக் கொண்டிருந்தேன். இவர்களை நம்பினால் நிச்சயம் கழுத்தறுத்து விடுவார்கள்.தவிரவும் வேறு விதமான பயமும் எனக்கு இருக்கிறது''

சந்துரு புரியாமல் பார்க்க, ''இந்த ஊரில் படித்தவர்கள் இருக்கிறார்கள். படிக்காதவர்களும். ஆனால் பிரச்சினை என்று வரும்போது எல்லாரும் ஒரே போலத்தான் சிந்திக்கிறார்கள். அடி உதை குத்துதான். அன்றைக்கே பார்த்திருப்பீர்கள், லோபோ என்ன சொன்னான்? உங்களைக் கடத்திவிடச் சொல்லிச் சொன்னானா இல்லையா? அதனால் என்ன பிரயோஜனம் என்றெல்லாம் யோசிக்க மாட்டார்கள். ஆத்திரம் வந்தால் எதையும் செய்துவிடுவார்கள். இதைத்தான் வர்மா போன்ற ஆசாமிகள் சாதகமாகப் பயன்படுத்திக் கொள்கிறார்கள். போலிஸ் ஸ்டேஷனை எரித்ததற்கே எங்கள் மேல் கேஸ் வருமோ என்று பயமாக இருக்கிறது''

இப்போதுதான் அப்படி ஒரு பயமே வருகிறதா? அங்கே அந்த வர்மா உன்னைக் களிதின்ன வைக்க ப்ளூப்ரிண்ட் போட்டே பத்துப் பதினைந்து நாள் இருக்குமே.

''நாங்கள் சண்டை போட விரும்பவில்லை. அதே நேரத்தில் நடுத்தெருவில் நிற்கவும் விரும்பவில்லை. நீங்கள் நினைத்தால் எல்லாவற்றையும் சுமுகமாக முடித்துவிட முடியும்.''

நான் என்ன செய்ய முடியும்? நான் ஒரு சாதாரண போஸ்ட்மேன்.

''எங்களுக்குப் பணம் வேண்டாம், வேலை கிடைத்தாலும் பரவாயில்லை, இல்லையென்றாலும் பெரிய பிரச்சினை இல்லை. ஆனால் விவசாயம்? அது இல்லையென்றால் இங்கே பாதி மக்களுக்கு உயிரே போய்விடும். அந்த ஜிர்க்கி வேண்டுமென்றுதான் பிடிவாதம் பிடிக்கிறோம்.''

''அதற்கென்ன, நான் அதை சொல்ல வேண்டிய இடத்தில் சொல்கிறேன். அதை நடத்துவதில் பெரிய பிரச்சினை இருக்கும் என்றெல்லாம் தோன்றவில்லை''

''இப்போது தோன்றாது. வர்மாவிடம் பேசுங்கள், பானர்ஜியுடன் பேசுங்கள். இது எவ்வளவு கஷ்டமான விஷயம் என்று தெரியும். இவர்கள் இருவரும் ஒரு முடிவே செய்திருக்கிறார்கள் - எங்களை நிம்மதியாக வாழ விடுவதில்லை என்று''

சந்துருவுக்குப் புரியவில்லை. ''அப்படி உங்களைப் பழி வாங்க வேண்டிய அவசியம் என்ன?''

''எம் எல் ஏவைக் கொன்றவர்கள் எங்கள் ஜாதி. எம் எல் ஏ அவர்கள் ஜாதி. இது போதாதா?'' சந்துருவுக்கு அருவருப்புதான் கூடியது. மறுபடியும் ஜாதி.

''அது இல்லை என் பயம். இந்த வர்மா கும்பல் பிடிவாதம் பிடித்தால், எங்கள் மக்களுக்கு ஆத்திரம் வரும். கோபத்தில் எதாவது செய்துவிட்டால், போலீஸ் துரத்த வாழ்க்கை முழுக்க காட்டுக்குள் ஓடிக் கொண்டிருக்க வேண்டியதுதான். இருக்கவே இருக்கிறது நக்சலைட், மாவோயிஸ்ட் முத்திரை''

ஜீப் ட்ரைவர் தூரத்தில் வருவதைப் பார்த்த தீபா சுறுசுறுப்பானாள். ''நாம் பேசுவதை நேராகப் போய் வர்மாவிடம் சொல்வான் இவன். நீங்கள் யோசியுங்கள். பிறகு சந்திக்கலாம்.'' ஸ்கூட்டியை எடுத்து எதிர்த்திசையில் ஓட்டிக் கொண்டு போய்விட்டாள்.

ஃபைல்களைத் தூக்க உதவினான் ட்ரைவர். "பின் சீட்லே வச்சுடலாமா சார்?" "வேண்டாம். முன் சீட்லேயே இருக்கட்டும்."

பசியெல்லாம் மறந்தே போய்விட்டிருந்தது சந்துருவுக்கு. குழப்பமான சிந்தனைகள். ஜிர்க்கி கிராமத்தில் நிலம் தருவதில் வர்மாவுக்கும் பானர்ஜிக்கும் என்ன பிரச்சினை இருக்க முடியும்? ஜாதிவெறியையும் பிடிவாதத்தையும் தவிர? ஆனால் இந்த ஊரில் ஜாதியின் வீச்சைக் குறைத்து மதிப்பிட முடியாது. இவர்களிடமே பேசாமல் பிரச்சினையை வேறு தளத்துக்குக் கொண்டுபோய் விட்டால்?

அதுதான் சரி, வர்மாவையும் நம்ப வேண்டாம், பானர்ஜியையும் நம்பவேண்டாம். நேரடியாக கல்கத்தா ஆஃபீஸுக்கே ரிப்போர்ட் செய்துவிடலாம். நான் இங்கிருக்கும் வரை என் ரிப்போர்ட் சிபாரிசாகத் தான் பார்க்கப்படும். வர்மாவும் பானர்ஜியும் ராஞ்சி லீகல் டிபார்ட்மெண்ட் சதுர்வேதியும் கூட்டுக் களவாணிகள். அவர்கள் இஷ்டத்துக்குதான் என்னை வளைக்கப் பார்ப்பார்கள். அதுவே கல்கத்தாவின் பாஸ் என் ரிப் போர்ட்டை அனுப்பினால் ஆணையாக ஆகிவிடும். கல்கத்தாவில் இருந்து உத்தரவு போனால் மாநில அரசாங்கத்துக்கும் வேறு வழி இருக்காது.

இறுதி ரிப்போர்ட் எழுத நான் தயாரா? ஃபைல்களைப் பார்த்தான். ஜிர்க்கியைப் பற்றிய தகவல்கள் வேண்டும். மறுபடி பொக்காரோ போக வேண்டுமா? வர்மாவிடம்கூட சொல்லிக்கொள்ளாமல் போய்விடலாம். ஏன் இந்தத் தகவல்கள் தேவை என்று பானர்ஜி கேட்பாரே. நிச்சயம் ஏமாற்ற முடியாது. ஊழல்வாதிகள் எல்லாம் அவர்கள் சம்மந்தப்பட்ட விஷயங்களில் அதீத புத்திசாலிகளாகத்தான் இருப்பார்கள்.

ஒருவேளை இதே ரெஜிஸ்டரில் இருக்குமா? ரெஜிஸ்டரைப் புரட்டினான். அவன் அதிர்ஷ்டத்தை அவனாலேயே நம்பமுடியவில்லை. முழு தாலூக்காவுக்குமான தகவல்கள் ஒரே ரெஜிஸ்டரில் இருந்தது. ஜிர்க்கியில் தாராளமாக நிலம் இருந்தது. எழுதுகிற விதத்தில் எழுதினால் பாஸைக் கன்வின்ஸ் செய்துவிடலாம்.

கல்கத்தா கிளம்ப வேண்டியதுதான்.

24

ஹௌரா ப்ரிட்ஜ் காலை வேளை உச்சபட்ச கும்பலுடன் இருந்தது. போக்குவரத்து நெரிசல் என்று மற்ற ஊரில் எல்லாம் சொல்பவர்கள் கல்கத்தா வந்து பார்க்க வேண்டும். இந்தியாவின் மொத்த ஜனத்தொகையும் இங்கேதான் இருக்கிறதோ என்று நினைக்கும் அளவுக்கு எல்லா இடங்களும் பிதுங்கின. துளி கூட கேப்பே விடாமல் ட்ராமின் கேப்பில் ஆட்டோக்கள், ஆட்டோவின் இடுக்கில் மோட்டார் சைக்கிள்கள், வேனை விடச் சற்றே பெரிய மினி பஸ்கள், கார்கள், கை ரிக்ஷாக்கள், நடைபாதை வாசிகள். ஒவ்வொரு பஸ்ஸிலும் கொள்ளளவு போல இரண்டு மடங்கு மக்கள் பிதுங்கிக் கொண்டிருந்தார்கள்,

ரயிலில் வந்து இறங்கிய சந்துரு 200 ஆண்டு டைம் ட்ராவல் செய்து வந்ததாக உணர்ந்தான், இங்கேயும் அதே கும்பல், தூசி சகதிதான் என்றாலும் ஹௌரா ரயில் நிலையத்தில் உயிர் இருந்தது. ரயிலில் இருந்து வெளியே வந்ததும் ஹௌரா பிரிட்ஜின் பிரம்மாண்டாம் தாக்கியது. கல்கத்தாவுக்குச் செல்ல

மினிபஸ் பிடிக்க வேண்டும்.காளிகாட் பாஞ்ச் மினிட் என்று கத்திக்கொண்டிருந்த மினிபஸ்ஸின் ஓரஸீட்டைக் கஷ்டப்பட்டுப் பிடித்தான் சந்துரு. அரை மணிநேரம் வரை வண்டி கிளம்பவில்லை. வண்டி நிரம்பவில்லை. ஒரு வழியாக எடுத்தபோது மூச்சு விட இடமில்லை. மெதுவாக பிரிட்ஜுக்குள் ஊர்ந்தது மினிபஸ். எப்போதுதான் போய்ச் சேரும்?நடுசீட் எடுத்திருக்கலாமோ? திரும்பிப் பார்த்தவனுக்கு சிரிப்பு வந்தது. நடு சீட்டாக இருந்தால் உயிர் இருந்திருக்காது. இறங்கி விடலாமா? கோல் இந்தியாவின் ஆஃபீஸ் இங்கிருந்து எவ்வளவு தூரம் இருக்கும்? ஒண்ணரை இரண்டு கிலோ மீட்டர்கள்? சாஹஸில் சொல்வதுபோல 'பத்து நிமிஷ நடை' அவ்வளவுதானே?

பஸ்ஸை விட்டு இறங்கும்போது கண்டக்டர் தடுத்தான். ''அப்படி எல்லாம் உன் இஷ்டப்படி இறங்க முடியாது'' இவனுக்கென்ன பிரச்சினை?

''காசெல்லாம் திருப்பித்தர முடியாது'' அடப்பாவிகளா, முதலில் வாங்கியதே 75 பைசா, அதுல ரிட்டர்ன் வேறயா? சந்துரு சிரித்துக்கொண்டான் ''அதெல்லாம் வேணாம்''

நடப்பதும் அவ்வளவு சுலபமாக இல்லை. சின்னச் சட்டிகள் புகைவிட்டுக் கொண்டிருக்க அதைவிடச் சிறிய சட்டிகளில் டீ வினியோகித்துக் கொண்டிருந்த டீக்கடைகள், ஷேக்ஸ்பியர் முதல் ஜான் க்ரிஷாம் வரை கொட்டிக் கிடந்தாலும் அனானிமஸ் பக்கமே கும்பல் இருந்த புத்தகக் கடைகள், கூலிங் கிளாஸ், செண்ட், குடை என்று ஃபாரீன் ஐட்டம் கடை.... இவை தவிரவும் சைக்கிள்காரர்களும். இரண்டு பக்கமும் நடக்கும், தலைமேல் கூடைவைத்த ஆசாமிகளும் நடப்பதற்கு இடமே விட்டுவைக்கவில்லை.

ப்ரிட்ஜின் கல்கத்தா முனைக்கு வந்தபிறகுதான் தெரிந்தது நெரிசலின் காரணம். ஏதோ ஒரு மினிபஸ்ஸை நிறுத்திவிட்டுச் சண்டை போட்டுக் கொண்டிருந்தார்கள் மக்கள். உக்கிரமான பெங்காலியில் சண்டை. பஸ் டிக்கட் விலையை நாலணா அதிகப்படுத்தி விட்டார்களாம். அடப்பாவிகளா.. நாலணாவுக்கா இவ்வளவு பெரிய ப்ரிட்ஜை முழுமையாக அடைத்துச் சண்டை போடுகிறீர்கள்?

நெரிசலின் ஆதாரத்தைத் தாண்டியதும் இவன் செல்ல வேண்டிய திசையில் போக்குவரத்து காலியாக இருந்தது. ரிக்‌ஷாக்காரர்கள் கூப்பிட மறுத்தான். கைரிக்‌ஷாவில் உட்காரும்போதே முள்ளின் மேல் உட்காருவது போலிருக்கும் சந்துருவுக்கு. ஆட்டோவில் ஏறி "கோல் இந்தியா ஹெட் ஆஃபீஸ்" என்றான்.

ஐந்து நிமிடத்தில் காட்சி மாறி, எவ்வளவு நெரிசலாக இருந்ததோ அதற்கு நேர்மாறாக விஸ்தாரமான சாலைகள், ஏக்கர் கணக்கில் பசும்புல்தரையின் தூரத்தில் அழகான கட்டடங்களாக மாறியது. இந்த நகரத்தில் இது எப்போதும் ஒரு ஆச்சரியம். டெலிவிஷனிலும் சினிமாக்களிலும் காட்டப்படும் இந்த இடங்களை வைத்து அமைதியான அழகான நகரம் என்ற எண்ணம்தான் இருந்தது சந்துருவுக்கும் ஒரு வருடம் முன்பு நேரில் பார்க்கும் வரை.

ஆஃபீஸுக்குள் நுழையும் முன்னர் செய்தித்தாளை வாங்கிக்கொண்டான். லீகல் ஹாலுக்குள் நுழைந்தான். பெரிய ஹால். 20 அடிக்கு மேல் இருக்கும் சீலிங். ஃபேன்கள் ஏதோ தர்மத்துக்குச் சுற்றிக்கொண்டிருக்க, காற்று பேப்பர்களைக் கூட அசைக்கவில்லை. இவனுக்கென்று ஒரு டெஸ்க் இருந்தது. இங்கேதான். ஃபோட்டோ காலண்டர் என்று எதுவும் இல்லாமல் சாதாரணமாக இருந்தது ஹால். ரயில்வே ஸ்டேஷனில் இருப்பது போல பிரம்மாண்டமான கடிகாரத்தில் மணி பார்த்தான். ஒன்பதரை. ஒன்பது மணிக்கு ஆஃபீஸ் துவங்குகிறது. பத்து மணிக்கு முன்னால் ஈ காக்காய் வராது.

பையில் இருந்த பாக்ஸ் ஃபைல்களை மேலே எடுத்து வைத்துவிட்டு நாற்காலியில் சாய்ந்து அமர்ந்தான். பலியாடு. தீபா சொன்ன வார்த்தை ரயிலிலும் துரத்திக் கொண்டிருந்தது.

ரிப்போர்ட்டை மனதுக்குள் பலவிதமாக அமைத்துப் பார்த்துக் கொண்டிருந்த போது முதுகில் ஓங்கி ஒரு அறை விழுந்தது. திடுக்கிட்டுத் திரும்பிப் பார்த்தான். சென்குப்தா.

"சந்துரு.. குட்டு ஹாவ் யூ பேக் மேன்.. எப்படி இருக்கு பீஹார்? வில் அம்பு வச்சுகிட்டுத் துரத்திட்டாங்களா?" கிண்டலாக ஆரம்பித்தான்

சென்குப்தா. அவன் சொன்னதுதான் உண்மை என்றால் ஆச்சரியப்பட்டு விடுவான்.

''என்ன ஆச்சு சந்துரு? யூ லுக் டல்.. டீ சாப்பிடலாம் வரியா?''

டீக்கடையில் சந்துரு சென்குப்தாவைப் புதிதாகப் பார்ப்பதுபோல் பார்த்தான். லீகல் டிபார்ட்மெண்ட் ஆள் போலவே இல்லை. பத்திரிக்கையாளர தோற்றம். முரட்டுக்கதர் ஜிப்பா ஜோல்னாப்பை, ஒல்லியாக இருந்தாலும் தொப்பை இருந்தது. வாயில் பான் கறை. இவன்தான் போயிருக்க வேண்டும் சாஹஸுக்கு. கடைசி நேரத்தில் என்னவோ சொல்லி ஜகா வாங்கிவிட்டான்.

''சொல்லு சந்துரு.. எனிதிங் சீரியஸ்?''

சந்துரு ''தெரியவில்லை'' என்றான். பொறுமையாக ஆரம்பித்து எல்லா விஷயங்களையும் நடந்தது நடந்தபடி சொன்னான். சென்குப்தா குறுக்கிடாமல் கேட்டுக்கொண்டிருந்தான்.

முடித்ததும், சென்குப்தா பெருமூச்சு விட்டான். ''விஷயம் சாதாரணமானது இல்லை. கொஞ்சம் கவனமாகத்தான் இதை அணுகவேண்டும். உன் ப்ளான் என்ன?''

''யோசித்துக் கொண்டு இருக்கிறேன். பாஸிடம் பேசிப் பார்க்க வேண்டும்.. இங்கிருந்து உத்தரவாகப் போனால் வர்மா பானர்ஜி எல்லாரையும் ஓவர்பவர் பண்ணிவிடும் அல்லவா?''

''டெக்னிகலி நீ சொல்றது சரிதான். ஆனால் இந்த மொட்டையன் அதற்கு ஒத்துக் கொள்ள வேண்டுமே? இன்னொரு விஷயம்.. இந்த மாதிரி மேட்டரில் எல்லாம் லைன் ஆஃப் அதாரிட்டி என்பது நீ சொல்வது போல நேர்க்கோடு அல்ல. வர்மாவுக்கு வேறு எதாவது விஷயத்தில் ஹோல்ட் இருந்தால் அவனை இங்கிருந்து எல்லாம் கேள்வி கேட்க முடியாது''

சந்துரு கவலையானான். ஹெட் ஆஃபீஸ் உத்தரவை நம்பித்தானே சொல்லிக்கொள்ளாமல் கூட இங்கே கிளம்பி வந்தான்.

சென்குப்தா, ‘‘ஆனால் இதை வேறு ஆங்கிளில் அணுகினால் நீ நினைப்பது போல நடக்க வாய்ப்பிருக்கிறது.’’ தொங்கிக் கொண்டிருந்த எரியும் கயிற்றில் இருந்து சிகரெட்டைப் பற்றவைத்துக் கொண்டு ஆழமாக இழுத்துப் புகைவிட்டான்.

‘‘ஊழல் என்று சொன்னாயல்லவா? அதைக் கொஞ்சம் மறுபடி சொல்லு’’

‘‘சிம்பிள் ஊழல். ஊரில் மக்களுடைய நிலம் 20 - 25 ஏக்கர்தான். ஆனால் ஊரைக் கையகப் படுத்துவதால், கோல் இந்தியாவுக்கு சுற்றி இருக்கும் 200 - 250 ஏக்கரும் கிடைக்கும். அதற்கு போலிப் பெயர், போலி டாகுமெண்ட் தயாரிப்பார்கள். காம்பன்சேஷனை வாங்கி பங்கு போட்டுக் கொள்வார்கள். அவ்வளவுதான்.’’

‘‘இப்போது புரிகிறதா ஏன் அவர்கள் ஜிர்க்கி கிராமத்தைத் தர மாட்டார்கள் என்று?’’ சென்குப்தா கேட்டான்.

சந்துருவுக்கு அவன் சொன்னதில் என்ன விளக்கு எரிந்திருக்க முடியும் என்பது புரியவில்லை. ‘‘ஏன்?’’

‘‘ஏன் என்றால், அவர்கள் உச்சிடியில் எடுக்கப் போவது 250 ஏக்கர் நிலம் - பேப்பர்படிப் பார்த்தால். ஜிர்க்கியில் அவ்வளவு காம்பன்சேஷன் நிலம் இல்லை. டேலி ஆகாது. ஜிர்க்கியில் நிலம் கொடுத்தால், ஊழலுக்கான வாய்ப்பு குறைவு.புரிகிறதா?’’

சந்துருவுக்கு நேற்றில் இருந்து உறுத்திக் கொண்டிருந்த கேள்விக்கு விடை கிடைத்தது போல் இருந்தது. ‘‘இருக்கலாம்’’ என்றான்.

‘‘பாஸிடம் போய் இதைச் சொல்லு. ஜிர்க்கியில் இடம் கொடுப்பதுதான் அவர்கள் ஊழலைத் தடுக்க ஒரே வழி என்று சொல். ஜாதி, ஆதிவாசி இதுக்கெல்லாம் நம்ம மொட்டை எப்படி ரியாக்ட் செய்வான் என்று தெரியாது. ஆனால் ஊழல் என்றால் இவனுக்குக் கோபம் வந்துவிடும்.’’

‘‘அவ்வளவு ஸ்ட்ரெயிட் ஃபார்வார்டா?’’

"சேச்சே.. அப்படியெல்லாம் இங்கே யாரையும் எடை போட்டு விடாதே. இவனுக்குப் பங்கு வர வாய்ப்பில்லாத ஊழல்களைக் கண்டால் பிடிக்காது. செலக்டிவ் ஸ்ட்ரெயிட் ஃபார்வர்ட்னெஸ்" சிரித்தான் சென்குப்தா.

ஆஃபீஸில் நிறையப்பேர் வந்துவிட்டிருந்தார்கள். பேப்பர்கள் குறுக்கும் நெடுக்கும் பறந்தன. பியூன் சந்துருவைப் பார்த்து சினேகமாக "எப்போது வந்தீர்கள்" என்றான்.

சீட்டில் சென்று உட்காரும் நேரத்தில் குட்மார்னிங்குகள் சீரான இடைவெளியில் கேட்க திரும்பிப் பார்த்தான் சந்துரு. எல்லா குட்மார்னிங்குகளுக்கும் விரைப்பாகத் தலையை மட்டும் அசைத்துக்கொண்டு வந்தார் பாஸ்.

25

தேக்கு மேஜையில் கண்ணாடி பதித்து காகிதங்கள் சீராக அடுக்கி இருந்தது. இரண்டு டெலிஃபோன்கள், தாஜ்மஹால் போட்ட 1995 காலண்டர், 'Are you here with a solution or are you a part of the problem?' என்று சுட்டுவிரல் எச்சரித்த பலகை. பின்னால் இருந்த அலமாரியில் வரிசையாக சட்டப் புத்தகங்கள். சட்டர்ஜியின் வழுக்கையில் அறையின் விளக்கு பிரதிபலித்தது. இன்னும் சந்துருவை உட்காரச் சொல்லவில்லை.

சட்டர்ஜி தலைநிமிர்ந்து சந்துருவைப் பார்த்தார். "நேற்றிரவு வர்மா ஃபோன் செய்திருந்தார்.. உன்னைக் காணோம் என.. சொல்லிக்கொள்ளாமல் வந்துவிடுவாயா? அவருக்கு ஒரே பயமாகிவிட்டது. எனக்கும் நீ கல்கத்தா வந்திருப்பது இப்போதுதான் தெரிகிறது." குரலில் கோபம் தெரிந்தது.

அதற்குள்ளாகவா ஃபோன்? வர்மாவின் பதட்டம் தெரிகிறது.

"காரணம் இருக்கிறது சார். லெட் மீ எக்ஸ்ப்ளெயின்" சந்துரு அமைதியாகவே சொன்னான்.

''பெட்டர் பீ அ குட் ரீஸன். உட்கார்.''

சந்துரு உட்கார்ந்து ஃபைலைப் பிரித்தான். ''சுலபமான விஷயத்தை கஷ்டமாக்குவதற்கு பி எச் டி படித்திருக்கிறார்கள் அந்த ஊர் ஆட்கள். அந்த ஊரைக் கையகப்படுத்துவதில் எந்தப் பிரச்சினையும் இல்லை. ஒன்றே ஒன்றைத் தவிர..''

சட்டர்ஜி தன் முன்னால் திறந்து வைத்திருந்த பக்கத்திற்கு நாடாவை இழுத்துவைத்து மூடினார். ''என்ன பிரச்சினை?''

''ஊழல் செய்ய முடியாது.. அதுதான் பிரச்சினை.''

''புரியவில்லை. வர்மா மேல் குற்றம் சாட்டுகிறாயா? அவர் எவ்வளவு பெரிய ஆள் தெரியுமா?''

''இருக்கட்டுமே சார். எனக்கே லஞ்சம் ஆஃபர் செய்கிறார்கள் அங்கே''

சட்டர்ஜி கண்ணாடியைத் துடைத்து மாட்டிக்கொண்டார். யோசிக்கிறார். தவறான வார்த்தையைச் சொல்லிவிட்டோமோ? இப்படி ஆரம்பித்திருக்கக்கூடாது.

சட்டர்ஜி வெட்கமே இல்லாமல் கேட்டார் அடுத்த கேள்வியை. ''எவ்வளவு தருவார்களாம்?''

சென்குப்தா சொன்னது ஞாபகம் வந்தது. 'இவனுக்குப் பங்கு வர வாய்ப்பில்லாத ஊழல்களைக் கண்டால் பிடிக்காது. செலக்டிவ் ஸ்ட்ரெயிட் ஃபார்வர்ட்னெஸ்'. இப்போதுகூட இவருக்கும் பங்கு வந்தால் கண்டுகொள்ளாமல் விட்டுவிடுவாரோ?

''எவ்வளவு என்றெல்லாம் சொல்லவில்லை. விஷயம் இதுதான்.''

சந்துரு அவர்களுடைய ஊழல் முறையை விளக்கினான்.

''வேறு ஏதாவது மாற்று நிலம் கொடுத்தால் பிரச்சினை இல்லாமல் ஊழல் செய்யலாம். இந்த கிராமத்து மக்கள் கேட்கும் ஜிர்க்கி கிராமத்தைக் கொடுத்தால் ஒன்றும் பெரிதாகச் செய்ய முடியாது. இதுதான் அவர்கள் கஷ்டம்''

சட்டர்ஜி யோசித்தார். ''இந்த கிராமம் கோல் இந்தியாவுக்குத் தேவைதானா?''

''நிச்சயமாகத் தேவை சார். அதில் சந்தேகமே இல்லை.'' ரிப்போர்ட்டுக்காகத் தயார் செய்திருந்த வரைபடத்தைக் காட்டினான்.

''அண்டர் கிரவுண்ட் மைனிங் மூலமாக தினம் 1000 டன்னுக்கு மேல் எடுக்க முடியாது. அந்த கிராமம் பெரிய நிலக்கரிப் படிமத்தின் மேலே இருக்கிறது. அங்கே திறந்தவெளிச் சுரங்கம் அமைத்தால் லட்சம் டன் வரை எக்ஸ்கவேஷன் கெபாசிட்டி இருக்கிறது. அதன் மூலம் மட்டும் தினத்துக்குப் பல கோடிகள் அரசாங்கத்துக்கு வருமானம் வரும்''

வேறு பேப்பர்களை எடுத்து ''இது திறந்தவெளிச் சுரங்கத்தின் மெயிண்டனன்ஸ் செலவுகள். அங்கே ஓடும் வண்டிகளுக்கான உதிரி பாகங்கள் வாங்க செய்த செலவினங்கள் எல்லாம் இங்கே இருக்கிறது. இதில்..''பை-கிராஃப் வட்டத்தில் பெரிய வில்லையைக் காட்டி, ''இந்தச் செலவெல்லாம் ரோடு அகலம் இல்லாததால் ஏற்படும் செலவுகள். இந்த கிராமம் கிடைத்துவிட்டால் இந்தச் செலவெல்லாம் 10%க்குள் வந்துவிடும். இதிலும் பல லட்சங்கள் அரசாங்கத்துக்குச் செலவு குறையும்''

சட்டர்ஜி ஆமோதிப்பாகத் தலை ஆட்டினார். ''குட் ரிப்போர்ட் சந்துரு.. கிராமம் தேவை என்கிறாய். அப்புறம் ஏன் வர்மாவுக்குக் குடைச்சல் கொடுக்க வேண்டும் என்று சொல்கிறாய்?''

''குடைச்சல் கொடுக்க வேண்டும் என்று எப்போது சார் சொன்னேன்? அவர்களைக் கொஞ்சம் நியாயமாக நடந்துகொள்ளச் சொல்லித்தான் சொல்கிறேன்.'' டீ வந்தது சந்துருவுக்கும் சேர்த்து. எடுத்துக் குடிக்க ஆரம்பித்தான்.

''மக்களிடம் பேசினாயா?''

''ஆமாம். அது மூன்றாவது ரிப்போர்ட்டாக இருக்கிறது. மக்களைப் பொறுத்தவரை, அவர்களுக்கு மாற்று நிலம் கொடுத்து, வீடு கீடு கட்டிக்கொள்ள காம்பன்சேஷன் பணமும் கொடுத்தால் போதும். ஆனால்,

மாற்று நிலம் என்பது, அவர்கள் ஆசைப்படும் இந்த ஜிர்க்கி கிராமத்தில்தான் இருக்கவேண்டும் என்பதில் உறுதியாக இருக்கிறார்கள்.''

''தாசில்தாரிடம் பேசினாயா? அவர் தரமுடியாது என்று சொல்கிறாரா?'' சந்துருவுக்கு சுருக்கென்றது. பேசவே இல்லயே. அவர்கள் தரமாட்டார்கள் என்று நானாகத்தானே முடிவு செய்துகொண்டு வந்துவிட்டேன்.

''பேசவில்லை சார். ஆனால் அவர்கள் இந்த கிராமத்தைத் தருவது சந்தேகம்தான். இதுவரை அவர்கள் தந்த மாற்று நிலத்துக்கான அத்தனை டாகுமெண்ட்ஸும் இருக்கிறது. எதுவுமே விளைநிலம் கிடையாது. இப்போது மட்டும் எப்படிக் கொடுப்பார்கள் என நம்புவது?''

சட்டர்ஜி புருவத்தைச் சுருக்கினார். ''இருந்தாலும் நீ ஊகம் எல்லாம் செய்யாமல் அவர்களிடம் இருந்தே விஷயத்தை வரவழைத்திருக்க வேண்டும்.'' கொஞ்ச நேரம் யோசித்தார்.

''நீ ஒன்று செய் சந்துரு. ஃபைனல் ரிப்போர்ட் தயார் செய்துவிட்டாயா?'' சந்துரு இல்லை எனத் தலையசைக்க, ''அதைச் செய் முதலில். நான் கொஞ்சம் யோசிக்க வேண்டும்..''

தன் நாற்காலியில் பேப்பரை அமைத்துக்கொண்டு எழுத ஆரம்பித்தான். ''Aquisition proposal & Village Uchidi & Chahas Taluk" என்று தலைப்பு எழுதி அதில் மூழ்கினான்.

இரண்டு நாட்களாக சட்டர்ஜி அழைக்கவே இல்லை. ரிப்போர்ட்டை முடித்துவிட்டான். சென்குப்தாவிடம் காட்டினான்.

''நல்ல ப்ரசண்டேஷன்.. மொட்டையனுக்குப் பிடிச்சுடும் கவலைப்படாதே'' என்றான் சென்குப்தா.

''கூப்பிடவே இல்லையே. மறந்துவிட்டிருப்பாரா?'' இரண்டு நாளில் சந்துரு நேரில் போய்க் கேட்டுவிட முடிவெடுத்து மாற்றிக் கொண்டான்.இவன் கேட்கப் போய், அவர் இதுதான் சாக்கு, உடனே கிளம்பு சாஹஸ்ஸூக்கு என்று சொல்லிவிட்டால்?

‘‘நீ சொன்ன விதத்துல அந்தாள் சரியா மேட்டரைப் புரிஞ்சுகிட்டிருந்தா மறந்தெல்லாம் போயிருக்க மாட்டான். வேற எதோ ப்ளான் பண்றான். இவனையும் குறைச்சு மதிப்பு போடாதே’’

’’பேப்பரைக் கொடுத்துடட்டுமா?’’

‘‘நீயா கொடுக்காதே.. கேட்டா கொடு போதும்.’’

இரண்டு நாள் மௌனத்துக்கு மூன்றாம் நாள் காரணம் புரிந்தது. அறைக்கு அழைத்திருந்தார் சட்டர்ஜி. இவன் அறைக்குள் செல்வதற்கு முன்பாகவே வெளியே வந்து ‘‘நான் கேட்டா மட்டும் பதில் பேசு. மத்தபடி அமைதியா இரு’’ என்றார்.

அறைக்கு உள்ளே ஒரு ஆளின் பின்னந்தலை மட்டும் தெரிந்தது. கல்கத்தா வெயிலுக்குப் பொருந்தாத வெயிஸ்ட் கோட்டுடன் நாற்காலி கொள்ளாமல் அமர்ந்திருந்தவரை எங்கேயோ பார்த்தது போல இருந்தது. உள்ளே சென்றதும்..

‘‘ஹலோ சந்துரு.. நைஸ் டு மீட் யூ ஹியர்’’ என்றார் சதுர்வேதி.

26

சதுர்வேதியை அங்கே பார்த்ததில் ஒரு நிமிடம் அதிர்ச்சி அடைந்தாலும் பிறகு சந்துருவுக்கு வியப்புதான் வந்தது. மொட்டையன் சாதாரண ஆசாமி இல்லை. இரண்டு நாளும் என்னவோ யோசித்து ஒரு திட்டத்தோடுதான் சதுர்வேதியை அழைத்திருக்கிறான்.

நேற்று சுத்தமாக இருந்த மேஜையில் இப்போது இரண்டு பானைகள் வாயை அலங்காரமான துணி போட்டுக் கட்டி இருந்தன. ''எடுத்துக்கொள்ளுங்கள் சந்துரு. மீட்டா தஹி. ராஞ்சி ஸ்பெஷல்.'' இனிப்புத் தயிர். தயிரை உறை குத்தும்போதே சர்க்கரையைக் கொட்டி கெட்டியோ கெட்டியாக உருவாகும் தயிர். அபாரமான சுவை.

''சட்டர்ஜி சாப்க்கு ரொம்பப் பிடிக்கும். அதான் வாங்கி வந்தேன்.'' சதுர்வேதியின் ராஞ்சி கம்பீரம் தொலைந்திருந்தது. அவருக்கும் பாஸ் அல்லவா சட்டர்ஜி.

''சொல்லாமல் வந்து விட்டீர்களாமே. வர்மா கவலைப்பட்டார்'' சதுர்வேதிக்கு என்ன பதில் சொல்வதென்று தெரியாமல் சிரித்து

வைத்தான். எதுவும் பேசக்கூடாது என்று சட்டர்ஜியின் ஆணை வேறு.

சட்டர்ஜி தொண்டையைக் கனைத்துக் கொண்டார். "சந்துரு, நீ கொடுத்த ரிப்போர்ட் பற்றி சதுர்வேதியிடம் பேசினேன்." நான் எங்கே ரிப்போர்ட் கொடுத்தேன்? வெறும் தகவல்கள்தானே தந்தேன். சந்துரு பேசவில்லை.

சதுர்வேதி "அருமையான ப்ரபோஸல் சந்துரு. கிராம மக்களுக்கும் இஷ்டம், நமக்கும் கஷ்டமில்லை. வின்-வின் சிச்சுவேஷன்" என்றார்.

சந்துருவுக்கு ஆச்சரியமாகத்தான் இருந்தது. இவ்வளவு சுலபமாக ஏற்றுக் கொள்வார்கள் எனத் தெரிந்திருந்தால் கல்கத்தாவுக்கு வந்தே இருக்க வேண்டாமே. சட்டர்ஜி தொடர்ந்தார். "ஆனால் ஒரு சிறு பிரச்சினை இருக்கிறது. இங்கே மக்கள் கேட்கும் அளவுக்கு விளை நிலம் ஜிர்க்கியில் இல்லையாமே?" இதென்ன புதுக் குழப்பம்? தேவையான அளவு இருக்கிறது என்றுதானே சட்டர்ஜியிடம் சொன்னேன். அவரும் தலையை ஆட்டினாரே? மறுக்க வாயெடுத்தான். சட்டர்ஜி கண்ணாலேயே அடக்க, வாயை மூடிக்கொண்டான்.

"எனவே, சதுர்வேதி ஒரு ஆல்டர்னேட் ப்ரபோஸல் வைத்திருக்கிறார். கிராமத்தில் முக்கியமான ஆட்களுக்கு மட்டும் ஜிர்க்கியில் நிலம் கொடுத்துவிட்டு, மற்றவர்களுக்கு மலைப்பாதை பக்கத்தில் இருக்கும் விளைநிலங்களைக் கொடுத்துவிடலாம் என்கிறார்."

சந்துருவுக்கு இப்போதுதான் தெளிவானது. இவர்கள் ஊழல் தடைப்படாமல் இருக்க சட்டர்ஜி போடும் திட்டம் புரிந்தது. உண்மையான கிராமவாசிகளுக்கு ஜிர்க்கியில் நிலம் இருக்கிறது. இவர்களுடைய கற்பனைப் பாத்திரங்கள், காம்பன்சேஷன் பணம் வாங்கிக்கொண்டு, இவர்களுக்குப் பங்கு கொடுத்துவிட்டு மலையில் விவசாயம் செய்யப் போகிறார்கள். .

மொத்தத்தில், இவன் இங்கே வந்ததால் மொத்தமாக நடந்த நல்ல விஷயம் என்னவென்றால், பங்கு வர்மா-பானர்ஜி-சதுர்வேதி என்று பிரியாமல், நாலாவதாக சட்டர்ஜிக்கும் பொசியப் போகிறது. இது நல்ல

விஷயமா? சந்துரு தனக்குள்ளே சிரித்துக் கொண்டான். நம் பாஸுக்கு நல்லது என்றால் நமக்கும் நல்லதுதானே.

ஊழலை என்னால் தடுக்க முடியாது. வேர்வரை பாய்ந்திருக்கிறது. நான் யாரிடம் புகார் சொல்ல முடியுமோ அந்த ஆளே அம்சமாக ப்ளான் போட்டுக் கொள்ளை அடிக்கிறார். யாருமே இதைப் பெரிய விஷயமாகப் பார்க்கவே இல்லை என்பதுதான் வருத்தம். ஏதோ அவர்கள் வேலைக்கு வரும் பெர்க் போல நினைத்துக்கொள்கிறார்கள்.

யோசித்துப் பார்த்தால், எனக்கென்ன வந்தது? நான் அந்தப் பணத்தைத் தொடப்போவதில்லை. உச்சிடி மக்களுக்குத் தேவை உருப்படியான மாற்று நிலம். அது கிடைக்கும்வரை, சம்மந்தப்படாத சிலருக்கு அதனால் பணம் கிடைப்பதால் எனக்கு என்ன நஷ்டம்? 'புரைதீர்ந்த நன்மை பயக்கும் எனின்' இல்லையா?

சட்டர்ஜி தொடர்ந்தார். ''யாருக்கெல்லாம் ஜிர்க்கி நிலம் போகவேண்டும் என்ற பட்டியலை நீ தயார் செய். மிச்சம் உள்ள ஆட்களுக்கு நிலம் தருவதை சதுர்வேதி பார்த்துக் கொள்வார்.''

சந்துருவுக்கு சிரிப்பு வந்தது. அதாவது, உண்மையான வேலையை நான் செய்ய வேண்டும். ஊழல் வேலையை சதுர்வேதி பார்த்துக் கொள்வார். உனக்குப் பங்கு கிடையாது என்பதை இதைவிட நாசூக்காகச் சொல்ல முடியுமா என்ன? நான் கேட்டேனா உங்கள் பங்கை? அடப் போங்கடா..

''நீ முதலில் இருந்தே இதில் இன்வால்வ் ஆகி இருப்பதால், நீயே திரும்பிப் போ; தாசில்தார் பானர்ஜியுடன் சேர்ந்து வேலை செய். அந்த மக்களைக் கூட்டிக்கொண்டு ஜிர்க்கிக்குப் போய் யாருக்கு எவ்வளவு நிலம் என்பதெல்லாம் பார்த்து அளவெடுத்து ஒப்படைக்க வேண்டும். பிறகு காம்பன்சேஷன்..'' சதுர்வேதியைப் பார்த்தார்.

சதுர்வேதி, தான் ஆரம்பிக்க வேண்டிய இடம் இது என்பதைப் புரிந்துகொண்டு ''நார்மல் இடமாக இருந்தால் ஏக்கருக்கு 40000 வரை தந்திருக்கலாம்..'' நார்மல் இடம்? அந்தக் கிழவனுக்குக் கொடுத்தது போல

பாறை நிலம் நார்மல். விளைநிலம் அப்நார்மல். நல்லா இருக்குடா உங்க கணக்கு.

"இது நார்மல் இல்லையா?" என்று மட்டும் கேட்டான் சந்துரு.

"இல்லை. இந்த இடத்தில் வேறொரு பிரச்சினை இருக்கிறது. டபுள் பர்ச்சேஸ். அதாவது ஜிர்க்கியில் உள்ள மாநில அரசாங்கத்துக்குச் சொந்தமான இடத்தை கோல் இந்தியா வாங்கி, அதை மறுபடி மாற்று நிலமாகத் தருவதாகத்தான் பேப்பர்வொர்க் செய்ய முடியும். அதனால்.."

எப்படியோ ஒரு கணக்குச் சொல்கிறார்கள். மாநில அரசாங்கத்திடம் இருந்து புறம்போக்கு நிலத்தை கோல் இந்தியா வாங்கும் பட்சத்தில் எவ்வளவு தந்து வாங்குவார்கள்? ஏக்கருக்கு 57 பைசா. அதை இவர்களுக்குக் குறைத்து 39999 கொடுக்கட்டுமே. எதாவது காரணம் சொல்லிப் பழி வாங்குகிறார்கள்.

"எவ்வளவுதான் தரமுடியும்?"

"25000 - 30000 வரை போகலாம்.. வீட்டுக்கு 20000, மாட்டுக்கு 2000.. இப்படிக் கணக்குப் போடலாம்" சந்துருவுக்குப் புதிதாகக் கண் திறந்தது போல் இருந்தது. நிலத்துக்கு மட்டும்தான் கணக்கு என்று நினைத்திருந்தான். அப்போது கற்பனைப் பாத்திரங்களுக்கும் வீடுகள் இருந்திருக்குமே. வீடுகள் என்ன வீடுகள். அவர்கள் பங்களாக்கள் வைத்திருப்பார்கள். மாட்டுப்பண்ணையில்தான் உலா வந்திருப்பார்கள். கொள்ளை அடிப்பதற்கு இவர்கள் காலேஜே நடத்தலாம்.

ஃபோன் அடித்தது. சட்டர்ஜி மணியைப் பார்த்தார். பதினொன்று. "வர்மா இஸ் வெரி பங்க்சுவல்."

ஸ்பீக்கரை ஆன் செய்துவிட்டு வர்மாவிடம் சொன்னார். "மிஸ்டர் வர்மா, இங்கே மிஸ்டர் சதுர்வேதியும் உங்கள் நண்பர் சந்திரசேகரும் இருக்கிறார்கள். எனவே ஸ்பீக்கரில் பேசுகிறேன்" இந்த நாகரீகத்துக்கு எல்லாம் ஒரு குறைச்சலும் இல்லை.

வர்மாவின் குரலும் கிணற்றுக்குள் இருந்து பேசுவது போல்தான்

கேட்டது. ''இங்கே மிஸ்டர் பானர்ஜி இருக்கிறார். நானும் ஸ்பீக்கரில்தான் பேசுகிறேன்.'' சரிதான். எல்லா பார்ட்டிகளும் சேர்ந்த ஊழல் மாநாடா?

சட்டர்ஜி நாடகத்தனமாகப் பேசினார்.''சதுர்வேதி உங்களிடம் ஜிர்க்கி ப்ரபோசல் பற்றிச் சொல்லி இருப்பார் என்று நம்புகிறேன். உங்கள் கருத்து?''

வர்மாவும் அதே நாடகத்தனத்தைத் தொடர்ந்தார்.''மிஸ்டர் பானர்ஜி அதில் பல குழப்பங்கள் இருப்பதாகச் சொன்னார். அவரே பேசட்டும்''

பானர்ஜிக்கு இதெல்லாம் பழக்கமில்லை போல பெங்காலியில் ஆரம்பித்து, பின் சுதாரித்துக் கொண்டார். ''நீங்க சொல்லியிருக்க அந்த கிராமம்..''பேப்பர் சரசரக்கும் ஓசை கேட்டது..''ஜிர்க்கி ..''பேரைத்தான் ரெஜிஸ்டரில் தேடினாரா? '' அங்கே கவர்மெண்டுக்கு மொத்தம் 35 ஏக்கர்தான் நிலம் இருக்கு. அது எப்படி போதும்.. ரீப்ளேஸ்மெண்ட் 278 ஏக்கர் கேக்கறாங்க'' அதென்ன துல்லியமாக 278? ஏறத்தாழ கூட இல்லையா?

''அதற்குதான் சதுர்வேதி ஒரு ப்ளான் வைத்திருக்கிறார்.'' சட்டர்ஜி பொறுமையாக விளக்க, அங்கே பயம் விலகியது இங்கே சந்துருவுக்குப் புரிந்தது.

நீண்ட நேரப் பேச்சுக்கு அப்புறம் வர்மா சொன்னார். ''இந்த வேலையெல்லாம் மிஸ்டர் சந்துருவே வந்து செய்யட்டும். உங்களுக்குப் புரியும் என்று நினைக்கிறேன்..''

சந்துருவுக்குப் புரிந்தது. ஆதிவாசிகளிடம் அவர்கள் போய்ப் பேசமாட்டார்கள். அருவருப்பாக உணர்ந்தான்.

''சந்துரு? இருக்கிறீர்களா?'' வர்மா அன்பான குரலில் கேட்டார்.

''யெஸ் சார்..''

''எங்கே போய்விட்டீர்கள் சொல்லாமல் கொள்ளாமல்? நாங்கள் என்ன என்று நினைப்பது? அன்று அப்படித்தான் உங்களைப் போலீஸ் பிடித்துக் கொண்டு போனதுகூட எங்களுக்கு லேட்டாகத்தான் தெரிந்தது.''

வர்மாவின் அரசியல் திறமை தெரிந்தது. வாய்ப்பு கிடைக்கும் போதெல்லாம் அந்த போலீஸ் ஸ்டேஷன் விவகாரத்தை ஞாபகப் படுத்தாமல் விடமாட்டார்.

''எனக்குத் தேவையான தகவல்கள் கிடைத்ததும் கல்கத்தா வரவேண்டும் என்று சட்டர்ஜி சாரின் உத்தரவு. அன்று சாயங்காலம் உங்கள் ஆஃபீஸுக்கு வந்தேன். நீங்கள் இல்லாததால் சொல்ல முடியவில்லை.'' சந்துரு இந்த அரசியலில் தேறிக் கொண்டிருக்கிறான். சுலபமாக சட்டர்ஜியை உள்ளே இழுத்துப் போட்டுவிட்டான்.

''சரி.. போனது போகட்டும். வெல்கம் பேக் டு அவர் டென். எப்போது வருகிறீர்கள்?'' சாதாரண வார்த்தைகளில் வாழைப்பழ ஊசி ஏற்றுவது வர்மாவுக்குக் கைவந்த கலை. அவர் டென். மகனே நீ இங்குதான் வந்தாக வேண்டும்.

சட்டர்ஜி பதில் சொன்னார் இதற்கு. ''அவன் மட்டுமில்லை. அவனுடன் இன்னொரு ஆளையும் அனுப்புகிறேன். தனியாக வேலை செய்தால் அலுப்பாகிவிடும்'' என்று சந்துருவைப் பார்த்து ''டேக் சென்குப்தா வித் யூ'' என்றார்.

வெளியே வந்து சென்குப்தாவிடம் சொன்னான். ''ஜித்தன்டா மொட்டை. அவன் வாடா எங்க ஊர்ப்பக்கம்னு மிரட்டறான், இவன் சந்துரு தனி ஆளில்லைன்னு பயம் காட்டறார். இன்னிக்கு நைட்டா கிளம்பணும்?''

27

சாஹஸ் மோட் சந்துரு இல்லாமல் இருந்த நாட்களில் எந்த மாற்றமும் அடைந்துவிட்டிருக்கவில்லை. அதே சாம்பல் கொட்டும் சாலைகள். இருட்டை விரட்டாத விளக்குகள். சாலையின் ஓரத்தில் நிறுத்தி இருந்த ஆட்டோக்களுக்குள் டீ சப்ளை செய்துகொண்டிருந்த சிறுவன். வாசலில் புகையைக் கிளப்பி தந்தூரி அடுப்பை ஆரம்பித்துக் கொண்டிருந்த ஹேப்பி ரெஸ்டாரண்ட் கிழவன்.

சந்துரு ஆட்டோக்காரனுக்கு வழி சொன்னான். ''இந்த லெஃப்ட் இல்லை.. அடுத்த லெஃப்ட்'' புதிதாகக் கிடைத்த 'சாஹஸ் அனுபவஸ்தன்' அந்தஸ்து உற்சாகத்தைக் கூட்ட, வழியெல்லாம் சென்குப்தாவுக்கு கைடு வேலை பார்த்துக் கொண்டே வந்தான். 'இதுதான் இந்த ஊர்லே இருக்க ஒரே ஹோட்டல். நான் டூ-ஸ்டார்னு சொல்லுவேன். ராத்திரி ஆயிருச்சு, திரும்பி வரமுடியாது. இங்கேயே நிறுத்தி சரக்கு வாங்கிக்கறயா?'' சென்குப்தா ''போதும்டா.. நானும் பல ஊர் போனவன்தான். நான் பார்த்துப்பேன்'' என்று கத்தும்வரை தொடர்ந்துகொண்டிருந்தான்.

ஹாஸ்டலில் சென்குப்தாவுக்கு சந்துருவுடன் அறை கிடைக்கவில்லை. மாடியில்தான் இருந்தது. பட்நாயக் சந்துருவை ஆச்சரியமாகப் பார்த்தான். ''உங்களை யாரோ கடத்திக்கொண்டு போய்விட்டார்கள் என்று நினைத்தேனே''

''கடத்தாததற்கு ஏமாற்றமா?'' சந்துரு சிரித்தான்.

''சேச்சே..'' என்றான் பட்நாயக் அவசரமாக. ''எங்கே போயிருந்தீர்கள்?''

''கல்கத்தா ஹெட் ஆஃபீஸ்'' என்றவன் சமையல் அறையில் இருந்து புகை வருவதைக் கவனித்தான். பட்நாயக் சிரித்தான்.''வெயிட் போட்டுவிட்டது. நானே சமைக்கலாம் என்றிருக்கிறேன்,''

ரயில் பஸ் பயணங்கள் அசத்த பட்நாயக் சாப்பிட அழைக்கும் முன்னே தூங்கிவிட்டான்.

காலையில் டீக்கடைக்குப் போனால் சென்குப்தா காத்திருந்தான். ''இதுதான் டீக்கடை. இங்கே டீ கிடைக்கும். பிஸ்குட் கூடக் கிடைக்கும்'' சென்குப்தா சந்துருவைப் போல மிமிக்ரி செய்தான்.

''இன்னிக்கு என்ன அஜெண்டா?'' என்றான் சந்துரு டீயை வாங்கிக் கொண்டு.

''உன் காதலியைப் பார்க்க வேண்டும்.''

''லூஸுத்தனமா பேசாதே. அவள் ஒரு பூலான்தேவி.''

''அப்புறம் ஏண்டா அவளைப்பத்திப் பேசும்போது மட்டும் உன் மூஞ்சுல 1000 வாட்டு பல்பு எரியுது? எத்தனை பேரைப் பாத்திருப்பேன் உன்னை மாதிரி?''

சந்துரு பதில் பேசவில்லை. அந்த எண்ணங்களைத் தவிர்க்க நினைத்தான். அழகாக இருக்கிறாள்தான். அவளைப் பார்க்கும்போதெல்லாம் மனசுக்குள் பட்டாம்பூச்சி பறக்கிறதுதான். ஆனால் அவளுடைய தீவிரமான கொள்கைகளையும் வழிமுறையும் நினைக்கும்போது பதறுகிறது.

ராம்சுரேஷ்

''முதலில் வர்மாவை ஒரு பார்வை பார்த்துடலாம். அந்த பானர்ஜியையும் பார்க்கணும். அப்புறம்தான் உச்சிடிக்குப் போறதெல்லாம்.''

''கவலைப்படாதே.. இவங்களையெல்லாம் அதிரடியா அஞ்சே நிமிஷத்துல பார்த்துட்டு ஓடிப் போயிடலாம்'' சந்துருவுக்கு திடீரென்று ஞாபகம் வந்தது. ஜீப் கிடைக்குமா? வர்மா தருவாரா? இல்லையென்றால் ஆட்டோவுக்கு நடந்தே கால் தேய்ந்து விடுமே.

ப்ராஜட் ஆஃபீஸில் துபேவைப் பார்த்தபோது ''பாஸ் வந்துட்டார். நீங்க வந்தா உள்ளே அனுப்பச் சொன்னார்.''

வர்மா அதே பழைய உற்சாகத்தோடுதான் இருந்தார். கோபம் எதுவும் தெரியவில்லை. சென்குப்தாவுடன் பெங்காலியில் பேச முயன்றார். சென்குப்தா பிடிவாதமாக ஆங்கிலத்திலேயே தொடர வேறு வழியில்லாமல் ஆங்கிலத்துக்கு மாறினார்.

'உங்கள் ஃப்ரெண்டுதான் சொல்லிக்காமல் கிளம்பிப் போயிடுவார், நீங்க அப்படி இல்லைதானே?'' குத்திக்காட்ட வாய்ப்பு கிடைத்தால் விடமாட்டார் போல இருக்கிறது. சந்துரு சமாதானமாக ''நான்தான் சொல்லிட்டேனே சார். அன்னிக்கு நீங்க இல்லை..''

வர்மா அதைக் கண்டுகொள்ளாமல் சென்குப்தாவிடமே பேசினார். ''சட்டர்ஜி எப்படி இருக்கிறார்? புத்திசாலி மனிதர். எப்போ ரிட்டயர்மெண்ட்?''

சென்குப்தா சிரிப்பை உள்ளடக்கிக் கொண்டு ''அடுத்த மே ரிட்டயர் ஆகிறார் சார்'' புத்திசாலியாமே. உங்களுக்கு ஊழல் செய்ய வாய்ப்புக் கொடுத்திருந்தால் நானும் புத்திசாலி ஆகி இருப்பேன்.

''ஸோ, என்ன ப்ளான் இன்றைக்கு?'' என்றார் சந்துருவைப் பார்த்து. இப்போதுதான் முதல் முறையாக சந்துருவுடன் பேசுகிறார்.

''கிராம மக்களிடம் பேசவேண்டும். ஜிர்க்கி லேண்ட் அலொகேஷன் முடித்துவிட்டால், பிறகு மீதி இருக்கும் அலொகேஷன்களை சதுர்வேதி

பார்த்துக் கொள்வார்'' மீதி என்ற வார்த்தைக்கு அதிக அழுத்தம் கொடுத்தான். நான் உங்கள் செய்ல்பாடுகளில் தலையிடமாட்டேன். நீங்கள் என்னை வேலை செய்ய விடுங்கள்.

வர்மாவுக்குப் புரிந்தது என்பது அவர் முகம் பிரகாசமானதில் தெரிந்தது. ''யெஸ் அஃப் கோர்ஸ். அவர் வேலை ஒன்றும் அவசரம் இல்லை. நீங்கள் உச்சிடிக்குக் கிளம்புங்கள். பானர்ஜி மதியம்தான் வருவார். அவரையும் அங்கேயே அனுப்பி விடுகிறேன்.'' பிறகு சத்தமாகக் கதவை நோக்கி ''டிரைவர் வந்தானா?''

கதவுக்கு அந்தப்பக்கம் இருந்த துபே ''வந்துவிட்டான் சார்.''

''இவர்களைக் கூட்டிப் போகச் சொல்''

ஜீப்பில் போய்க்கொண்டிருந்தபோது சந்துரு மீண்டும் கைடு ஆனான். ''அதோ பார் போலீஸ் ஸ்டேஷன். இன்னும் கருப்பாகத்தான் இருக்கு சுவரெல்லாம்''

சாஹஸ்ஸின் மெயின் கேட் தாண்டியதும் தரைப்பாலத்தைக் கடக்கும்போது குதிரை வண்டி போல ஆடியது ஜீப். போன முறை பார்த்தபோது கூட இந்த ஆற்றில் தண்ணீர் ஓடியதே. ட்ரைவரைக் கேட்டான்.

''டைவர்ஷன் பண்றாங்க. உச்சிடி கிராமம் கிடைச்சிட்டா இதெல்லாம் மைன்ஸ் ஆகிடும் இல்லையா? ஆறு உள்ளே ஓட முடியாதே.''

ஆற்றின் திசையைக் கூட மாற்ற முடியுமா? சுரங்கத்தில் பார்த்த பிரம்மாண்டமான வண்டிகள் ஞாபகம் வந்தது. இவ்வளவு பெரிய குழி வெட்டுகிறார்கள். ஆறு எல்லாம் ஜுஜுபி.

உச்சிடியில் ஆலமரத்தடியில் அமைத்த மேஜையில் ஃபைல்களையெல்லாம் வைத்தான் சந்துரு. ''வெல்கம் டு மை ஆஃபீஸ்'' என்றான் சென்குப்தாவிடம்.

''கல்கத்தா ஆஃபீஸை விட நன்றாகத்தான் இருக்கிறது. காற்றாவது வருகிறதே. அவள்தான் தீபாவா?'' சென்குப்தா காட்டிய திசையில்

ஸ்கூட்டி வந்துகொண்டிருந்தது. நாம் எப்போது வருவோம் என்று காத்திருந்திருப்பாளோ? சந்துருவுக்குள்ளே இன்னொரு குரல் கேட்டது. சுயநலம்டா சுயநலம். ஏமாந்து போகாதே.

''நீலக்கண் பெண்கள் பொதுவாக அழுத்தமானவர்கள். அவர்கள் ஆசைப்படுவதைக் கொடுப்பவர்கள் மேல் அளவுக்கதிகமான அன்பு காட்டுவார்கள்''

''ஸ்வாமி சென்குப்தானந்தா. வாய்க்கு வந்ததை உளறாதே.''

''சீரியஸாச் சொல்றேண்டா. இதெல்லாம் அங்கலட்சணம்.'' சென்குப்தா பேசிக்கொண்டிருக்கும்போதே ஸ்கூட்டியை நிறுத்திவிட்டு வந்தாள் தீபா.

''எங்கே ஆளைக் காணோம் ஒரு வாரமா? நீங்க ஓடிட்டீங்கன்னு ஊர் மக்கள் எல்லாம் சொன்னாங்க'' சிரிப்பில் மீண்டும் அவனைப் பார்த்ததில் மகிழ்ச்சி தெரிந்தது. என்னை மிஸ் செய்தாளா? சுயநலம்டா என்ற உள்குரலை'நீ கொஞ்சம் சும்மா இரு' என்றான் சந்துரு.

''சார் உங்க மக்களுக்காக எவ்ளோ ரிஸ்க் எடுத்திருக்காரு? நீங்க கேஷுவலா அவரை பயந்தாங்கொள்ளின்னு சொல்றீங்க'' சென்குப்தா அறிமுகத்துக்கெல்லாம் காத்திருக்கவில்லை.

''ஸாரி. நான் சென்குப்தா. சந்துருவின் கொலீக். இப்போதைக்கு அஸிஸ்டண்ட்'' கண்ணடித்தான் சென்குப்தா. அஸிஸ்டண்டா? டேய். நீ எனக்கு சீனியர்டா. ஓ.. என் காதலுக்காக தியாகம் செய்கிறாராம்!

சென்குப்தாவின் கையைக் குலுக்கினாலும் சந்துருவையே பார்த்துக் கொண்டிருந்தாள்.

''என்னாச்சு சந்துரு? அன்னிக்கு எல்லா மக்கள்கிட்டேயும் கையெழுத்து வாங்கிட்டுப் போனீங்க, அப்புறம் ஆளையே காணோம்?''

''நீங்க சொன்னதெல்லாம் கேட்டேன். இந்த வர்மாவையும் பானர்ஜியையும் நம்பினா வேலை ஆகாதுன்னு ரிப்போர்ட்டை அவசர

அவசரமா தயார் பண்ணிகிட்டு கல்கத்தா கிளம்பிட்டேன். அங்கேதானே என் பாஸ் இருக்கார்?''

''ஓ.. என்ன முடிவாச்சு?''

சென்குப்தா உள்ளே நுழைந்தான். ''என்ன.. முடிவா? சார் ஒரு காரியத்துல இறங்கினாருன்னா வெற்றியைப் பார்க்காம திரும்புவாரா? கல்கத்தாவில பாஸை அழவச்சுட்டாரு. அவர் கடைசியில 'அந்த கிராமத்தையே உன் பேர்லே எழுதிவைக்கச் சொல்றேன் கவர்மெண்ட்கிட்ட, என்னை ஆளைவிடு'ன்னு கதற்ற வரைக்கும் விடலைன்னா பாத்துக்கங்க''

தீபா முகம் மலர்ந்தது. நம்ப முடியாமல் 'இவர் சொல்றது உண்மையா?''

''ஓரளவுக்கு.. பாஸ்கிட்டே பேசினேன். அவர் வர்மாவையும் பானர்ஜியையும் கூப்பிட்டுப் பேசினார். அவர் இவங்களுக்கும் சீனியர் பொசிஷன். சொன்னா கேட்டுதான் ஆகணும்..''

''சரி. என்ன முடிவு ஆயிருக்கு இப்போ?''

''இந்த ஊர் மக்களுக்கு எல்லாம் மாற்று நிலம் ஜிர்க்கியிலே ஏற்பாடு செய்யலாம்னு முடிவாயிருக்கு. காம்பன்சேஷன் பணம் கொஞ்சம் குறையும்னாங்க. உங்க சார்புல நான் பரவாயில்லைன்னு சொல்லிட்டேன்''

தீபா அதையெல்லாம் கவனித்ததாகத் தெரியவில்லை. ''இன்னொரு முறை சொல்லுங்க.. ஜிர்க்கியிலே இடம் கொடுக்கறதா வர்மாவும் பானர்ஜியும் ஒத்துகிட்டாங்களா?''

சந்துருவுக்கும் அவள் மகிழ்ச்சி தொற்றிக் கொண்டது. ''ஆமாம் ஆமாம் ஆமாம்'' என்றான்.

தீபா நிஜமாகவே குதிக்க ஆரம்பித்துவிட்டாள். ''உங்களுக்குத் தெரியாது சந்துரு. இதன் அர்த்தம் என்ன என்று.. இந்த மக்களுக்கு விவசாயம் செய்ய நிலம் கிடைக்கிறது என்றுமட்டும்தான் உங்களுக்குத்

தெரியும். உயிரே இப்போதுதான் கிடைக்கிறது என்று எங்களுக்கு மட்டும்தான் தெரியும்.''

சென்குப்தா ''இதென்ன ஓவரா இருக்கு? உயிரா?''

''ஐ மீன் இட். உயிர்தான். அக்கம்பக்கத்துல இருந்த எல்லா விவசாய கிராமங்கள் எல்லாம் இப்போது சுரங்கமா ஆயாச்சு. அந்த ஊர்லே இருந்த மக்கள் எல்லாம் எங்கே போனாங்க தெரியுமா?''

''எங்கே?''

''நூத்துல ஒருத்தனுக்குதான் சுரங்கத்துல வேலை கிடைச்சது. கொஞ்சம் பேர் புது ஊர்லே போய் விவசாயம் பண்றாங்க.. கிடைச்ச நிலத்துல கிடைச்ச பயிரைப் போட்டு. ஆனா பெரும்பாலானவங்க இருக்கறது காட்லேதான்...''

''காட்லே என்ன பண்றாங்க?''

''என்ன பண்றது? கொலை, கொள்ளை, வழிப்பறி..'' பெருமூச்சு விட்டாள்.

''நல்ல வேளையா எங்க மக்களுக்கு அந்த நிலைமை வரலை. இதுக்குதானே இவ்வளவு பிடிவாதம் பிடிச்சோம்..''

சென்குப்தா கிண்டலாகச் சொன்னான். ''உங்க பிடிவாதமா? சந்துருவோட சாதுர்யமா?''

தீபா எழுந்து ''நீங்க சொல்றது உண்மைதான் சென்குப்தா. சந்துருதான் எங்க பக்கம் பாத்த முதல் ஆஃபீசர்.'' யாரும் எதிர்பார்க்காத வேளையில் சந்துருவை நெருங்கி இறுக்கி அணைத்து முத்தம் கொடுத்தாள்.

28

சந்துருவுக்கு கூச்சம் பிடுங்கித் தின்றது. திடீரென்று தீபா இப்படி நடந்துகொள்வாள் என்று அவன் மட்டும் இல்லை, தீபாவே எதிர்பார்த்திருக்கவில்லை. அதீத உணர்ச்சிப் பிரவாகத்தில் செய்துவிட்டாள்; ஒரு நொடியில் சுதாரித்துக் கொண்டு வெட்கத்தோடு "ஸாரி" என்றாள்.

"எதுக்கு வருத்தப்படணும்? எது நடந்ததோ அது நன்றாகவே நடந்தது" என்றான் சென்குப்தா. நன்றாகவேக்கு அழுத்தம் கொடுத்து. சந்துரு சென்குப்தாவை முறைத்தான்.

கொஞ்ச நேரத்துக்கு அங்கே யாரும் பேசவில்லை.

சந்துருதான் மௌனத்தைக் கலைத்தான். "நான் பெரிசா ஒண்ணுமே செஞ்சுடலை. விஷயத்தை என் பாஸுக்கு நேரடியாக எடுத்துப் போனேன். அவ்வளோதான். மத்தபடி எல்லாம் அதுவா நடந்தது."

தீபா இயல்பாகி விட்டாள். "இருக்கட்டுமே, சாதாரண விஷயமாகவே இருக்கட்டும். ஆனா அதுவே இங்கே

அசாத்தியமான விஷயமாகத்தானே இருக்கு? ஏமாறறதுதான் இந்த ஊர் மக்களோட இயல்பு. நாம கேட்டது நடக்கறதுங்கறதெல்லாம் - இம்பாஸிபிள்!''

சென்குப்தா மேஜையில் இருந்த ஃபைல்களைப் பிரித்தான். ''வேலை இன்னும் ஆரம்பிக்கக் கூட இல்லை. செலிப்ரேஷன்ஸுக்கு எல்லாம் இன்னும் நிறைய நேரம் இருக்கு''

அவன் சொல்வதில் இருந்த உண்மையை உணர்ந்தார்கள் இருவரும்.

சந்துரு, ''பெரிய வேலைதான், நாளெடுக்கத்தான் செய்யும். ஆனா தடையெல்லாம் தாண்டியாச்சு. இனி ஃப்ரீ ஃப்ளோவா ஓடும். தீபா, உங்க ஆட்களைக் கூப்பிட்டு அனௌன்ஸ் பண்ணிடலாமா?''

''என்ன நடக்குது இங்கே'' சத்தம் கேட்டு எல்லாரும் திரும்பிப் பார்த்தால் ரேடியோ ரூம் சுவருக்குப் பின்புறமிருந்து வந்துகொண்டிருந்தான் லோபோ. இவன் எப்போது வந்தான்? கோபத்தைப் பார்த்த சந்துருவுக்கு கதிகலங்கியது. ஒருவேளை அப்போதே வந்துவிட்டிருப்பானா?

''நீ எப்போ வந்தே?'' என்றாள் தீபா. அவள் குரலில் எந்தக் கலக்கமும் இல்லை.

''வயல்பக்கம் போயிருந்தேன். என்னடா சத்தம்னு பார்த்தேன்'' அப்பாடா. இவன் ஒன்றும் கவனிக்கவில்லை. இவன் கண்கள் பொதுவாகவே சிவப்பா, சாராயச் சிவப்பா இல்லை கோபச் சிவப்பா? சந்துருவுக்கு அவன் கண்களைச் சாதாரணமாகப் பார்த்த ஞாபகமே இல்லை.

தீபா லோபோவிடம் கோபமாக ''நீ இவரை எவ்வளவு கேவலமாகப் பேசினே? இப்ப இவராலதான் நம்ம ஊருக்கே ஒரு விடிவு பொறந்திருக்கு''

தீபா விளக்க விளக்க லோபோவின் முகபாவம் மாறியது. சந்துருவை எப்போதும் கோபமாகவே பார்த்துக் கொண்டிருந்த ஆசாமி மரியாதையுடன் பார்க்கத் தொடங்கினான்.

''அவர்கிட்டே மன்னிப்பு கேளு'' தீபா வற்புறுத்தினாள்.

''அதெல்லாம் எதுக்கு? அவர் கோபப்பட்டது நியாயம் இல்லைன்னு புரிஞ்சுகிட்டா சரி.''

தீபா லோபோவை இன்னொருமுறை கோபப் பார்வை பார்த்துவிட்டு ''நான் போய் ஆட்களைக் கூட்டி வரேன்''

கிராமத்து மக்கள் எல்லாம் ஆலமரத்தின் கீழே பத்து பதினைந்து நிமிடத்தில் கூடிவிட்டார்கள். விஷயத்தைச் சொன்னதும் குதிக்கவே தொடங்கி ஒருத்தன் பெருங்குரலெடுத்துப் பாடவே ஆரம்பித்துவிட்டான். சந்துருவுக்குச் சிரிப்பு வந்தது. சினிமாவாக இருந்தால் இப்போது ஒரு டிஸைன் பறை உருண்டுவரும், அதை ஷாருக்கோ ரிஷிகபூரோ எடுத்தவுடன் பாட்டு ஆரம்பிக்கும்.

சலசலப்பு கொஞ்சம் அடங்கியவுடன் சந்துரு ''இப்போது புதுப் பிரச்சினைகளை யாரும் ஆரம்பிக்கக் கூடாது. ஜிர்க்கியில் இருக்கும் நிலங்களை தாசில்தார் வந்தவுடன் போய்ப் பார்க்கலாம். சண்டை எதுவும் போடாமல் பிரித்துக் கொள்ள வேண்டும். ஒரு செண்ட் நிலம் கூடக் குறைய இருக்கலாம். அதற்கெல்லாம் பிரச்சினை செய்துகொண்டிருந்தால் தீர்வே கிடையாது''

தீபா தலைவி போன்ற தொனியில் ''அதெல்லாம் நான் பார்த்துக் கொள்கிறேன். எந்தப் பிரச்சினையும் வராது. அதற்கு நான் உத்தரவாதம்'' என்றாள்.

டிர்க்கியின் முகத்தில் தெரிந்த ஏமாற்றம் சந்துருவுக்குக் கோபத்தை வரவழைத்தது. என்ன மனுஷன் இவர்? எல்லாருக்கும் நல்லது நடக்கும்போது தன்னுடைய வருமான இழப்பை நினைத்துக் கவலைப்படுகிறார்.

இன்னொரு ஜீப் வர எல்லாரும் ஆவலோடு பார்த்தார்கள். பானர்ஜி இல்லை. அவருடைய உதவி ஆள் யாரோ ஒருவன். சந்துருவிடம் ஒரு காகிதத்தைக் கொடுத்தான். உடைசல் இங்கிலீஷில் 'நான் வரமுடியாத

நிலையில் இருக்கிறேன். நீ என்ன செய்தாலும் சம்மதம்' என்ற தொனியில் இருந்தது.

''இரண்டு ஜீப்புகள் இருக்கின்றன. 15 பேர் வரை போகலாம். ஏழெட்டு ட்ரிப் அடித்தால் எல்லாரும் போய் ஜிர்க்கி நிலத்தைப் பார்த்துவிடலாம்''

உச்சிடியின் ஜனத்தொகை 400 ஆக இருந்தாலும் முடிவெடுக்க வேண்டிய குடும்பத்தலைவர்கள் எப்படியும் 50-60 பேர் இருப்பார்கள். ஒரு நாளில் முடியாது. அது தவிர அளவு எடுக்க வேண்டும். சர்வே டிபார்ட்மெண்ட் ஆட்கள் வரவேண்டும். பெரிய வேலைதான்.

ஜீப் ஜிர்க்கியில் நின்றபோது சந்துருவுக்குப் புரிந்தது ஏன் உச்சிடிவாசிகள் இவ்வளவு பிடிவாதம் பிடித்தார்கள் என்று. உச்சிடிக்கு மிக அருகிலேயே ஆறு ஓடினாலும் மரங்கள் குறைவு.இருக்கும் மரத்திலும் சாம்பல் படர்ந்திருக்கும். அண்டர்கிரவுண்டு சுரங்கங்களுக்காக ராட்சத மோட்டார்கள் வைத்து நிலத்தடி நீரை உறிஞ்சிவிட்டிருந்தார்கள். விவசாயம் பேருக்கு மட்டுமே நடந்துகொண்டிருந்தது.

ஜிர்க்கி ஐந்தே கிலோமீட்டர் தூரத்தில் இருந்தாலும், அனல்மின் நிலையத்தின் சாம்பல் இதுவரை வந்திருக்கவில்லை. ஆறு ஓடாவிட்டாலும் காட்டுக்கும் கிராமத்துக்கும் இடைப்பட்ட பகுதி. ஏராளமான மரங்கள் இருந்தாலும் நிலமட்டத்துக்குச் சற்றே தாழ்வாக சமவெளியாக இருக்கும் பூமி. பல சிறு வாய்க்கால்கள் வறண்டு இருந்தன. டேமில் இருந்து தண்ணீர் மட்டும் வந்தால் விவசாயத்துக்கு ஏற்ற நிலம். சிலுசிலுவென்ற வேப்பமரக் காற்று வீச, அங்கேயே படுத்துத் தூங்கிவிடலாம் போல இருந்தது.

''இப்போதுதான் வேலை ஆரம்பிக்கிறது'' என்றான் சந்துரு.

சென்குப்தா சிரித்துக்கொண்டே, ''உன் அஸிஸ்டண்ட் நான் எதற்கு இருக்கிறேன்? நான் பார்த்துக் கொள்கிறேன். நீ பாட்டுக்கு டூயட் பாடு'' சொல்லி முடிக்கவும் ஸ்கூட்டி சத்தம் கேட்கவும் சரியாக இருந்தது. சந்துரு அசட்டுத்தனமாகச் சிரித்தான்.

அடுத்து வந்த நாட்கள் வேலை பிழிந்தாலும் சந்துரு உற்சாகமாகவே இருந்தான். பகல் வேளைகள் முழுக்க கிராமவாசிகளுடன் ஜிர்க்கிக்குப் போவதும் வருவதுமாக இருந்தாலும் ஸ்கூட்டியை நிறுத்திவிட்டு தீபாவும் இவனுடன் முன்சீட்டிலேயே உட்காரத் தொடங்கிவிட்டதால் ரோட்டின் பள்ளம் மேடுகூட கஷ்டமாகத் தெரியவில்லை.

பானர்ஜி முதல் நாள் மட்டுமில்லை, எப்போதுமே வரவில்லை. வாரம் ஒருமுறை சந்துருவின் ரிப்போர்ட்டை மட்டும் உறுமிக்கொண்டே பார்த்து 'ஓக்கே' என்பதோடு சரி. ஆதிவாசிக் காற்று ஓட்டிக் கொண்டுவிடும் என்ற பயமா தெரியவில்லை. வர்மாகூட எந்த கிராமத்துக்கும் வரவில்லை. சந்துருவுக்கு அவர்களுடைய மனோபாவம் அருவருப்பைக் கொடுத்தாலும், தன் வேலையில் தலையிடாததால் மகிழ்ச்சிதான்.

சாயங்காலம் ஆனால் போதும். சென்குப்தா பட்நாயக்குக்கும் மகேஷ்பாபுவுக்கும் சந்துரு என்னவெல்லாம் செய்தான் என்று நடித்துக் காட்ட ஆரம்பித்துவிடுவான்.

''நான் ஒருத்தன் இருக்கேன்னு கொஞ்சமாச்சும் கவலைப்படறானா இவன்? நானும்தான் பேச்சிலர். கண்ணு முன்னாடியே இவங்க ரொமான்ஸ் பண்ணறாங்க.. கடுப்பாகுது.''

''டேய்.. 'இந்த ரெஜிஸ்டரை கொஞ்சம் வச்சுக்கறீங்களா'ன்னு நான் கேப்பேன். '148/4 யாருக்கு அலாட் ஆயிருக்கு'ன்னு அவ கேப்பா.. இதைத்தான் ரொமான்ஸுன்றான் இவன்.''

மகேஷ்பாபு, ''இந்த டவுன்ஷிப்புக்குள்ள ஒரு காலேஜ் பொண்ணைப் பாக்க முடியாம நாங்க பாடுபட்டுகிட்டிருக்கோம். இவருக்கு இப்படி ஒரு சான்ஸு. எல்லாம் நேரம்'' என்பான்.

பட்நாயக் தன் பங்குக்கு, ''அதானே! நானும்தான் இங்கே 4 வருஷமா இருக்கேன். ஒரு ஃபிகர் கண்ல படுதா? டவுன்ஷிப்புக்குள்ளே எல்லாம் ஆண்ட்டிங்கதான். பத்தாம் கிளாஸ் வந்தா பொம்பளைப் பிள்ளைங்களை பார்சல் பண்ணிருவாங்க. ஆண்ட்டி ஆனபிறகுதான் ரீ-எண்ட்ரி..''

சகட்டுமேனிக்குக் கிண்டல் அடித்தாலும் கோபமே வராதது மட்டுமின்றி இன்னும் பேசமாட்டார்களா என்று இருந்ததை நினைத்து சந்துருவுக்கே ஆச்சரியமாக இருந்தது. காரணமே இல்லாமல் அவ்வப்போது சிரித்துக் கொண்டிருந்தான்.

ஒரு நாள் தீபாவிடம் கேட்டான். ''நீங்க இப்படி எந்நேரமும் சுத்திகிட்டே இருக்கீங்களே, உங்க அப்பா எல்லாம் கேக்கவே மாட்டாரா?''

''எங்க அப்பா ரொம்ப ஃபார்வார்ட் ஆசாமி. இல்லாட்டி என்னை கோயமுத்தூருக்கு அனுப்பிப் படிக்க வச்சிருப்பாரா? ஊர்மக்கள் நாலும்தான் பேசுவாங்க.. அதையெல்லாம் பத்திக் கவலைப்பட்டா வேலைக்காகுமா?''

சந்துரு அந்த 'நாலும்தான்' என்ன என்று தெரிந்துகொள்ள ஆர்வப்பட்டாலும் அதை ஒதுக்கி, ''உங்க மாமா என்ன நினைப்பார்?''

''யாரு? லோபோவா? அவன் கிடக்கறான். அவனும் ஊர்மக்களோட சேர்ந்துகிட்டு என்னைத் திட்டுவான். 'அந்த ஆள்கூட எல்லாம் சுத்தாதே'ம்பான்.''

''அவர் உங்களுக்கு முறைப்பையன் இல்லையா?''

''ஸோ வாட்? அவனையா நான் கல்யாணம் செய்துக்கப் போறேன்? அதெல்லாம் உங்க வழக்கம். என் அப்பாகிட்ட நான் ஸ்ட்ரிக்டா சொல்லிட்டேன். என் கல்யாணம் என் இஷ்டப்படிதான்னு''

சந்துருவுக்கு மனதுக்குள் பூமாரி பொழிந்தது.

29

ஒரு வீடு கட்டுவது என்பது இவ்வளவு சுலபமான விஷயமா? பேருக்கு ஒரு 3 அடி ஆழ அஸ்திவாரம். மேலே வரிசையாக சிமெண்ட் போட்டு கற்களை அடுக்கிக் கொண்டே போகிறார்கள். செங்கல் எல்லாம் இல்லை. அறுத்த பாறைகள்தான். தோள் அளவுக்கு வந்தவுடன் சாரங்கள், ஓடு அடுக்கி.. வீடு ரெடி. இரண்டு நாளில் ஒரு வீடு தயார். சந்துருவுக்குத் தன் கண்முன்னே ஒரு கிராமமே இடம் பெயர்வது ஆச்சரியமாக இருந்தது.

அரசாங்க இயந்திரத்தின் வேகமும் நம்ப முடியாத அளவுக்குதான் இருந்தது. யாருக்கு எந்த இடம் என்று முடிவானதும் சர்வேக்காரர்கள் வந்து அளந்து கல் பதித்து, பத்திரங்கள் தயார் செய்து முழுமையாக உரிமையை மாற்ற இரண்டு வாரங்கள்கூட ஆகவில்லை. அவர்களுக்குத் தேவை என்றால் புயல்வேகம்தான்.

மதியச் சாப்பாட்டுக்காக சாஹஸ் போய்க் கொண்டிருந்த போது சென்குப்தா கேட்டான். ‘‘வேலை எல்லாம் முடிஞ்சுடுச்சு இல்ல? டெக்னிகலி நாம கிளம்பிடலாமே’’

''கிளம்பிடலாம்தான். இருந்தாலும் முழு கிராமமும் ஹேண்ட் ஓவர் ஆகிறவரைக்கும் இருக்கச் சொல்லி சட்டர்ஜி சொல்லி இருக்காரே''

''அவர் சொல்லாம இருந்தா மட்டும் கிளம்பிடப் போறியாக்கும். இந்த ஊர் மாப்பிள்ளையா ஆகற வரைக்கும் நீ கிளம்பப் போறதில்லை''

சந்துரு பதில் பேசவில்லை. பேச்சை மாற்ற விரும்பினான். '' இன்னிக்கு ஈவினிங் வர்மாவைப் போய்ப் பாக்கணும்''

''எதுக்கு?''

''கிராமத்து மக்கள் எல்லாரும் ஷிஃப்ட் செய்யணும். அதுக்கு இந்த மண்பாடி ட்ரக்குங்க உதவாது. ராஞ்சியில இருந்து ட்ரக்கை வரவழைக்கப் போறாங்களாம். பேசிகிட்டிருந்தாங்க''

''சரி. அதுக்கு என்ன இப்ப?''

''வர்மாகிட்ட கேட்டு கோல் இந்தியா ட்ரக்கை ஏற்பாடு செஞ்சா மக்களுக்கு காசு மிச்சமாகும் இல்லை?''

''மக்களுக்கா மாமனாருக்கா? யாரைடா ஏமாத்தப் பாக்கிறே'' பேச்சு மாற்றும் முயற்சி தோல்வியில் முடிந்தது. என்ன பேசினாலும் இங்கே கொண்டு வந்து நிறுத்தி விடுவான் சென்குப்தா.

ஜி. எம். ஆஃபீஸில் சாயங்காலம் துபேவைக் காணவில்லை. காது சுற்றுவதற்காகச் சென்றிருப்பதாக அங்கே உட்கார்ந்திருந்த ஆள் ஒருவன் சொன்னான். வர்மா வந்துவிட்டாராம்.

வர்மா அறைக்குள் நுழைந்தபோது வர்மா தன் அறையின் பின்பக்கம் மாட்டி இருந்த பெரிய மேப்பில் பென்சில் வைத்துக் கொண்டு ஃபோனில் பேசிக் கொண்டிருந்தார். இவர்கள் வந்ததைக் கவனிக்கவில்லை.

பேச்சு பெங்காலியில் இருந்தது. அவ்வப்போது தப்பிப் பிழைத்த சில ஆங்கில வார்த்தைகளை வைத்துக் கொண்டு என்ன பேசுகிறார் என்று புரிந்து கொள்ள முடியவில்லை. 4133, 4182 என்று ஒரே எண்களாகப் பேசிக்கொண்டிருந்தார்.

பத்துப் பதினைந்து நிமிடங்கள் ஆகியும் பேச்சு முடியவும் இல்லை, வர்மா இந்தப்பக்கம் திரும்பவும் இல்லை. சந்துருவுக்கு அங்கே உட்கார்ந்துகொண்டு என்ன செய்வது என்று புரியவில்லை. சென்குப்தா வர்மா பேசுவதைக் கவனித்துக் கொண்டிருந்தான். ஓ..இவனுக்குதான் பெங்காலி புரியுமே. புரிந்தால் என்ன, நமக்குச் சம்மந்தமில்லாத விஷயம். சந்துரு தன்னை மீறி சோம்பல் முறித்தான். ஆவ் என்ற சத்தத்தோடு,

சத்தம் கேட்ட வர்மா திரும்பிப் பார்த்தார். அதிர்ச்சி ஆனார். ''நீங்க எப்ப வந்தீங்க?'' என்றார்.

அவருடைய அதிர்ச்சி ஆச்சரியமாக இருந்தது. பிஸ்கட் திருடும்போது மாட்டிக் கொண்ட கொண்ட குழந்தை போல விழித்தார்.

சென்குப்தா அவசரமாக ''இப்பதான் சார் வந்தோம்'' ஏன் பொய் சொல்கிறான்? பத்து நிமிடமாக இந்த ஹமீ ஆஷுஒன் துமீ போலூன் தொந்தரவில் இருந்திருக்கிறோமே.

வர்மா இன்னும் அதிர்ச்சி கலையாமல், ''ஒன்றும் இல்லை.. இப்போது உச்சிடி கிராமத்தில் வேலை ஆரம்பிக்க வேண்டும் அல்லவா? அங்கே ஓடிக் கொண்டிருந்த நதியைத் திசை திருப்ப வேண்டும். அதைப் பற்றிதான் பேசிக்கொண்டிருந்தேன்'' வியர்வையைத் துடைத்துக் கொண்டார். ''உங்களுக்கு என்ன வேண்டும்?''

''பெரிதாக ஒன்றும் இல்லை சார். கிராமத்து மக்கள் எல்லாம் ஷிஃப்டிங்குக்குத் தயாராகி விட்டார்கள். ட்ரக் வேண்டும் என்று ராஞ்சி வரை போகிறார்கள். நீங்கள் கொடுத்தீர்கள் என்றால்..''

வர்மா உடனடியாக ஃபோனை எடுத்து ''துபே, சாஹஸ் மெயின் ட்ரான்ஸ்போர்ட் செக்ஷன் லைன் வாங்கித்தா. பரத் இருக்கானா கேளு''

''பரத்? வர்மா. ரெண்டு ட்ரக், நாளைக்கு காலைலே.. உச்சிடிக்கு அனுப்பி விடு. அங்கே லாயர்சாப் இருப்பார். அவர் சொல்றபடி செய்யச் சொல்லு'' என்றவர் சந்துரு பக்கம் திரும்பி, ''ஓக்கே?'' என்றார்.

சந்துருவுக்கு இவ்வளவு வேகமாக வேலை முடிந்தது சந்தோஷம் என்றாலும் எதோ ஒன்று உறுத்தியது. வெளியே வந்தவுடன் சென்குப்தாவிடம் கேட்டான்.

''உனக்கு அவர் வித்தியாசமா நடந்துகிட்டதா தெரியலை? அவர் பேசிகிட்டிருந்ததை நாம கேட்டதில அவருக்கு அதிர்ச்சி''

''நானும் கவனிச்சேன். ஆனா எனக்கும் ஏன்னு புரியலை''

''எனக்குதான் பாஷை புரியலை. உனக்குதான் அவர் என்ன பேசினார்ன்னு புரிஞ்சிருக்குமே?''

''என்ன பேசினார்னு வார்த்தைதான் புரிஞ்சுது. விஷயம் புரியலை. அவர் சொன்ன மாதிரிதான் சொல்லிகிட்டிருந்தார். மழை பெஞ்சுகிட்டிருக்கு, காலம் தாழ்த்த முடியாது, உடனே வேலையை முடிக்கணும்.. இப்படித்தான் எதோ பேசிகிட்டிருந்தார்.''

சந்துருவுக்கும் ஒன்றும் புரியவில்லை. சென்குப்தா வேறு பேச்சுக்கு மாறிவிட்டான். பட்நாயக் வந்ததும் ''இன்னிக்கு என்ன ஆச்சு தெரியுமா?'' என்று ஆரம்பித்துவிட்டான்.

மறுநாள் காலை ஜீப் வரவில்லை. காலையில் பெரிய ட்ரக் ஒன்றுதான் வந்தது. ''சந்தீரா?'' என்றான் ட்ரக் ட்ரைவர் ஹாஸ்டல் அறைக்கதவைத் தட்டி.

''சாஹஸ் மெயின் மைன்ஸில் கொஞ்சம் வேலை இருக்கிறது. அதை முடித்துவிட்டு உச்சிடி போகச் சொல்லி இருக்கிறார்கள். நான் மைன்ஸ் போய்விட்டு வரட்டுமா, இல்லை நீங்களும் என்கூடவே வருகிறீர்களா?''

சந்துரு யோசித்தான். மைன்ஸ் போய்விட்டு வேலையை முடித்துக்கொண்டு இவன் வருவதற்கு எத்தனை நேரம் ஆகுமோ. கூடவே இருந்தால் அவசரப் படுத்தவாவது செய்யலாம். அதுவும் தவிர சாஹஸ் மெயின் மைன்ஸ் நான் பார்த்ததில்லையே. அன்று அந்த மைன்ஸ் பக்கம் போகும்போதுதான் போலீஸ் தகராறு எல்லாம் வந்தது.

சென்குப்தா அவன் அறையில் இன்னும் தூங்கிக்கொண்டிருந்தான். உலுக்கியபோது ''நான் பத்து மணி போல மோட் பக்கம் வந்துவிடுகிறேன். பிக் அப் செய்து கொள்ளுங்கள்.'' என்று புரண்டு படுத்தான்.

பட்நாயக் கூட வந்தான். ''அப்பாடா இன்று நடை கிடையாது''.

ட்ரக்கின் உயரத்தில் இருந்து இன்னும் தெளிவாகத் தெரிந்தது மைன்ஸ். அன்று இங்கேதானே ஜீப் ரிப்பேர் ஆனது? பிரம்மாண்ட வண்டிகளுக்கு இடது பக்கமாக ஓவர்டேக் செய்தான் ட்ரக்காரன். சந்துருவுக்கு திடீர் சந்தேகம் வந்தது.

'இவ்வளவு பெரிய குழி தோண்டி இருக்கிறார்களே, ஊரில் 20-30 அடி தோண்டினாலே தண்ணீர் ஊற்றெடுக்குமே.. இங்கே வராதா?''

''ஏன் வராமல்? அங்கே பாருங்கள்..'' என்று இடதுபக்கத்தைக் காட்டினான் பட்நாயக். வலதுபக்கம் இருக்கும் குழியை மட்டுமே பார்த்துக் கொண்டிருந்ததால் இடதுபக்கம் இருந்த பிரம்மாண்டமான ஏரியை கவனிக்கவே இல்லை.

''இது மட்டுமே ஒரு தனி டிபார்ட்மெண்டு. தண்ணீர் ஊற ஊற மொத்தத்தையும் பம்ப் பண்ணி இங்கே கொண்டு வந்துடுவாங்க. ஒரு நாள் பம்ப் வேலை செய்யலைன்னாகூட மொத்த மைன்ஸும் தண்ணிக்குள்ளதான் இருக்கும்.'' இவ்வளவு தண்ணீர் இருந்தும் ஏன் இந்த ஊரில் தண்ணீர்ப் பஞ்சம் அடிக்கடி வருகிறது?

''ஹார்ட் வாட்டர் சந்துரு. நுரையே வராது. தண்ணிலே மீத்தேன் கலந்திருக்கும். குடிக்கவோ குளிக்கவோ முடியாது.''

ட்ரக் இப்போது ஒரு பெரிய மலையைக் கடந்துகொண்டிருந்தது. பாறையாக இருந்தால் மரம் இருக்காது, ஆனால் இந்த மலை பாறையாகவும் இல்லை, மரமும் இல்லை.

''போன வருஷம் இங்கேதான் வொர்க் ஷாப் இருந்தது'' என்றான் பட்நாயக் மலையைக் காட்டி. மலைமேல் வொர்க் ஷாப்பா?

''இல்லை இல்லை. இது சமவெளியாக இருந்த இடம்தான். ஒரு வருஷத்தில் தோண்டிய மண்ணை இங்கே குவித்திருக்கிறார்கள். ஓபி''

சந்துருவுக்கு அந்த வார்த்தையைக் கேட்டதும் சிரிப்பு வந்தது. ''ஓபி? எங்க ஊர்லே அதுக்கு அர்த்தமே வேற''

பட்நாயக் அதை மதிக்காமல் ''ஓவர் பர்டன்.. மேலே மண். கீழே கரி.''

மலையின் உச்சியில் இருந்து தெரிந்த காட்சி சந்துருவைப் பரவசப் படுத்தியது. ட்ரக் ட்ரைவரிடம் நிறுத்தச் சொன்னான். ஒரு பக்கம் அதல பாதாளக் குழி தெரிந்தது. அதில் கீறல் கீறலாக ரோடுகள். பிரம்மாண்ட ட்ரக்குகளும் புல் டோசர்களும் குழியை வெட்டிக் கொண்டிருக்க இன்னொரு பக்கத்தில் சாரை சாரையாக வண்டிகள் சீராக பார்க் செய்யப்பட்டிருந்தன. பட்நாயக் அதைப் பார்த்துப் பதட்டப்பட்டான். ''டைம் ஆயிருச்சா? இப்ப வண்டி ட்ரைவருங்களுக்கெல்லாம் டீ டைம். இப்ப வேற ஒரு டீம் வந்து எல்லா வண்டியிலும் டீசல் இருக்கா, தண்ணி இருக்கான்னு செக் பண்ணுவாங்க''

''ஓ.. நீங்க அங்கே இருக்கணுமா?''

''பரவாயில்லை விடுங்க. அதோ தெரியுது பாருங்க.. அதான் உச்சிடி கிராமம்.'' சந்துரு கண்ணைக் கூராக்கிக் கொண்டு பார்த்தும் ஒன்றும் தெரியவில்லை. இவன் தெரிந்துதான் சொல்கிறானா இல்லை திசையை வைத்துத் தோராயமாக அடித்து விடுகிறானா?

இன்னொரு பிரம்மாண்டமான ஏரி தெரிந்தது. சந்துரு அதைக் காட்டி ''இதுவும் இந்த மைன்ஸோட ஊத்துத் தண்ணிதானா?''

பட்நாயக் அந்த ஏரியை ஆச்சரியமாகப் பார்த்தான். ''இதுவரை நான் இந்த ஏரியைப் பார்த்ததே இல்லையே?''

ட்ரக் ட்ரைவர் முதல் முறையாகப் பேசினான். ''ரெண்டு மாசமாத்தான் இருக்கு இந்த ஏரி. உச்சிடிக்கு போய்கிட்டிருந்த ஆறை நிறுத்தி வச்சிருக்காங்க''

நேற்று வர்மா பேசியது இதைப் பற்றிதானா?

30

ட்ரக் உச்சிடியை அடையும் வரை சந்துருவுக்கு மனத்தில் இருந்த பிரம்மாண்டம் குறையவே இல்லை. எவ்வளவு பெரிய சுரங்கம்? நினைத்தால் மலையை உடைக்கிறார்கள், ஏரி வெட்டுகிறார்கள். எத்தனை வித விதமான வண்டிகள்? 120 டன் லோடு எடுக்குமாம் அந்த லாரிகள். அப்படி 200க்கும் மேல் இருக்கிறது. இதைவிடப் பெரியதாகவும் சுரங்கம் இருக்குமா? பட்நாயக் சிரித்தான். ''இது மீடியம் சைஸ்தான். ஆஸ்திரேலியாவில்தான் உலகத்திலேயே பெரிய சுரங்கம் இருக்கிறது. இங்கே உத்தர் ப்ரதேஷ்லே ஆசியாவிலேயே பெரிய மைன்ஸ் இருக்கு. அங்கெல்லாம் ட்ரக் சைஸ் என்ன தெரியுமா? 360 டன் வரைக்கும் போகும்''

இப்போது போய்க்கொண்டிருப்பதையும் ட்ரக் என்றுதான் சொல்கிறோம். இதென்ன 10 டன் தூக்குமா?

உச்சிடியில் மக்கள் ட்ரக்கைப் பார்த்ததும் மகிழ்ச்சியானார்கள். தீபா சுழன்று சுழன்று எல்லா வீட்டிலும் வேலை பார்த்துக்

கொண்டிருந்தாள். ''கோடி வீட்டுப் பொருளையெல்லாம் முதல்ல ஏத்துங்க. அவங்கதானே முதல்லே இறக்கணும்''

ட்ரக்கில் ஏற்றப்பட்ட பொருள்களைப் பார்த்து ஆச்சரியப்பட்டான் சந்துரு. இவ்வளவு குறைந்த பொருட்களில் கூட ஜீவிதம் நடத்த முடியுமா என்ன? கிழிந்து போன சாக்குகளில் ஒன்றிரண்டு அலுமினியப் பாத்திரங்கள், தார்ப்பாலின் மூட்டைகளாகத் துணிமணிகள். பத்து வீட்டுக்கு ஒரு பீரோ கூட இல்லை. இரண்டு ட்ரிப்களில் ஊரையே காலி செய்துவிடலாம். தீபாவின் வீட்டிலும் கிழ டிர்க்கியின் வீட்டிலும் மட்டும்தான் கொஞ்சம் அதிக சாமான் இருந்தது. அதிலும் டிர்க்கி தன் சாமான்களை இந்த வண்டியில் எடுத்துப் போக வேண்டாம் என்று சொல்லிவிட்டார்.

ஸ்கூட்டி ட்ரக்கைத் தொடர ஜிர்க்கிக்குக் கிளம்பினார்கள். சென்குப்தா இன்னும் தூக்கக் கலக்கத்தில் ட்ரக்கில் ஏறிக்கொள்ள, சந்துரு ஸ்கூட்டியிலேயே வந்தான். ட்ரக் மெதுவாகவே போனாலும் ரோடின் குண்டு குழிகளால் சாமான் எல்லாம் மேலுக்கும் கீழுக்கும் அபத்திரமாக ஆடிக்கொண்டிருந்தன. ஆட்கள் அதையெல்லாம் பொருட்படுத்தாமல் ஆனந்தமாகப் பாடிக் கொண்டு குலுங்கினார்கள்.

''அப்புறம்'' என்றாள் தீபா.

இப்படிக்கூட பேச்சை ஆரம்பிப்பார்களா என்ன? ''என்ன அப்புறம்?''

''உங்க வேலையெல்லாம் முடிஞ்சுருச்சு. இனி என்ன?''

''கிளம்ப வேண்டியதுதான். நாளைக்கு உச்சிடியிலே ப்ராஜக்ட் வேலை ஆரம்பிக்கறாங்க. பூஜை போடறாங்களாம். அதைப் பார்த்துட்டு நாளைக்கு நைட்டே கல்கத்தாவுக்கு ட்ரெயின்.''

''அவ்வளவுதான் இல்லையா? இந்த எபிசோட் முடிஞ்சது. அடுத்து இன்னொரு ஊருக்குப் போய் அந்த ஊர் மக்களை ஏமாத்தி நிலம் வாங்கிக் கொடுப்பீங்க'' கிண்டலாகத்தான் சொன்னாள் என்பதை முகத்தைப் பார்க்காமலே உணர முடிந்தது.

சந்துருவும் கிண்டலைத் தொடர்ந்தான். "ஆமாம். அந்த ஊர்லேயும் யாராச்சும் அழகான ஒரு பொண்ணு மாட்டணுமே. அப்பதானே பொழுது போகும்?"

தீபா ஒரு வளைவில் வண்டியை நிறுத்தி இறங்கினாள். ட்ரக் ஆட்களுக்கு இவர்கள் நின்றது தெரியாது. சந்துரு தீபாவின் கண்களில் ஈரத்தைக் கவனித்தான்.

"எத்தனை ஊர்லே இதுவரைக்கும் இப்படி செஞ்சிருக்கீங்க?" சந்துருவுக்கு சிரிப்புதான் வந்தது. இவள் ஆரம்பித்த கிண்டலைத்தானே நான் தொடர்ந்தேன்?

"உனக்கே தெரியும். இது என் முதல் ஃபீல்டு வேலைன்னு.. கண்லே என்ன ஆச்சு?"

"தூசி பட்டுருச்சு." பொய் அவள் நீலக்கண்களில் தெளிவாகத் தெரிந்தது. சந்துரு பதில் பேசவில்லை. ஆனால் இதுவரை பேசாத விஷயம் வெளியே வரப்போகும் நேரம் வந்துவிட்டது என்று மட்டும் தெரிந்தது. இனம் புரியாத உற்சாகமும் பதட்டமும் ஒரே நேரத்தில் உணர்ந்தான்.

"உங்களுக்குப் புரியலையா, புரியாத மாதிரி நடிக்கிறீங்களா?" என்றாள் தீபா.

அவளே பேசட்டும்.

"சரி. உடைச்சே சொல்லிடறேன். நான்தான் தப்பா நினைச்சுகிட்டேனா?"

"எதைப்பத்தி?" சந்துருக்கு நாக்கு மேல்பக்கம் ஒட்டிக்கொண்டு கஷ்டப்பட்டுப் பிரிக்க வேண்டியிருந்தது.

"நீங்க என்னைப் பார்க்கிற பார்வை எல்லாம் வெறும் கனிவுதானா? அன்பாப் பாக்கறதைத்தான் நான் வேற மாதிரி அர்த்தம் செஞ்சுகிட்டேனா?"

''இல்லை. நீ தப்பா ஒண்ணும் புரிஞ்சுக்கலை.'' சந்துருவுக்கு இதயம் இரட்டை வேகத்தில் அடிப்பது கேட்டது.

கொஞ்ச நேரம் இருவரும் எதுவும் பேசவில்லை. பேச்சு தேவைப்படவில்லை. பார்த்துக் கொண்டே நின்றார்கள். தூரத்தில் ட்ரக்கின் தேவையற்ற ஹாரன் சத்தம் கேட்டது.

''என் அப்பாகிட்டே சரியான நேரம் பார்த்துப் பேசறேன்'' என்றாள் நீண்ட நேரம் கழித்து.

''எனக்கு அந்தக் கவலையெல்லாம் இல்லை. அம்மா மட்டும்தான். நான் சொன்னா எதிர்த்துப் பேசமாட்டாங்க''

தீபா கண்களைத் துடைத்துக் கொண்டாள். ''சரி. அவங்களைப் பிடிச்சுடலாம்'' என்று ஸ்கூட்டியை உதைத்து வேகமெடுத்தாள்.

சாமான்களை இறக்கியது, வீடுகளுக்குப் பிரித்தது எல்லாம் சந்துரு கண்முன்னாலேயே நடந்தாலும் எதுவும் மூளைக்கு ஏறவில்லை. பார்ப்பதெல்லாம் பளிச்சென்று தெரிந்தது. தரையில் நிற்காததுபோன்ற உணர்வு.

யாரிடமாவது சொல்லியே ஆகவேண்டும். ட்ரக்கில் சாஹஸ் திரும்பும்போது சென்குப்தாவிடம் சொன்னான்.

''வாவ்.. திஸ் கால்ஸ் ஃபார் அ செலிப்ரேஷன் மேன்! என்ன செய்யலாம் சொல்லு மணமகனே'' சும்மாவே கிண்டல் அடிப்பான் சென்குப்தா. அவனுக்கு இவ்வளவு பெரிய விஷயம் கிடைத்தால் விடுவானா?

சாஹஸ்ஸின் ஒரே ஒரு தியேட்டரைக் கடக்கும்போது சென்குப்தா ''சினிமா போகலாமா? பட்நாயக் வந்துவிட்டிருப்பான். மகேஷையும் கூப்பிட்டுக் கொள்ளலாம்''

தியேட்டருக்கு நடக்கும்போதும் வட்டம் கட்டிக் கிண்டலடித்துக் கொண்டே வந்தார்கள். சந்துரு எதையும் பொருட்படுத்தவில்லை. எல்லை

மீறிக் கூச்சம் சென்றபோது ''என்ன படம் ஓடுது'' என்று பேச்சை மாற்றினான்.

''ஷாருக் படம்.'' போஸ்டரைக் காட்டினார்கள். முகமெல்லாம் ரத்தத்தோடு ஷாருக் கோபமான பார்வை. பின்புலத்தில் ஏதோ எரிந்துகொண்டிருந்தது.

''ஷாருக் மூஞ்சில ரத்தம் இருந்தா அந்தப் படம் சூப்பர்ஹிட் தெரியுமா?'' மகேஷ்பாபு புள்ளிவிவரம் சொன்னான். பட்நாயக் ''சந்துருவுக்குக் கவலையில்லை. எந்தப்படமா இருந்தாலும் ஹீரோ இவர்தான். ஹீரோயின் அவள்தான்''

தியேட்டருக்குள் டிக்கட் எதுவும் வாங்காமல் நுழைந்தார்கள். ''மாசாமாசம் கணக்குப் பாத்து ஏதோ கொடுப்போம். ஒரே படத்தை நாலுமுறை பார்த்தாலும் ஒரு டிக்கட் காசுதான். சினிமா டிக்கட் பேரம் பேசி வாங்கற ஒரே தியேட்டர் உலகத்திலேயே இதுதான்.''

படம் ஆரம்பித்ததும் களைப்பில் தூக்கம் வந்துவிட்டது சந்துருவுக்கு. திடீரென யாரோ உலுக்க எழுந்தான். படம் முடிந்துவிட்டதா?

''பட்நாயக் சாப் யாரு?'' என்றான் தியேட்டர் சிப்பந்தி. பட்நாயக் 'என்ன?'' என்றூ கேட்க இருவரும் வெளியே சென்றார்கள். கொஞ்ச நேரத்தில் திரும்பி வந்த பட்நாயக், ''நீங்க படம் பாத்துட்டுக் கிளம்புங்க. எனக்கு ஒரு வேலை வந்திருக்கு. மெஷின் ப்ரேக்டவுனாம். அவசரமாம். கிளம்பறேன்'' என்று போய்விட்டான்.

ஹாஸ்டல் அறைக்கு வந்த சென்குப்தா ''எல்லா ரிப்போர்ட்டும் தயார்தானே? நாளைக்குக் கிளம்பிடலாம் இல்லையா?''

சந்துரு முகம் வாடியதைப் பார்த்தவன் ''கவலைப்படாதே.. வர்மாதான் இப்ப நல்லவராயிட்டாரே. அவர்கிட்ட சொல்லி ஜிர்க்கிக்கு ஒரு ஃபோன் கனெக்ஷன் வாங்கித் தரச் சொல்றேன். கல்கத்தாலே இருந்து ஸ்வீட் நத்திங்ஸ் பேசிக்கலாம்''

பேப்பர் வேலை நிறைய இருந்தது. இன்றே முடித்தாக வேண்டும். வர்மாவிடம் நாளைக் காலையில் கையெழுத்து வாங்கவேண்டும். எழுத்துக்கள் டான்ஸ் ஆடின. சந்துருவால் கவனம் செலுத்த முடியவில்லை. கடிகாரத்தைப் பார்த்தான். இரவு ஒரு மணி.

''அப்பாடா.. எனக்குக் கொடுத்த வேலை முடிஞ்சது.'' என்றான் சென்குப்தா இன்னொரு பீடியைப் பற்றவைத்துக் கொண்டு. 'பீடிதான் இந்த மாதிரி நேரத்துல சரிப்படும். காலேஜ்லே நிறைய அசைன்மெண்ட் இருக்கப்ப எல்லாம் பீடிதான்'

ஒருவழியாக வேலைகளை முடித்து படுக்கப் போகும்போது கதவைத் தட்டினான் பட்நாயக். அவன் முகமெல்லாம் வியர்வை.

''வேலை முடிஞ்சுதா?''

''சப்பை வேலைக்குக் கூப்டாங்க. ஒரு நிமிஷத்துல வண்டி ரெடி ஆயிருச்சு. போய் வரத்தான் இவ்ளோ நேரம்.'' சட்டையைக் கழ்ட்டி வீசி எறிந்தான். ''நேத்து பாத்தீங்க இல்ல? நான்கூட சொன்னேனே? புதுசா ஒரு ஏரி செஞ்சிருக்காங்கன்னு.. அங்கேதான் மாட்டிக்கிட்டிருந்தது வண்டி.''

சந்துருவுக்கு ஞாபகம் வந்தது. ஆற்றைத் தடுத்து ஏரி ஆக்கி இருந்தார்கள்.

''இந்த வர்மா மாதிரி ஒரு முட்டாள் இருக்கவே முடியாது'' என்றான் பட்நாயக்.

''ஏன்? என்னாச்சு?''

''நதியோட போக்கை திசை திருப்பறேன்னு அதை நிறுத்தி வச்சிருக்காங்க. வர தண்ணியெல்லாம் போக வழி இல்லாம தேங்கி ஏரியா மாறிடுச்சு. இப்ப என்னன்னா, அங்கே புதுசா ஒரு பாதை போடறாங்களாம். இரெஸ்பான்ஸிபிள்''

''இதெல்லாம் வழக்கமா நடக்கறதுதானே?''

"இல்லை. தண்ணி போக ஒரு சின்ன வழியாச்சும் திறந்து வைப்பாங்க. இப்போதான் இப்படி ஒரு முட்டாள்தனமான செட் அப்பைப் பார்க்கிறேன். வாட்டர் ஃபோர்ஸ் பயங்கரமா இருக்கு. " என்றவன் அலமாரியில் காளி படத்தைப் பார்த்து கண்களில் ஒற்றிக் கொண்டான். "எதாச்சும் ஏடாகூடமா நடந்துச்சுன்னா... நினைச்சுப் பாக்கவே பயங்கரமா இருக்கு" என்றான்.

31

உச்சிடி கிராமம் ஜகஜ்ஜோதியாக இருந்தது. பூஜைக்கான ஏற்பாடுகள் தீவிரம் அடைந்திருந்தன. பூவை மூட்டை மூட்டையாகக் கொண்டு வந்திருந்தார்கள். பூஜைக்கு பின் வினியோகம் செய்ய பூந்தியும் கல்கண்டும் அலுமினிய குண்டாக்களில் இறங்கி இருந்தன. சிவப்பு வேட்டியில் ராமர் படம் போட்ட ஆசாமி எல்லாரையும் அங்கே போ இங்கே போ என்று விரட்டிக் கொண்டிருந்தான். கோல் இந்தியா எஞ்சினியர்கள் கூடிக் கூடிப் பேசிச் சிரித்துக் கொண்டிருந்தார்கள். ஆலமரத்தடியில் போடப்பட்ட அவசர ஷாமியானாவில் ஏழெட்டு நாற்காலிகள் மட்டும் இருந்தன. அதில் ஒன்று ஜிகினா வேலையெல்லாம் செய்யப்பட்டு சிம்மாசனம் போல ஜொலித்தது. வர்மாவுக்காக இருக்கும். மைக்செட் ஆசாமி மட்டும்தான் பந்தலின் கீழே 'ஏக் தோ தீன்' என்று செக் செய்து கொண்டிருந்தான். எதிர்ப்பக்கம் மஞ்சளாகப் பெயிண்ட் அடித்த நான்கு பிரம்மாண்ட ட்ரக்குகள் முன்புறம் ராட்சத சைஸ் மண்வெட்டிகளோடு கிராமத்து வீடுகளை பயமுறுத்திக் கொண்டு உயரத்தில் இருந்து பார்த்துக்கொண்டிருந்தன.

பட்நாயக் அவற்றில் ஏறி இறங்கி கடைசி நிமிடப் பரபரப்பில் இருந்தான். சென்குப்தாவும் பட்நாயக்குடன் ஏறி இறங்கிக் கொண்டிருந்தான். இவனுக்கு என்ன வந்தது? லாயராக இருந்தாலும் சென்குப்தாவிற்கு ஆட்டோமொபைலில் ஆர்வம் அதிகம்.

சந்துரு கடிகாரத்தைப் பார்த்தான். ஒன்பது மணி. பத்து மணிவரைதானே நல்ல நேரம் என்று சொன்னார்கள்? வர்மாவின் ஜீப் ஆற்றுப்பாலத்துக்கு அருகே தெரிந்தது. இவ்வளவு பேர் இருக்கிறார்கள், ஆனால் மண்ணின் மைந்தர்கள் யாரையும் காணோமே என்று யோசிக்கையில் கண்ணில் பட்டார் டிர்க்கி. ஆடி அசந்து வந்தவர் சந்துருவிடம், ''ஒருவழியா எல்லாத்தையும் முடிச்சுட்டே'' என்றார்.

''என்னவோ தப்பு பண்ணா மாதிரி சொல்றீங்க?'' சந்துரு சிரித்தான்.

''இல்லை இல்லை. இதுதான் நாட்டுக்கும் நல்லது. கொழுப்பெடுத்த இந்த ஊர் மக்களுக்கும் இதான் தேவை'' என்ன சொல்கிறார் இந்த ஆசாமி? மேலே பேச ஆரம்பிப்பதற்குள் வர்மாவின் ஜீப் வந்துவிடவே அந்தச் சூழல் பரபரப்பானது. பானர்ஜியும் கூட வந்திருந்தார்.

வர்மா சந்துருவின் கைகளைக் குலுக்கி ''த மேன் ஆஃப் திஸ் ஹவர்'' என்றார். ''இரண்டு வருடங்களாக இழுத்துக் கொண்டிருந்த பிரச்னையை சாதுர்யமாகத் தீர்த்து வைத்தவர்'' மைக் அருகே செல்லாமலேயே அவர் தொனியில் மேடைப்பேச்சு தெரிந்தது.

பட்நாயக்கும் வர்மாவை நெருங்கி வணக்கம் சொல்ல ''என்னப்பா? வண்டியெல்லாம் ரெடியா? போனமுறை மாதிரி பூஜை போட்ட அன்னைக்கே எஞ்சின் படுத்துக்காதே?'' என்றார். சுற்றி இருந்த எஞ்சினியர்கள் விஸ்வாசமாகச் சிரித்தார்கள்.பட்நாயக் முகம் கறுத்து''உங்க ஆளுங்கதான் சார் ஆயில் போடாம ஸ்டார்ட் பண்ணாங்க'' என்று முணுமுணுத்ததை யாரும் கண்டுகொள்ளவில்லை.

'அமைதி அமைதி.. சத்தம் போடாதீர்கள்'' என்றான் சிவப்பு வேட்டி. பட்நாயக் சந்துருவின் காதில் ''இவன் ஒரு ஸ்டோர் ஆசாமி. மத்த நாள்லே எல்லாம் எவனும் இவனை மதிக்க மாட்டான். பூஜைன்னா மட்டும்

இல்லாத பந்தா விடுவான்.'' மந்திரம் ஒலிக்க ஆரம்பித்தது. வண்டிகளுக்கு ஆரத்தி காட்டி தேங்காயை எடுத்து பயபக்தியோடு வர்மாவிடம் கொடுத்தான் சிவப்பு வேட்டி. வர்மா அதை வண்டியின் பம்பரின் மேல் அடித்து உடைக்க சிதறிய தேங்காயைப் பார்த்த சிவப்பு வேட்டி ''நல்ல காய்.. அருமையான சகுனம்'' என்றான் உரக்க.

அடுத்த வண்டிக்கு பானர்ஜி தேங்காய் உடைக்க, மூன்றாவது வண்டிக்கு ஆள் தேடினார்கள். வர்மா சந்துருவைக் காட்டி ''இவர் உடைக்கட்டும்'' சுற்றியிருந்தவர்கள் சந்துருவை மரியாதையாகப் பார்த்தார்கள்.

நான்காவது தேங்காயை உடைக்க ''இந்த கிராம மக்களிலேயே நமக்கு ஆதரவாக முதலில் இருந்தே செயல்பட்ட ஊர்ப் பெரியவர் டிர்க்கியை அழைக்கிறேன்'' என்றார் வர்மா. டிர்க்கியால் தேங்காயை உடைக்க முடியாமல் ட்ரக் ட்ரைவர் உதவ வேண்டி இருந்தது.

வர்மா ஜீப்பில் ஏறச் சென்றார். இவ்வளவுதானா பூஜை? இதற்கா இவ்வளவு ஆர்ப்பாட்டம்? சரி. சாயங்காலம் ட்ரெயின். பார்ப்போமோ இல்லையோ. இவரிடம் சொல்லிக் கொண்டுவிடலாம் என்று வர்மாவை நெருங்கும்போது வர்மா டிர்க்கியிடம் பேசிக்கொண்டிருந்தார்.

''சாயங்காலம் 4 மணிக்கெல்லாம் வண்டி அனுப்பிடறேன். பிக் அப்தானே கேட்டீங்க?'' நேற்று கிராமத்தைக் காலி செய்யும்போது டிர்க்கி வீட்டுப் பொருட்களை ஏற்றாதது சந்துருவுக்கு நினைவு வந்தது. ''எப்படியும் 8 - 9 மணிக்குள்ள போயிரலாம். பயப்படாதீங்க'' பக்கத்தில் இருக்கும் கிராமத்துக்குப் போவதற்கு ஏன் ஐந்து மணிநேரம்? சந்துரு சென்குப்தாவிடம் கிசுகிசுக்க ''இந்தக் கிழவன் ராஞ்சி போகப் போறானாம். அங்கே யாரோ இவன் உறவுக்காரங்க வீட்லேதான் இனி இருப்பானாம்.ஜிர்க்கி நிலத்தை வித்துருவானாம்.. சொல்லிகிட்டிருந்தான்.''

வர்மா சந்துருவைக் கவனித்து, ''இன்னிக்கு ராத்திரி ட்ரெயின் இல்லையா? ஜீப்பை அனுப்பச் சொல்றேன். தேங்க் யூ வெரி மச் ஃபார் எவ்ரிதிங்'' புன்னகைத்தார்.

சந்துரு ''தாங்க் யூ சார். ரொம்ப அனுபவங்கள் கொடுத்த 3 மாசம். உங்க டீமோட ஃபுல் கோ ஆப்பரேஷன் இருந்ததாலேதான் ஃபாஸ்ட்டா வேலை முடிக்க முடிஞ்சுது'' என்றவன் ஒரு வினாடி தயங்கி, ''ஆர்வக்கோளாறுலே எதாவது தப்பா பண்ணியிருந்தா ஐ அபாலஜைஸ்''

''நோ நோ.. நீங்க உங்களுக்கு எது சரின்னு பட்டதோ அதைச் செஞ்சீங்க. நாங்க நாலையும் யோசிச்சுப் பாத்துச் செய்யணும். அதெல்லாம் எதுவும் யாரும் மனசுல வச்சுக்க வேண்டியதில்லை. சட்டர்ஜி சாரைக் கேட்டதா சொல்லுங்க. ட்ரெயின் எத்தனை மணிக்கு?''

''பத்தரை மணிக்கு ஹௌரா எக்ஸ்பிரஸ்''

வர்மா திடுக்கிட்டார். ''ஏன் பத்தரை? நான் சென்குப்தாவிடம் சொன்னேனே.. 7 மணி மெயிலில் போய்விடச்சொல்லி.. இன்னிக்கு ஃப்ரைடேதானே. மெயில் இருக்குமே?''

சென்குப்தா ''மெயில் இருக்கு சார். ஆனா அது சுத்து ரூட். எக்ஸ்பிரஸ் ரன்னிங் டைம் 7 ஹவர்ஸ்தான்.. டிக்கட்டும் இல்லையாம் சார்''

வர்மா பிடிவாதமாக ''முதலிலேயே சொல்லியிருக்க வேண்டியதுதானே? நான் ரயில்வே ஸ்டேஷன் பேசி இருப்பேனே. ஓக்கே.. என் கூட வாங்க. முதல்ல ரயில்வே ஸ்டேஷன் போய், பேசிட்டு அப்புறமா சாஹஸ்லே விட்டுடறேன். எக்ஸ்பிரஸ் இஸ் நாட் சேஃப்! 7 மணிக்கே போயிருங்க''

ஜீப்பின் பின்சீட்டில் அமர்ந்து வண்டி கிளம்பும் வேளையில் பட்நாயக்கும் ஓடிவந்தான். ''என்னையும் சாஹஸ்லே'' வர்மா சிரித்துக் கொண்டே ''அடுத்த பார்ட்ஸ் பில்லுலே இந்த சார்ஜ் குறைச்சுப் போட்டுக்க'' என்றார்.

பானர்ஜி முன்சீட்டில் ஓயாமல் பேசிக்கொண்டே வந்தார். பத்து நாள் லீவு போட்டுவிட்டு அசன்சோல் போகப் போகிறாராம். மூன்று வருடங்களுக்குப் பிறகு லீவாம். அவருடைய சின்னப் பையன் இதுவரை சொந்த ஊர்மண்ணை மிதித்ததே இல்லையாம்.

ஸ்டேஷன் மாஸ்டர் வர்மாவைப் பார்த்து வெளியேவே வந்துவிட்டார். கையில் ஒரு கவர் வைத்திருந்தார். ''எல்லாம் கன்ஃபார்ம்டு சார். ராஞ்சி ரிசர்வேஷன்லே என் ஃப்ரெண்டு இருக்கான்..''

வர்மா கவரை வாங்கிக் கொண்டு ''இந்த ரெண்டு பேருக்கும் பத்தரை மணி எக்ஸ்பிரஸ்லே போட்டிருக்கீங்களாம். அதை ஏழு மணிக்கு மாத்தித் தந்துடுங்க''

ஸ்டேஷன் மாஸ்டர் ''டிக்கட் எழுதற ஆளு சாப்பிடப் போயிருக்கான். வந்ததும் மாத்தித் தந்துடறேனே'' என்று இழுக்க வர்மா ''நீங்கள் இருந்து வாங்கிகிட்டு ஆட்டோலே வந்துடறீங்களா?'' என்று கிளம்பிவிட்டார்.

''இன்னும் அரை மணி நேரம் ஆகும். டீ சாப்டுட்டு வரீங்களா?''

டீ குடிக்கும் போது சந்துரு ''சென்குப்தா.. உனக்கு எதுவும் வித்தியாசமா தோணலை? இந்த ஆள் ஏன் நாம் ஏழு மணிக்குப் போறதில பர்டிகுலரா இருக்கணும்? துரத்தறாரா?''

சென்குப்தா சிரித்தான். ''ஏண்டா எல்லாத்தையும் நெகடிவாவே பாக்கறே? எக்ஸ்பிரஸ் டைமிங் சரியில்லை. சரியா மிட்நைட்லே டீப் ஃபாரஸ்டை கிராஸ் செய்யுது.மூணுநாளைக்கு ஒரு முறை கொள்ளை நடக்குது தெரியுமா? நம்ம நல்லதுக்குதாண்டா சொல்றாரு. இப்ப அவரே வந்து சொன்னதால நிச்சயம் டிக்கட் கிடைச்சுரும்.''

டிக்கட் ஆசாமி வந்தவுடன் ஸ்டேஷன் மாஸ்டர் இவர்களைக் காட்டி ''வர்மா சாப் அனுப்பி இருக்காரு இவங்களை''.. சொல்லி முடிக்கவில்லை. டிக்கட்காரனுக்குக் கோபம் வந்துவிட்டது. ''எத்தனை முறைதான் அவரு டிக்கட்டை மாத்தி போடுவார்? ரிசர்வேஷன் ரிஜிஸ்டரைப் படிக்கவே முடியறதில்லை. ஏழு முறை இதுவரைக்கும்.. அதுவும் இந்த நேரத்துல ராஞ்சி அலகாபாத் ட்ரெயின்லே ஒரு சீட் கிடைக்கறதே கஷ்டம். இவர் நாலு சீட்டை ஏழு முறை மாத்திட்டாரு..' புலம்பித் தள்ளினான். ''இன்னிக்கு ஈவனிங் ட்ரெயினுக்கு இதுக்கு மேலே மாத்த முடியாது.''

ஸ்டேஷன் மாஸ்டர் பொறுமையாக " முதல்ல சொல்றதைக் கேளு. அப்புறம் புலம்பலாம். இவங்க ரெண்டு பேருக்கும் பத்தரை எக்ஸ்பிரஸ்லே டிக்கட் ஆயிருக்கு. அதை 7 மணி மெயிலுக்கு மாத்தித் தரணும்."

"இன்னிக்கு மெயிலுக்கா? நீங்க போர்டையே பாக்கறதில்லையா? மெயில் இன்னிக்கு கேன்சல்!"

32

சந்துரு தன் எல்லா உடைமைகளையும் கருப்புப் பைக்குள்ளே ஜிப் தெறிக்கத் தெறிக்கத் திணித்துவிட்டான். இவ்வளவுதானா மூன்று மாதத்துக்கான சாமான்கள்? சென்குப்தாவின் பெட்டிகளைப் பார்த்தான். ஒரு பெரிய பெட்டி, இரண்டு சிறிய பைகள். இரண்டாவது ஷூ எங்கே போவது என்று தெரியாமல் பெட்டி மேல் இருந்தது.

''ஜீப் வந்துடும் இல்ல? பத்தரை மணி ட்ரெயின்னுதானே சொன்னே?''

''ஆமாம். அவன் ஆறு மணிக்கே வந்திருந்தான். இன்னும் காத்துகிட்டிருக்கான்.'' சென்குப்தா ஒரு புத்தகம் வெளியே இருப்பதைப் பார்த்தான்.''அடச்சே.. இது இன்னும் உள்ளே போகலையா?''

''சென்.. உனக்கு எதோ உறுத்தறா மாதிரி தெரியலை?''

சென்குப்தா கட்டிலைத்தடவிப் பார்த்தான். ''சே அது இல்லைடா.. இங்கே நடக்கிற விஷயங்களைப் பார்த்தால்.''

''என்ன சொல்லவரே?''

''என்னவோ ஒரு ட்ராமா முடிஞ்சதும் எல்லாரும் அவங்கவங்க வீட்டுக்குப் போறது மாதிரி இல்லை? வர்மா இன்னிக்கு ராத்திரி ராஞ்சி அலகாபாத் ட்ரெயின்லே குடும்பத்தோட போறார். பானர்ஜி அசன்சோலாம். வெகேஷன்றாரு. ஏன், டிர்க்கி கூட மதியமே ராஞ்சிக்குக் கிளம்பிப் போயிட்டாரு''

''கோ இன்சிடன்ஸ்டா..நீ ரொம்ப நாவல் படிக்கறே''

சந்துரு அவனை கவனிக்காமல் ''இல்லை. யோசிச்சுப் பாரு. நம்மையும் ஆனமட்டும் ஏழு மணி ட்ரெயினுக்கு பாக் பண்ண துடியாத் துடிச்சாரு. என்னவோ வித்தியாசமா இருக்கு''

''அந்த வித்தியாசத்தை எல்லாம் ஊர் போய் யோசிச்சுக்கலாம். கிளம்பு''

ஜீப் சாஹஸ் மோடைத்தாண்டி ரயில்வே ஸ்டேஷனுக்கான பாதையில் செல்ல ஆரம்பிக்கும்போது சத்தம் கேட்க ஆரம்பித்தது.

என்ன சத்தம் அது? ஹோவென்று பேரிரைச்சலாய். ஹொகேனக்கல் அருவியில்தான் சந்துரு அந்த சத்தத்தைக் கேட்டிருக்கிறான். தண்ணீர் சத்தம்.எங்கிருந்து கேட்கிறது இந்தச் சத்தம்?

ட்ரைவருக்கும் தெரியவில்லை.''முன்னே இங்கே ஆறு போய்கிட்டிருந்தது. அதைத்தான் நிறுத்திட்டாங்களே'' என்றான் தரைப்பாலத்தைக் கடக்கையில்.

சத்தம் இன்னும் பெரிதாகிக்கொண்டுதான் போனது. பலமுறை இதே இடத்தைக் கடந்திருக்கிறான் சந்துரு. ஆனாலும் இந்தச் சத்தம் கேட்டிராதது. போனமுறை இதே ட்ரெயினில் போனபோது கூட இரவு நேரம்தான். அமைதியாகத்தான் இருந்தது. எப்போதோ ஓரிரு ட்ரக் ரிவர்ஸ் எடுக்கும் சத்தம் மட்டும்தான் கேட்டது. ரயில்வே ஸ்டேஷனை அடையும்வரை காரணம் எதும் புரியவில்லை.

ஸ்டேஷன் மாஸ்டர் ''இன்றைக்கு பத்தரை ட்ரெயின் வராது. வேறு வழியில் திருப்பிவிட்டார்கள்.'' என்றார்.

''ஏன்?''

''உங்களுக்கு விஷயமே தெரியாதா? மலைப்பக்கம் முழுக்க மூன்று நாளாக மழை. ஆறைத் தடுத்து வச்சிருக்காங்க. அது தண்ணி அதிகமானதும் உடைச்சுகிச்சு''

சந்துருவுக்கு உடனே பட்நாயக் சொன்னது ஞாபகம் வந்தது. ''நதியோட போக்கை திசை திருப்பறேன்னு அதை நிறுத்தி வச்சிருக்காங்க. வர தண்ணியெல்லாம் போக வழி இல்லாம தேங்கி ஏரியா மாறிடுச்சு. இப்ப என்னன்னா, அங்கே புதுசா ஒரு பாதை போடறாங்களாம். இரெஸ்பான்ஸிபிள்''

''எங்கே உடைச்சிருக்காம்?''

''பாவம் கிராமத்து மக்கள். அவங்க முன்னே இருந்த இடத்துல இருந்திருந்தா பிழைச்சிருப்பாங்க.. ஜிர்க்கி கிராமம் முழுக்க பள்ளம். தண்ணி ஓடற வேகத்துல அங்கேதான் உடைப்பு. நேத்து வரைக்கும் அந்த இடத்துல யாருமே இல்லை.''

சந்துருவுக்கு திக்கென்றது. அவனும் கவனித்திருந்தான். ஜிர்க்கி மிகத் தாழ்வான பகுதி. ''ஐயையோ..மக்களுக்கு என்னாச்சு?''

''எனக்கென்ன தெரியும்? நானும் ஸ்டேஷனை மூடிகிட்டிருக்கேன். சத்தத்தைக் கேட்டா பெரிய உடைப்பு மாதிரிதான் இருக்கு. நல்ல வேளை என் வீடு மேட்டிலே இருக்கு''

சென்குப்தா முகமும் இருண்டு கிடந்தது. இருவருக்கும் என்ன செய்வது என்றே புரியவில்லை. சென்குப்தா சுதாரித்துக் கொண்டு ''ஹாஸ்டலுக்கே போயிர வேண்டியதுதான். நல்லவேளை, ஜீப் இன்னும் திரும்பலை.''

சாஹஸ் மோடைநெருங்கும்போது அந்தக் கும்பலைப் பார்த்தார்கள். கையில் கிடைத்ததை மூட்டை கட்டி எடுத்துக்கொண்டு குழந்தைகளை இடுப்பில் வைத்துக்கொண்டு மேட்டை நோக்கி ஓடிக்கொண்டிருந்த கும்பல். பல முகங்கள் சந்துருவுக்குத் தெரிந்தவை. தண்ணீர் சத்தம் இப்போது அருகில் கேட்பது போல இருந்தது.

என்ன செய்வது? கலக்கத்தில் எதையும் சீராக யோசிக்கவே முடியவில்லை. சுத்தமாக எல்லாம் வழித்துவிட்டது போல இருந்தது. சென்குப்தாவைப் பார்த்தான். அவனும் அதிர்ச்சியில் தனக்குத் தானே என்னவோ புலம்பிக் கொண்டு இருந்தான். 'ஏழு மணி வண்டிக்கே போயிருக்கணும்'.

ஜீப் ட்ரைவரிடம் ''நீங்க வேணா இந்த ஆட்களை ஜீப்லே ஏத்திகிட்டு ஸ்கூல்லே கொண்டுபோய் விடறீங்களா? நாங்க ஹாஸ்டலுக்கு நடந்தே போய்க்கறோம்''

ஜீப் ட்ரைவர் பிடிவாதமாக மறுத்தான். ''இவனுங்களையெல்லாம் ஏத்தினா நாளைக்கு நூறு கேள்விக்கு பதில் சொல்ல வேண்டி இருக்கும். நான் உங்களை விட்டுட்டு வீட்டுக்குப் போகணும்'' சந்துருவுக்கு இப்படியெல்லாம்கூடவா மனிதர்கள் இருப்பார்கள் என்று கோபம் வந்தது. குரலை உயர்த்தினான். ''நான் சொல்றதைக் கேளு! இப்ப மட்டும் நீ அவங்களை வண்டியிலே ஏத்தலைன்னா வர்மா சாப்கிட்ட என்ன சொல்வேன் தெரியுமா?''

வேறு வழியின்றி அவன் இவர்களை இறக்கிவிட்டு கிராமத்து மக்களை ஏற்ற ஆரம்பித்தான். ''இவங்களை ஸ்கூல்லே விட்டுட்டு மறுபடி இங்கேயே வா. இன்னும் கிராம மக்கள் வருவாங்க. அவங்களையும் ஏத்திட்டுப் போகணும்'' சந்துரு கத்தினான்.

இன்னும் இரண்டு கிலோமீட்டர் நடக்கவேண்டும் ஹாஸ்டலுக்கு. நல்லவேளை சென்குப்தாவின் சூட்கேஸில் ரோலர் இருந்தது. அதன்மேல் எல்லா பைகளையும் வைத்து இழுத்துக் கொண்டு வந்தான். ரோலர் சரளைக்கல்லில் மாட்டும்போதெல்லாம் தூக்கித் தூக்கி வைக்கவேண்டி இருந்தது. பின்னணியில் தண்ணீர் சத்தம் அதிகரித்துக் கொண்டே போனது.

சந்துரு சென்குப்தாவிடம் சொன்னான். ''எனக்கு அந்த ட்ரைவர் மேலே நம்பிக்கையில்லை. நான் இங்கேயே இருக்கேன். நீ வேணா ஹாஸ்டலுக்குப் போயிரு''

''அதுவும் சரிதான். அவள் வராளான்னு பாக்கலாம் இல்லை?'' சென்குப்தா சொன்னவுடன்தான் சந்துருவுக்கு உரைத்தது. தீபா! அவளும் அந்தக் கிராமத்தில்தானே இருக்கிறாள். தன் முடிவில் உறுதி ஆனான்.

இருட்டில் ஒன்றும் தெரியவில்லை. சந்துரு நின்ற இடம் பழைய ஆற்றின் தரைப் பாலம். இதுவும் அவ்வளவு பாதுகாப்பான இடம் இல்லை. எதாவது மேட்டில் ஏறிப் பார்த்தால் தெரியும். சுற்றி எந்த மேடும் தெரியவில்லை. ஒரே ஒரு மரம் மட்டும்தான் இருந்தது. ஏறிப்பார்க்கலாமா? கைக்கெட்டிய கிளை ஈரமாக இருந்தது. முழு கனத்தையும் போட்டு ஏற முயற்சித்தபோது உடைந்தது.

சந்துருவுக்கு ஏற்கனவே இருந்த சந்தேகம் வலுவாக ஆரம்பித்தது. அப்படியும் இருக்குமா? இவ்வளவு கேவலமாகவும் மனிதர்கள் யோசிப்பார்களா? இல்லை நான்தான் சென்குப்தா சொன்னதுபோல அளவுக்கதிகமாக நாவல் படித்து குறுக்கில் சிந்திக்கிறேனா? எல்லாவற்றையும் கோர்வையாக யோசிக்கலாம். முதலில் நடந்த விஷயங்கள். பிறகு வியாக்கியானங்கள்.

ஆறு இங்கேதான் ஓடிக்கொண்டிருந்தது. திடீரென நிறுத்தப்பட்டது? எப்போது?

கிராமத்தை இடம் மாற்றும் ப்ரபோசல் வந்ததும்.

ஆறு திசை மாற்றப்பட்டதா? இல்லை. ஒரே இடத்தில் நிறுத்தி ஏரியாக ஆக்கினார்கள். பட்நாயக் சொன்னதுபடி பார்த்தால் அது அபாயகரமான வேலை.

அன்று வர்மா ஃபோன் பேசிக் கொண்டிருந்தபோது இவர்களைப் பார்த்ததும் வந்த பதட்டம்? அதற்கென்ன அர்த்தம்?

ஒரே நாளில் சம்மந்தப்பட்ட நபர்கள் அனைவரும் ஊரை விட்டுச் செல்கிறார்கள். டிர்க்கி தன்னுடைய உடைமைகளை ட்ரக்கில் ஏற்றவில்லை. ஜிர்க்கிக்குப் போகாமல் ராஞ்சி போகிறார்.

வர்மா எப்படியாவது இவர்களை ஏழுமணி ட்ரெயினுக்கு ஏன் அனுப்ப அவ்வளவு பதட்டப்பட வேண்டும்?

ஜிர்க்கி பக்கம் இருந்து வேறு ஆட்கள் வருகிறார்களா? யாரையும் காணோம். ஒரு பத்து பதினைந்து பேர்தான் ஜீப்பில் தப்பி இருக்கிறார்கள், மற்றவர்கள்? தீபா? வேறு பக்கம் ஓடி இருக்கலாமோ? தெரியவில்லை. அந்த ஸ்கூட்டியின் எக்ஸ்ஹாஸ்ட் உடைந்த கரகரவைக் கேட்க ஏங்கினான்.

பத்து நிமிடங்கள் கழித்து ஜீப் வந்தது. ஜீப்பில் துபேவும் இருந்தான்.

"நீங்கள் ஏன் ஏழு மணி ட்ரெயினுக்குப் போகவில்லை? வர்மா சாப் எவ்வளவு படித்துப் படித்துச் சொன்னார்?" துபே கோபமாகச் சொன்னதும் சந்துருவுக்கு உறுதியானது. எல்லாருக்கும் தெரிந்திருக்கிறது. பாஸ்டர்ட்ஸ்.

"ஏறுங்கள் ஜீப்பில். உங்களை எங்கேயாவது பாதுகாப்பாக வைக்கவேண்டும்."

"எனக்கெதற்கு பாதுகாப்பு? நான் என்ன செய்தேன்?" சந்துருவும் கோபமாகவே சொன்னான். கையில் பத்து மெஷின்களை வைத்துக் கொண்டு ஒரு கிராமத்தையே அழித்திருக்கிறார்கள். இவர்களுக்கே இல்லாத பயம் எனக்கு மட்டும் எதற்கு? இவர்களைக் கொன்றால்தான் என்ன?

"என்ன இப்படிச் சொல்கிறீர்கள்? நீங்கள்தானே அவர்களை கிராமத்துக்கு இடம் மாற்றினீர்கள்? உங்கள் மேல்தான் கிராம மக்களுக்கு முதலில் கோபம் வரும். படிப்பறிவில்லாத ஜனங்கள். அவர்களுக்கு என்ன தெரியும்?"

சந்துருவுக்கு வர்மாவின் மாஸ்டர் ப்ளான் புரிந்தது. ஏரி உடைப்பு ஒரு விபத்து. மக்கள் ஏரி உடைப்பெடுத்த இடத்தில் இருந்ததற்குக் காரணம் ஹெட்குவார்ட்டர்ஸ் ஆசாமிகள். அவர் கை சுத்தம்!

33

ஜீப் இருட்டில் விரைந்தது, எங்கே கூட்டிப் போகிறான் இவன்? ஹாஸ்டலுக்கு வலதுபக்கம் திரும்பவேண்டுமே? சந்துரு கேட்டான்.

''உங்களை ஹாஸ்டல்லேதான் முதல்ல தேடுவாங்க. அந்த ஆதிவாசிங்களுக்கு மூளையாவது மண்ணாவது.. எப்பவேணா கிளம்பி வந்துருவானுங்க வில் அம்பு எல்லாம் எடுத்துகிட்டு'' துபே பயமுறுத்துகிறானா, உண்மையைத்தான் சொல்கிறானா? ''உங்க கூட வந்தாரே சென்குப்தா, அவரையும் இங்கேதான் கொண்டுவந்திருக்கோம். ஜி எம் ஆஃபீஸ். அந்த ஆஃபீஸ்க்குள்ளேயே தூங்கிடுங்க இன்னிக்கு நைட்டு. அப்புறம் பார்த்துக்கலாம்''

ஜி. எம். ஆஃபீஸ் வாசலில் காவல்காரன் இல்லை. எந்த விளக்கும் எரியவில்லை. இருட்டிலேயே சாவியைப் போட்டுத் திறந்தான். உள்ளே சென்குப்தா, வர்மாவின் சீட்டில் உட்கார்ந்துகொண்டிருந்தது நிழலாகத் தெரிந்தது.

சந்துரு உள்ளே நுழைந்ததும் துபே வெளியே சென்று கதவைப் பூட்ட ஆரம்பித்தான். மெல்லிய குரலில் ''இங்கேயே இருங்க எல்லாம் அடங்கற வரைக்கும். நான் வெளிய பூட்டிக்கறேன். என்னைத் தவிர வேற யார் வந்தாலும் குரல் கொடுக்காதீங்க.''

சென்குப்தா பயந்திருந்தான். ''என்னடா நடக்குது இங்கே? இந்த எலிப்பொந்துலே எவ்ளோ நாள் மாட்டிகிட்டோம்?''

சந்துருவுக்குக் கோபம் வருத்தம் இயலாமை எல்லாம் சேர்ந்திருந்தது. எத்தனை உயிர்கள்? விபத்தாக இருந்தால்கூடப் பரவாயில்லை. திட்டமிட்ட கொலை. கோபத்தில் பையை வீசி எறிந்தான். அது மேஜைமேல் இருந்த கோல் இந்தியாவின் நிலக்கரித் துண்டைக் கீழே தள்ளி உடைத்தது.

சென்குப்தாவுக்குச் சந்துருவின் கோபத்தின் காரணம் புரியவில்லை. ''என்னாச்சு? ஏன் இவ்வளவு கோபம்?''

சந்துரு பதில் சொல்லாமல் ஸ்விட்சைத் தடவ ''விளக்கு போடக்கூடாது என்று துபே சொன்னான்'' என்றான் சென்குப்தா.

சந்துரு மூச்சுவாங்கிக் கொண்டு ''ஜிர்க்கி மொத்தமும் நாசம். தெரியுமா? சொன்னானா அந்தத் துபே?''

''சொன்னான். ஏரி உடைஞ்சுருச்சு. அந்த கிராமம் தண்ணிலே மூழ்கிருச்சுன்னான்''

''இவனுக்கு எப்படித் தெரியுமாம்? இவனோ சாஹஸ் விட்டு நகரல.''

''அதானே?'' என்றான் சென்குப்தா ஆச்சரியமாக.

சந்துரு தன் சந்தேகத்தைச் சொன்னான். சொல்லிவிட்டு'' இப்ப நாவல் படிச்சுப் பேசறே, மூளை குறுக்குல போகுதுன்னு எல்லாம் சொல்லாதே. நடந்தது இதான். எனக்குச் சந்தேகமே இல்லை''

சென்குப்தா பேசவில்லை. வழக்கமாக இந்த நிசப்தத்தில் வண்டிகள் ரிவர்ஸ் எடுக்கும் சத்தம் கேட்கும். இன்று அது கேட்கவில்லை. தூரத்தில் தண்ணீரின் ஹோவென்ற சத்தம் மழுப்பப்பட்டுக் கேட்டது.

''ஏண்டா? ஏன்? இந்த ஆளுக்கு என்ன பிரச்சினை? இவனுக்கு வேண்டிய நிலம்தான் கிடைச்சிருச்சில்ல? அது மட்டுமா? பெங்காலி குறுக்குப் புத்தியால ஊழல்பணத்துக்கும் குறைச்சலே இல்லை? எதுக்குடா இவன் இத்தனை உயிரை சாப்பிடணும்? அப்படி என்னடா வெறி இவனுக்கு?'' சந்துரு கோபத்தில் சுஜீத் வர்மா என்று எழுதி இருந்த பெயர்ப்பலகையை பேனாவால் குத்திக் கொண்டிருந்தான்.

சென்குப்தா நீண்டநேரம் அமைதியாக இருந்ததில் ஒரு நிலைக்கு வந்தது போல ''நமக்கு நிறைய பாயிண்டர்ஸ் இருந்திருக்கு. நாமதான் செயல்படலை'' என்றான்.

''முதல்நாள் நான் வந்தப்பவே வர்மா என்கூடப் பேசினாரே ஞாபகம் இருக்கா? பெங்காலிலே..''

''சொல்லு''

''உன் ஃப்ரெண்டு ரொம்ப கீழ்ஜாதிக்காரங்ககூட உறவாடறான். கொஞ்சம் அடக்கிவை - இதான் அந்தாள் பெங்காலிலே சொன்னது''

''நீ ஏன் அதை என்கிட்ட சொல்லவே இல்லை?''

''எனக்கே பயங்கர கோபம் அதுல.சரி, ஜாதிவெறியனுங்களுக்கா இந்த ஊர்லே பஞ்சம்? அதையெல்லாம் பார்த்துகிட்டிருந்தா நம்ம வேலை நடக்காதுன்னு விட்டுட்டேன். உன்கிட்ட சொல்லியிருந்தா நீ அதை தீபாகிட்ட சொல்லியிருப்பே. அனாவசியமா பிரச்சினை வரும்னு சொல்லாம விட்டுட்டேன்''

சந்துரு யோசித்தான். சொல்லி இருந்தால் மட்டும் என்ன ஆகியிருக்கப் போகிறது? எத்தனையோ சமயங்களில் வர்மா தன் ஜாதிவெறியைக் காட்டி இருக்கிறார். அது வேறு எதையும் பாதிக்காது என்றுதானே இருந்தேன்.

பேச்சு இல்லாத நேரத்தில் மீண்டும் தண்ணீரின் சத்தம் எந்த மாதிரி ஒரு சிக்கலில் இருக்கிறோம் என்று சந்துருவுக்கு ஞாபகப் படுத்தியது. விபத்து என்பதை அரசாங்கம் நம்பிவிடும். ஆதிவாசிகள் கோபம்

தீரும்வரை வர்மாவோ பானர்ஜியோ ஊர் திரும்பப் போவதில்லை. எனக்கு ஒன்றும் தெரியாது என்று ஆதிவாசிகள் நம்பப் போவதில்லை. ஏழு மணி ட்ரெயினிலேயே போயிருந்திருக்கலாம்.

யோசித்த அடுத்த வினாடியே தன்மேலேயே கோபம் வந்தது சந்துருவுக்கு. இவர்கள் எல்லாம் திட்டம் போட்டு கிராமத்தைத் தண்ணீரில் மூழ்கடித்திருக்கிறார்கள். தான், தன் உயிர்பற்றி மட்டும் கவலைப்படுகிறோம்.

சென்குப்தா காலை மேஜையில் போட்டுக் களைப்பில் தூங்கிவிட்டான். சந்துருவுக்கும் அவ்வப்போது தூக்கம் வந்தாலும் அரைத்தூக்கக் கனவுகளில் தண்ணீர் அவனை அடித்துக் கொண்டு போனது. கிராமவாசிகள் அவனை அரிவாளால் வெட்டுவதா அம்பு விடுவதா என்று ஆலோசனை நடத்தினார்கள்.

காலை வெளிச்சம் கொஞ்சம் அந்த அறையில் வந்தபோது சென்குப்தா ''நல்லவேளை பாத்ரூம்ல தண்ணி வருது'' என்றான். குளித்துவிட்டு வந்திருக்கிறான். கதவு மென்மையாகத் தட்டப்பட்டது. அதிர்ச்சியில் இருவரும் என்ன செய்வது என்று தெரியாமல் பதுங்கினார்கள்.

கதவு தட்டலைத் தொடர்ந்து பூட்டைத் திறக்கும் சப்தம் கேட்டது, துபேதான்.

நான்கைந்து காய்ந்த ரொட்டிகளை நியூஸ்பேப்பரில் சுற்றிக் கொண்டு வந்திருந்தான். ''அவசரத்துக்கு இதான் கிடைச்சுது. மதியம் சாப்பாடு கொண்டுவரப் பாக்கிறேன்''

இரண்டு நாட்கள். எந்த சப்தம் கேட்டாலும் பயந்து பம்மிக் கொண்டு, ஃபேன் போட்டாலும் வெளியே தெரிந்துவிடுமோ என்று மின்சாரத்தை உபயோகிக்காமல், வெளியே இருந்து எந்தத் தகவலும் வராமல் உள்ளேயும் பொழுது போகாமல் யாராவது வந்து வெட்டினால்கூடத் தேவலை, இந்த அறையில் இருந்து வெளியே போனால் போதும் என்று நினைத்த இரண்டு முழு நாட்கள். தன்னிடம் இருந்த புத்தகம் எல்லாம் படித்துத் தீர்ந்திருந்தது. எந்தக் கதையிலும் மனம் செல்லவில்லை.

வர்மா அறையின் கண்ணாடி அலமாரியில் இருந்து ஒரு புத்தகத்தை எடுத்தான் சந்துரு. "Jharkhand & Right reasons for seperation" எழுதியவர் பெயர் எஸ். பி. சிங் என்று போட்டிருந்தது. உள்ளே பெங்காலியில் ஏதோ எழுதி எஸ்.பி. சிங்கே கையெழுத்துப் போட்டிருந்தார். சென்குப்தாவைப் படிக்கச் சொன்னான்.

''என் அன்பான அண்ணனுக்கு'' படித்தான் சென்குப்தா. எஸ். பி. சிங்கும் வர்மாவும் அண்ணன் தம்பியா? ஒரே கடைசிப் பெயர் வராது ஒரு குடும்பமாக இருந்தால்? ''தேவையில்லை'' என்றான் சென்குப்தா. ''அம்மா வழி சித்தப்பா பெரியப்பா பிள்ளைகளாக இருக்கலாம்.'' யார் இந்த எஸ்.பி. சிங்? பின் அட்டையைப் புரட்டினான் சென்குப்தா 'சாஹஸ் தொகுதி சட்டசபை உறுப்பினராக ஒன்றரை லட்சம் வாக்கு வித்தியாசத்தில் தேர்ந்தெடுக்கப் பட்ட எஸ். பி. சிங், மக்கள் பணியில் தன்னை அர்ப்பணித்துக் கொண்டவர்'

''இப்ப புரியுது ஏன் இந்த வெறின்னு'' சென்குப்தா சொல்லும்போதே வெளியில் இவ்வளவு நாள் எதிர்பார்த்த கலவரச் சத்தம் கேட்க ஆரம்பித்தது.

சென்குப்தா முகத்தில் பீதி அப்பட்டமாகத் தெரிந்தது. நாற்காலியை விடுத்துத் தரையில் அடங்கினார்கள். மூச்சுக்காற்றின் சப்தமே அதிர்வது போலக் கேட்டது.

கதவைப் போட்டு உலுக்கினார்கள். ''உடைத்து விடலாமா?''

''வேண்டாம்.. இங்கேதான் எங்கேயாவது இருப்பாங்க.. தேடிப்பார்க்கலாம் முதல்ல. அந்த துபே அடிக்கடி இங்க வரான்னு வாட்ச்மேன் சொன்னானே.. அவனைப் போய்த் தேடுங்க.'' சந்துருவுக்கு குரல் அடையாளம் தெரிந்தது. லோபோ.

சத்தம் கொஞ்ச நேரத்தில் ஓய்ந்துவிட்டது. சென்குப்தா அடிக்குரலில் ''போய்ட்டிருப்பாங்களா?'' என்றான்.

''யாருடா பேசினது? எதோ சத்தம் கேட்டது'' வெளியேதான் இருந்தார்கள். சந்துருவுக்கு வயிற்றுக்கீழ் எதோ வெற்றிடம் ஆனது

போல உணர்ந்தான். உடம்புக்குள் பலவித திரவங்கள் பயணிக்கும் சத்தம் கேட்டது. சம்மந்தமில்லாமல் வாந்தி வருவது போல உணர்ந்தான்.

''ஒண்ணும் கேக்கலை. சும்மா இரு'' என்று யாரோ அடக்கினார்கள். எதற்காகக் காத்திருக்கிறார்கள்? ஏன் இன்னும் கதவை உடைக்கவில்லை? கதவை உடைக்கவேண்டும் என்று ஆசைப்படுகிறாயா சந்துரு? எப்படியோ, இந்த நிலை முடிந்தால் போதும். இந்த பயத்தோடு வாழ முடியாது.

''வரான் பாரு.. ஒளிஞ்சிக்கோ'' என்றது வெளியில் சத்தம். அவர்கள் ஏன் ஒளிந்து கொள்ள வேண்டும்?

அடுத்த இரண்டு நிமிடங்களுக்கு ஒரு சத்தமும் இல்லை. திடீரென்று அமைதியைக் கிழித்துக் கொண்டு ''பிடிறா அவனை'' என்ற சத்தம் கேட்க, யாரோ ஓடும் சத்தம் பிடிக்கும் சத்தம் மேஜை உருளும் சத்தம்.. 'அம்மா' என்று கத்தியது துபே.

லோபோ கோபமாகக் கேட்பது தெரிந்தது ''எங்கே அந்த நாய்மகன்?''

''அவரு அலகாபாத் போயிட்டாரு.. என்னை விட்டுறுங்க.. எனக்கு ஒண்ணும் தெரியாது.''

''ஒண்ணும் தெரியாத நாய் ஏண்டா இங்கே வந்தே?''

''இன்னிக்கு ஆஃஃபீஸ் இருக்குன்னு வந்தேன்.'' துபேயின் கழுத்தில் யாரோ கையையோ காலையோ வைத்து அழுத்திக் கொண்டிருப்பது போலக் கேட்டது.

''எல்லாம் பானர்ஜியும் வர்மாவும்தான். எனக்கு ஒண்ணும் தெரியாது''

''பானர்ஜி எங்கே?'' குரலில் வெறியோடு கொஞ்சம் திருப்தியும் இருந்ததோ?

''அவரு அசன்ஸோல் போய்ட்டாரு?''

இப்போது அந்தக் கும்பலில் ஒருவன் சத்தமாகவே சிரித்தான். ''அசன்ஸோலா? தன்பாத் தாண்டலை. ஜீப்போட மடக்கிட்டோம்''

சந்துருவுக்கு கலவரத்துக்குள்ளே எதோ ஒரு குரூர திருப்தி ஏற்பட்டது.

''அந்த லாயருங்க எங்கே?''

சந்துருவும் சென்குப்தாவும் ஒருவரை ஒருவர் பார்த்துக் கொண்டார்கள். சென்குப்தா முகத்தில் வியர்வை ஆறாக ஓடிக் கொண்டிருந்தது.

''அவங்க அன்னிக்கே ஏழு மணி ட்ரெயின்லே கல்கத்தா போய்ட்டாங்க.. என்னை விட்டுறுங்க. எனக்கொண்ணும் தெரியாது.'' துபேவின் கதறலைப் பொருட்படுத்தவே இல்லை யாரும்.

''எல்லாரும் ஓடிப் போயிட்டானுங்களா நாதாரிப் பசங்க.. இவனுக்கு தெரியாம இருந்திருக்காது. இவன்தானே அந்த வர்மாவோட பொண்டாட்டி..அந்த அரிவாளைக் கொண்டு வாடா''

துபேவின் கதறல் உச்சஸ்தாயிக்குப் போனது.

சந்துரு பயத்தின் உச்சத்தில் வாயை இறுக மூடிக்கொண்டு இருந்தான். சென்குப்தா கண்ணில் பயத்தோடு நீரும்.

கொஞ்சம் கொஞ்சமாக சத்தம் அடங்கியது. துபேவின் ரத்தம் கதவிடுக்கு வழியாக வரத்தொடங்கியது.

34

சந்துருவும் சென்குப்தாவும் உச்சபட்ச பீதியில் இருந்தார்கள். துபேவின் மரண ஓலத்தை வாழ்நாள் முழுக்க மறக்க முடியும் என்று தோன்றவில்லை. வாழ்நாள்? அது இன்னும் எத்தனை நிமிடமோ? கதவை உடைக்க ரொம்ப நேரம் எடுக்காது. மூன்று கீல்தான் இருந்தது கதவில். ஓங்கி ஒரு அடி அடித்தால்கூடப் போதும். எந்த நொடியும் அந்தச் சத்தம் கேட்கலாம். சிறு சந்தேகமும் ஏற்பட்டுவிடக்கூடாது. சந்துரு மூச்சைக்கூட இழுத்து நிறுத்திக் கொண்டான்.

இந்த வாழ்வா சாவா நிலையில் எவ்வளவு நேரம்தான் இருப்பது? அடுத்து என்ன செய்வது என்றும் புரியவில்லை. ரத்தம் தரையைத் தாண்டி கார்ப்பெட்வரை வர ஆரம்பித்துவிட்டது. நீண்ட நேரமாக வெளியே இருந்து எந்த சத்தமும் கேட்கவில்லை. போய்விட்டார்களா? எப்படித் தெரிந்து கொள்வது? கதவு வெளியே பூட்டி இருக்கிறது. அறைக்குள் அலங்காரமாக ஒரு ஸ்பானர் இருந்தது. அவசரத்துக்கு அதை எடுத்து அடித்தால் கதவு

உடைந்துவிடும். ஆனால் வெளியே எங்கே போவது? எந்த இடம் பாதுகாப்பானது?

சென்குப்தா மூக்கைச் சுருக்கிச் சுருக்கி விரித்தான். மூக்கைத் தொட்டு சைகை காட்டினான். சந்துருவுக்கு அவன் என்ன சொல்ல வருகிறான் என்று புரியவில்லை.

தைரியத்தை வரவழைத்துக் கொண்ட சென்குப்தா ''எதோ பொசுங்கற வாடை வரல?'' என்றான் அடிக்குரலில். சந்துருவுக்கு ஒரு வாசமும் தெரியவில்லை. பயந்திருக்கிறான்.

சிறிது நேரத்தில் சென்குப்தா சொன்னது உண்மைதான் என்று புரிந்தது. இப்போது பொசுங்கும் வாசனை மட்டுமல்ல, நெருப்பின் வாடையே அடித்தது. கொளுத்திவிட்டுப் போயிருக்கிறார்கள்.

சந்துரு அந்த ஸ்பானரை எடுத்தான். சென்குப்தா பதற்றத்துடன் பார்க்க '' இங்கேயே இருந்து பொசுங்கப் போகிறோமா? வெளியே போய் அடிவாங்கிச் சாகப் போகிறோமா என்பதுதான் ஆப்ஷன். யோசிக்க நேரமில்லை.''

கதவை உடைத்து வெளியே வந்தால் துபே டேபிள் மேலேயே பரந்து கிடந்தான். நல்லவேளை நெருப்பை இந்த அறை வாசலில் வைக்கவில்லை. ஒரு வேளை வாசலில் வைத்திருந்தால்?

சந்துரு பதுங்கிப் பதுங்கி வாசலுக்கு வந்தான். கதவின் மரத்தில் தீப்பிடித்துக் கொண்டிருந்தது. வேகமாகப் பரவிக் கொண்டிருந்தது. வாசல் வழியாகப் போக முடியாது.

சென்குப்தாவும் துபே உடலுக்கருகில் திரும்பி வந்தான். யாரும் காணவில்லை. நெருப்பைக் கொளுத்திவிட்டு ஓடிவிட்டிருக்கிறார்கள்.

தீ வேகமாகப் பரவிக்கொண்டிருந்தது. யோசிப்பதற்கு நேரமில்லை. சந்துரு வர்மாவின் அறை ஜன்னலைப் பார்த்தான். இரும்புக் கிராதிகள் போட்டிருந்த கண்ணாடி ஜன்னல். சென்குப்தா ஒரு ஸ்பூனைத் தேடித்தர அவசரமாக இரும்புக் கிராதியைக் கழட்டினார்கள். கண்ணாடி ஜன்னலை

ஸ்பானரால் ஒரு அடியில் உடைக்க முடியவில்லை. மைகா கண்ணாடி. இருவரும் மாறி மாறி தோள்பட்டையால் குத்தி உடைத்தார்கள். சென்குப்தாவின் தோளெல்லாம் ரத்தம்.

ஜன்னலின் வழியாக பைகளைப் போட்டு எகிறிக் குதித்தார்கள். கீழே டீ சட்டிகள் வடை வந்த இலைகள் செய்தித்தாள்களில் ஈஷிக்கொண்டிருந்த கிரீஸ்..குப்பைத் தொட்டியில் விழுந்திருக்கிறார்கள். எல்லாக் குப்பையும் சுலபமாகத் தீப்பற்றக் கூடியவை. நல்ல வேளை வெளியே வந்தாகிவிட்டது.

''ஹாஸ்டலுக்குப் போயிடலாம். அங்கேதான் நமக்குத் தெரிஞ்ச ஒண்ணு ரெண்டு பேராவது இருக்காங்க'' பைகளை எடுத்துக் கொண்டு ஓடினார்கள்.

ஹாஸ்டல் வாசலில் யாரும் இல்லை. வார்டன் ஆளைக் காணவில்லை.எல்லா அறைகளும் பூட்டிக் கிடந்தன. சாவி இருக்கிறதா என்று அனிச்சையாகத் தேடிப்பார்த்தான் சந்துரு. எப்படி இருக்கும்? காலி செய்துகொண்டுதானே கிளம்பினார்கள்?

பட்நாயக் அறைக் கதவை உடைத்துவிடலாம் என்று முடிவெடுத்த போது ''சந்துரு?'' என்று குரல் கேட்டது. அறைக்குள்ளே இருந்து.

பட்நாயக்தான். வெளியே பூட்டிக் கொண்டு உள்ளே இருக்கிறான். சாவியை வெளியே போட்டான். கதவைத் திறந்து உள்ளே போனால் அங்கே பட்நாயக்கும் மகேஷ்பாபுவும் தரையில் அமர்ந்திருந்தார்கள். சீட்டுக்கட்டு கிடந்தது. இவர்களும் இரண்டு நாளாக வெளியே பூட்டிக் கொண்டுதான் வாழ்கிறார்கள் போலிருக்கிறது.

மகேஷ்பாபு எலக்ட்ரிக் ஹீட்டரில் டீ போடத் தொடங்கினான். சந்துரு உடை மேல் இருந்த குப்பையை தட்டக்கூட தோன்றாமல் தரையில் சாய்ந்தான்.

பட்நாயக்குக்கு வெளி விவகாரங்கள் தெரிந்திருந்தன. அவன் கோல் இந்தியா ஆசாமி இல்லாததால் வெளியே போய்வருவதில் ஆபத்து

குறைவு என்பதால் அவன்தான் மகேஷ்பாபுவுக்கும் தேவையான சாப்பாட்டுக்கெல்லாம் ஏற்பாடு செய்திருக்கிறான்.

''ஜிர்க்கிலே 150 பேர் கிட்ட காலி.. ஏரி உடைச்சப்ப நிறையப்பேர் தூங்கிகிட்டிருந்திருக்காங்க. அவங்களால தப்பிக்க முடியலை. பொம்பளைங்க குழந்தைங்க.. நீச்சல் தெரியாதவங்க.. யாராலும் பிழைக்க முடியலை. நீச்சல் தெரிஞ்சவங்க மட்டும் என்ன? உடைப்பெடுத்த தண்ணியோட வேகத்துல நீச்சலா போடமுடியும்?'' சந்துருவுக்கு 'பொம்பளைங்க குழந்தைங்க' எதிரொலித்தது. சந்துருவின் வெறித்த பார்வையைக் கவனித்த பட்நாயக் ''நிறைய பேர் பிழைச்சிருக்காங்க. ஏதோ மரத்தை கிரத்தை பிடிச்சுகிட்டு தத்தித் தத்தி.. எந்த ஊருலே கரை ஏறினாங்கன்னு எந்தக் கணக்கும் இல்லை''

சென்குப்தா ''ஜி எம் ஆஃபீஸை எரிச்சுட்டாங்க. துபேவைக் கொன்னதை எங்க கண்ணால பாத்தோம்'' ஒரு நொடி விட்டு ''இல்லை, காதாலே கேட்டோம்''

''கலவரம் எப்படி ஆரம்பிச்சுது?'' என்றான் சந்துரு.

''பிழைச்சவங்கள்லே சில பேர் ஏரிக்கரைக்கே போயிட்டாங்க. அங்கே ரெண்டு புல்டோஸர் ட்ரைவருங்க மாட்டி இருக்காங்க. அவங்களைத் தட்டினதுல வர்மா செய்யச் சொன்னாரு செஞ்சோம்னு சொல்லி இருக்காங்க..''

சந்துருவுக்கு அந்த நேரத்திலும் சிறிய மனத்திருப்தி உண்டானது. வர்மா தப்பிக்க முடியாது. கலவர கும்பலில் இருந்து தப்பித்தாலும் கேஸில் தப்பிக்க முடியாது. சாட்சி இருக்கிறது.

''முட்டாப்பசங்க. அப்படியே அதை போலீஸ்கிட்ட சொல்லியிருந்தா வர்மா காலத்துக்கும் களி தின்னிருப்பான். அவசரப்பட்டு அந்த ட்ரைவர்ங்களை அங்கேயே போட்டுட்டாங்க''

சந்துருவுக்கு திக்கென்றது. சாட்சிகள் இல்லையா?

''கோல் இண்டியா ஜீப்பையெல்லாம் எரிச்சுட்டாங்க. ஒண்ணு ரெண்டு

வண்டியை கேப்சர் பண்ணி சம்மந்தப்பட்டவங்களைத் தேடிப் போய் வெட்டறாங்க. ராஞ்சியிலே அந்தக் கிழவன் இருந்தானில்ல, டிர்க்கியா? அவனை வெட்டிட்டாங்க. பானர்ஜி போற வழியிலே அவனை மடக்கி குடும்பத்தோட தீர்த்துருக்காங்க''

சந்துருவுக்கு தீபா சொன்னது நினைவுக்கு வந்தது. ''நல்லவேளை. இப்ப நல்ல மாத்து இடம் கிடைச்சதால பொழச்சோம். இல்லாட்டி இங்க வழக்கமே இதான். அதிகாரிங்க ஏமாத்துவாங்க, கிராமத்து மக்கள் கத்தியைத் தூக்கிகிட்டு கொள்ளை அடிப்பாங்க'' என்ன நல்லவேளை? அதேதானே நடந்திருக்கிறது இப்போதும்.

பட்நாயக் தொடர்ந்து கொண்டிருந்தான். ''உங்களைப் பத்திதான் ஒரு தகவலும் இல்லை. நீங்க எப்படியாவது கல்கத்தா போய்ச் சேந்திருப்பீங்கன்னு நினைச்சோம்''

சந்துரு நடந்ததைச் சொன்னான். அழுகை வந்தாலும் சொல்லி முடித்தபோது அழுத்தம் குறைந்ததைப் போல உணர்ந்தான். சென்குப்தாவின் கண்ணிலும் நீர்.

எல்லாம் பேசித்தீர்ந்தது போல அமைதி நிலவியது.மகேஷ்பாபு தந்த டீயின் சூடு இதமாக இருந்தது. எத்தனை நாட்களுக்குப் பிறகு சூடான டீ.

பட்நாயக் திடீரென நினைத்துக் கொண்டு ''ஷ்யூரா சந்துரு?'' என்றான்.

''எதைப்பத்திக் கேக்கறே?''

''எஸ்பி சிங்.. வர்மாவோட ப்ரதரா?''

''அப்படித்தான் போட்டிருந்தது அந்த புக்லே''

பட்நாயக் கோபமாக மேஜையைக் குத்தினான். ''எவ்வளவு கொழுப்பு இருக்கும் அந்த ஆளுக்கு? சொந்தப் பகைக்காக 150 உயிரைக் காவு வாங்கியிருக்கான். நாமென்ன தப்பு செஞ்சோம்? உயிரைக் கையிலே பிடிச்சுகிட்டு வாழறோம். ஒளிஞ்சு ஒளிஞ்சு நம்மை அலைக்கழிச்சுட்டு அவன் அலகாபாத்லே ஹனிமூனுக்குப் போயிட்டான் பாஸ்டார்ட்''

எல்லோருக்குள்ளும் அந்தக் கோபம் பொங்கிக்கொண்டுதான் இருந்தது. வெட்ட வருகிறவர்களின் நியாயம் புரிந்தாலும் அவர்கள் வெட்டாமலா விடப்போகிறார்கள்?

சந்துரு நேரம் பார்த்தான். பதினோரு மணி. துபேவைக் கொன்றபோது ஒன்பதரை. ஒன்றரை மணிநேரமா ஒரு யுகமாகத் தோன்றியது?

"இப்ப என்ன செய்யலாம்?" என்றான் சென்குப்தா.

"எப்படியாவது அவங்கவங்க ஊருக்குப் போய்ச் சேரணும். அதுக்கான வழியைத்தான் பாக்கணும்.. சாஹஸ் ட்ரெயின் ஸ்டேஷன்லே இருந்து ஒரே ஒரு ரூட்டு மட்டும்தான் க்ளியரா இருக்கு. ஆனா அது ரிஸ்க்கு. நிச்சயம் எவனாச்சும் காத்திருப்பான்." பட்நாயக் இதைச் சொன்னதற்கு சொல்லாமலேயே இருந்திருக்கலாம்.

"எதாவது வண்டி கிடைச்சா 40 கிலோமீட்டர் பொகாரோ. அங்கே போய் இதே வண்டியைப் பிடிக்கலாம்"

"இதே வண்டியா? அப்ப சாஹஸ் வந்துதானே போகும்? அப்ப மட்டும் ரிஸ்க் இல்லையா?"

"ரிஸ்க்குதான். ஆனா நாம ட்ரெயின்லே ஏறறதை யாரும் பாக்க மாட்டாங்க. சீட்டுக்கடியிலே ஒளிஞ்சுக்கலாம்..அதைத்தவிர வேற வழி இருக்கறதா தெரியலை.."

"சரி.. 40 கிலோமீட்டர் எப்படிப் போறது?"

அதுவரை அமைதியாக இருந்த மகேஷ்பாபு வாயைத் திறந்தான். "ஒரு புது ஜீப்பு.. சாவி என்கிட்டேதான் இருக்கு. இன்னும் லோகோ போடாததாலே அது கோல் இந்தியா ஜீப்புன்னு யாருக்கும் தெரியாது."

பட்நாயக் துள்ளி எழுந்தான். "ஏன் முன்னாடியே சொல்லலை? எங்கே இருக்கு ஜீப்பு?"

"வர்மா வீட்டு கேரேஜ்லே"

35

பட்நாயக்தான் மறுபடி ரிஸ்க் எடுத்துப் போய் ஜீப்பை ஓட்டிவந்தான். மகேஷ்பாபு "அவனுக்கென்ன பயம்? டெய்லிதான் போய்ட்டு வரானே"

சென்குப்தா சொன்னான். "எவனுக்காச்சும் சந்தேகம் வந்தா அவ்வளவுதான். நீ இங்கே கோழிக்குஞ்சாட்டம் பதுங்கி இருக்கே. கொலையைக் கண்ணால பாத்தவங்க நாங்க. கேள்வியா கேக்கறாங்க?"

பட்நாயக் திரும்பி வந்து அறைக்கதவைத் தட்டியவுடன் தான் எல்லாருக்கும் உயிரே வந்தது. "ஜீப்பை எங்கே நிறுத்தி இருக்கே?"

"பின்பக்கமாதான். சுலபமா யார் கண்ணுலயும் பட்டுடாது."

எப்போது கிளம்பலாம்? யாரிடமும் உறுதியான பதில் இல்லை. இந்த மாதிரிச் சூழலில் முன் அனுபவமா இருக்க முடியும்? பகலில் கிளம்புவது ரிஸ்க், இரவில் கிளம்புவது தற்கொலை. முடிவாக பட்நாயக் சொன்னான்.

''இன்னிக்கு சாயங்காலம் மோட் பக்கம் போயிட்டு வரேன். எதாச்சும் தகவல் கிடைக்குதான்னு பாத்து முடிவெடுத்துக்கலாம். பகல்னா நாளைக்கு பகல், ராத்திரின்னா இன்னிக்கி ராத்திரி''

முடிவெடுப்பதைத் தள்ளிப் போட உதவியதால் அந்த முடிவு எல்லாருக்கும் உகந்ததாகவே இருந்தது. ''பசிக்குதே'' என்றான் பட்நாயக்.

சந்துருவுக்கு ஆச்சரியமாக, மனதின் பாரம் பெருமளவில் குறைந்திருந்தது. இரண்டுக்கு நான்காக ஆட்கள் ஆனதாலா? மனம்விட்டு அழுததாலா?

மூன்று மாதங்கள்தானா ஆகின்றன? சந்துருவுக்கு ஏனோ சென்னை வக்கீல் ஞாபகத்துக்கு வந்தார். ''மூன்று வருஷம் என்னோடு இருந்தால்தான் கொஞ்சமாவது அனுபவம் வரும்'' எந்தக் கொம்பனும் மூன்று மாதத்தில் இப்படி ஒரு வாழ்நாளுக்குரிய அனுபவங்களைக் கொடுத்துவிடமுடியாது. எதைத்தான் பார்க்கவில்லை? ஊழல், அப்பாவித்தனம், போலீஸ் ஸ்டேஷன், ஜாதித்திமிர், காதல்.

காதல்! சந்துருவுக்கு உள்ளுக்குள் ஒரு வெற்றிடம் உருவானது போல உணர்ந்தான். கல்லூரி நாட்களில் எல்லாம் மற்றவர்களின் காதலை கிண்டல் மட்டுமே அடித்திருக்கிறோம். முதல் முறையாக எனக்கென்று உருவான காதல் இப்படித் தண்ணீரில் அடித்துக் கொண்டு போனது. ''சான்ஸ் இருக்கு'' பட்நாயக் சொன்னானே? ப்ராக்டிகலாகப் பாரு சந்துரு. 100 அடி ஏரி. அவன் உன் மனதைச் சமாதானப்படுத்துவதற்காகச் சொல்கிறான். ஒருவேளை அவளுக்கு நீச்சல் தெரிந்திருந்தால்? தீபா உயிரோடேயே இருந்தாலும்கூட இனிமேல் காதல் என்பதற்கான வ்வாய்ப்புகள் சுத்தமாக இல்லை. அந்தக் கதை ஆரம்பித்த வேகத்தில் முடிந்துவிட்டது. காதல் தோல்விக்கு எத்தனையோ காரணங்கள் சொல்வார்கள். இப்படியும் ஒரு காதல் தோல்வி இருக்குமா? சம்மந்தமே இல்லாத வெறி இவன் காதலைப் பலி கொண்டுவிட்டது.

சென்குப்தா சந்துருவின் இருண்ட முகத்தைப் பார்த்து ''சந்துரு வா, ஒரு ஆட்டம் போடலாம்'' சீட்டாட்டம் மனக்கவலையை மாற்றவில்லை.குயின் ஹார்ட்ஸில் தீபா முகம்தான் தெரிந்தது.

சாயங்காலத்தில் விளக்குகள் எதுவும் போடாமல் இருந்தார்கள். பட்நாயக், ''நான் போய்ப் பார்த்துவிட்டு வருகிறேன்''

மகேஷ்பாபு கேட்டான் ''ஜீப் எடுத்துகிட்டா போகப்போறே?''

''நான் என்ன முட்டாளா? நடந்துதான்..''

திரும்பி வர ஒரு மணிநேரத்துக்கும் மேலானது. பட்நாயக் வேகமாகச் சொன்னான் ''ஆர்ம்டு போலீஸ் வந்திருச்சாம். ஃபயர் சர்வீஸ்காரங்களும் வந்து ஜிர்க்கியிலே வேலையை ஆரம்பிச்சுட்டாங்க'' ஃபயர் சர்வீஸ், மூன்று நாட்கள் கழித்து வருகிறார்கள். யாரைக் காப்பாற்றப் போகிறார்கள்?

''லோபோவை அரெஸ்ட் செஞ்சுட்டாங்க.. கலவரம் செஞ்சுகிட்டிருந்தவங்க இனி அடங்கிடுவாங்க. நாம இப்பவே கிளம்பலாம். பத்து மணிக்கு ட்ரெயின். பேக் பண்ணுங்க''

மகேஷ்பாபு ''சாப்பாடெல்லாம் தயாரா இருக்கே''

''மூட்டை கட்டிக்க. ரயில்ல எல்லாம் எதுவும் கிடைக்காது''

கலவரம் அடங்கிவிட்டிருந்தாலும் சுவடுகள் பாதையெங்கும் இருந்தன. ஜி. எம். ஆஃபீஸில் எரிக்க பொருள் இல்லாமல் அதுவாகவே அடங்கி இருந்தது தீ. சாம்பல் நாற்றம் வெகுதூரத்துக்கு வீசியது.

இருட்டில் ஹெட்லாம்ப் போடாமல் ஓட்டிக்கொண்டிருந்தான் பட்நாயக். ஜீப் ஊர்ந்து ஊர்ந்து சென்றது. மகேஷ்பாபு சொன்னான்.''அப்பப்ப லைட்டைப் போட்டு பாத்துக்க.''

பொகாரோவின் ரயில்வே ஸ்டேஷனிலும் கூட்டமே இல்லை. ஸ்டேஷன் மாஸ்டர் நிலைமையைப் புரிந்துகொண்டார். ''ஜீப்பை ரயில்வே கராஜ்லே விட்டுடுங்க. கோல் இந்தியா ஆள் வந்தா எடுத்துக்கச் சொல்றேன். டிக்கட் கொடுக்கற ஆள் வரலை. ஏறிடுங்க, அப்புறம் பாத்துக்கலாம்''

ரயில் ஊர்ந்து வந்து நிற்க ஸ்டேஷன் மாஸ்டர் ட்ரைவரிடம் பேசியது கேட்டது. ''எந்த எமர்ஜன்சின்னாலும் நிக்காதே. சிக்னலை மட்டும் பார்த்து ஓட்டிக் கொண்டு போய்கிட்டே இரு''

ரயிலுக்குள் ஆட்கள் மிகக் குறைவாகத்தான் இருந்தார்கள். இந்த ஊர் நிலவரம் தெரியாமல் ராஞ்சியில் இருந்து கிளம்பியவர்கள் மட்டும்தான். எந்த ஸ்டேஷன் என்று பார்க்க ஓரிருவர் சிகரெட்டைப் பற்றவைத்தார்கள். காலி சீட்டைத் தேடி சென்குப்தா எல்லாருடைய பெட்டிகளையும் மேல்சீட்டில் வைத்து ஒரு சால்வையைப் போர்த்தினான். ஒரு ஆள் நீளமாகத் தூங்குவது போல் இருந்தது. ''இன்னும் அரை மணி நேரம். அதுவரை எல்லாரும் பதுங்கி இருக்கலாம். சாஹஸ் தாண்டிவிட்டால் போதும். அதற்குப் பிறகு எந்தப் பிரச்சினையும் வராது''

சாஹஸ்ஸில் வண்டி நின்றது. டாய்லெட் கதவின் கீழ்நோக்கிய ஓட்டையில் சந்துரு பார்த்தான். ரயில்வே ஸ்டேஷன் அத்துவானமாகத் தெரிந்தது. யாரும் ஏறியதாகத் தெரியவில்லை. வண்டி கிளம்பி ஐந்து நிமிடம் கழித்து எந்த சத்தமும் வராததால் வெளியே வந்தான்.

சென்குப்தாவும் சீட்டுக்கு வந்துவிட்டிருந்தான். ''யாராச்சும் ஏறினாங்களா, பாத்தியா?'' அவன் என்னைக் கேட்கிறான். நானே டாய்லெட்டுக்குள் ஒன்றும் தெரியாமல் இருந்திருக்கிறேன்.

எங்கே பட்நாயக், எங்கே மகேஷ்பாபு? இன்னுமா வரவில்லை அவர்கள்?

ஒரு வேட்டுச் சத்தம் கேட்டது. வேட்டா துப்பாக்கியா? ரயிலில் பரபரப்பு ஏற்பட்டது. படுத்துக் கொண்டிருந்தவர்கள் அவசர அவசரமாக இறங்கி தங்கள் பைகளை மறைக்க ஆரம்பித்தார்கள். சந்துருவுக்கு ஒன்றும் புரியவில்லை. சென்குப்தா சுருக்கமாக ''டெகாய்ட்டி'' என்றான் அடிக்குரலில்.

நான்கைந்து பேர் முகத்தை துண்டால் மறைத்துக் கொண்டு பெட்டியில் இருந்த ஆட்களை எல்லாம் அடித்துக் கொண்டே வந்தார்கள். எதுவும் கேட்காமலேயே முதலில் அடிக்கிறார்கள். சந்துரு முன்பக்கம்

பார்த்துக் கொண்டிருந்த போதே பின்னங்கழுத்தில் அடி விழுந்தது, திரும்பினால் இன்னும் இருவர். சிறுவர்கள்தான். 17-18 வயதுதான் இருக்கும்.

ஒரு சிறுவன் பெரிய போர்வையை விரித்தான். இரண்டு பேர் அதைக் கொண்டு வந்தார்கள். மறுபடியும் பயணிகளுக்கு அடி. ''சாப்பிடறதுக்கு என்ன இருக்கோ அதை இதுல போடு'' சாப்பாட்டைத் திருடத்தான் வந்தார்களா? அடுத்த இரண்டு பேர் கிரமமாக எல்லாருடைய பாக்கெட்டுகள் பர்ஸ்கள், ஷூ, சாக்ஸ் எல்லாவற்றையும் பார்த்து இருக்கும் பணம் நகையை இன்னொரு மூட்டையில் கட்டினார்கள்.

இவனையும் சென்குப்தாவையும் ஒரு ஆள் ஒரு பழங்காலத் துப்பாக்கியைக் காட்டி ''அந்தப்பக்கம் நட''

ரயில்பெட்டியின் வாசலில் வாஷ்பேசின் அருகே பட்நாயக்கையும் மகேஷ்பாபுவையும் குந்த வைத்திருந்தார்கள். அங்கே ஒரு மூன்று பேர் இவர்களைக் கண்காணித்துக் கொண்டு. அதில் ஒரு ஆளை எங்கேயோ பார்த்திருக்கிறோமே? சந்துருவுக்கு நினைவு வந்துவிட்டது. காட்டுக்கு நடுவில் டீ விற்ற கிழவனல்லவா இவன்? மற்றவர்களையும் எங்கேயோ பார்த்தது போலதான் இருந்தது. சந்துருவுக்குத் திடீரென்று உரைத்தது. இவர்கள் உச்சிடி மக்கள். இவர்களைப் பிடித்துவிட்டார்கள்.

இவர்கள் நால்வரைத் தவிர மற்ற அனைவரிடமும் திருடிய மொத்த மூட்டைகளையும் ரயிலின் வாசல் அருகே வைத்தார்கள். என்ன செய்யப் போகிறார்கள்?

ரயில் இருளில் விரைந்து கொண்டிருந்தது. டாய்லெட்டின் நாற்றத்தோடு வீசியது குளிர்காற்று.

செயினைப் பிடித்து இழுத்தான் ஒருவன். ரயில் வேகம் குறைய ஆரம்பிக்க ஒவ்வொருவராகக் குதித்தார்கள்.

''இவங்களை என்ன செய்யலாம்'' என்றான் ஒரு முகமூடி.

கிழவன் சொன்னான் ''இங்கேயே முடிச்சுடலாம்''

அதுவரை அமைதியாக இருந்த இன்னொரு முகமூடி மெல்லிய குரலில் ''வேண்டாம். பிழைச்சுப் போகட்டும்''

சந்துருவுக்குத் தரை நழுவுவது போலிருந்தது. சென்குப்தாவுக்கும் அதிர்ச்சியில் பேச்சு எழும்பவில்லை.

''என்ன பண்ண நினைச்சாங்களோ அதைப் பண்ணி முடிச்சுட்டாங்க. இவனுங்களைக் கொன்னா மட்டும்? திருந்தவா போறாங்க?'' பட்நாயக்கும் மகேஷ்பாபுவும் வித்தியாசத்தை இப்போதுதான் கவனித்தார்கள்.

சந்துரு தைரியத்தை வரவழைத்துக் கொண்டு எழ முயற்சிக்க கிழவன் கட்டையால் சந்துருவின் மண்டையில் அடித்து உட்காரவைத்தான்.

ரயில் முழுமையாக நிற்கும் முன்னர் கொள்ளை அடித்தவர்கள் எல்லாரும் குதித்து ஓட ஆரம்பித்தார்கள். கிழவனை இரண்டு பேர் கைத்தாங்கலாக ஓடிக்கொண்டே இறக்கினார்கள். கடைசியாக குதித்த முகமூடியின் திரை சற்றே விலகியது. நீலக்கண்ணில் நீர் தெரிந்தது.

சந்துரு பெருங்குரலெடுத்து அழ ஆரம்பித்தான்.